കുട്ടികൾ
ചരിത്രത്തിന്റെ ഉല്പന്നങ്ങളും
ചരിത്രം നിർമ്മിക്കുന്നവരും

kuttikal
charithrathinte ulpannangalum
charithram nirmmikkunnavarum

•

t narayanan

•

first edition
february 2017

•

typesetting & published
chintha publishers, thiruvananthapuram

•

•

cover
midas

•

വിതരണം

ദേശാഭിമാനി ബുക്ക് ഹൗസ്

H O തിരുവനന്തപുരം-695 035
phone: 0471-2303026, 6063026
www.chinthapublishers.com
chinthapublishers@gmail.com

ബ്രാഞ്ചുകൾ

ഹെഡ്ഡാഫീസ് ബ്രാഞ്ച് കുന്നുകുഴി • സ്റ്റാച്യു തിരുവനന്തപുരം • കെ എസ് ആർ ടി സി ബസ് സ്റ്റേഷൻ ആലപ്പുഴ • കെ എസ് ആർ ടി സി ബസ് സ്റ്റേഷൻ എറണാകുളം • മച്ചിങ്ങൽ ലെയ്ൻ തൃശൂർ • ഐ ജി റോഡ് കോഴിക്കോട് • മാവൂർ റോഡ് കോഴിക്കോട് • എൻ ജി ഒ യൂണിയൻ ബിൽഡിങ് കണ്ണൂർ • സെൻട്രൽ ബസ് ടെർമിനൽ കോംപ്ലക്സ് താവക്കര കണ്ണൂർ

CO - 2473/ 4076
ISBN - 978-93-86364-44-9

കുട്ടികൾ
ചരിത്രത്തിന്റെ ഉല്പന്നങ്ങളും ചരിത്രം നിർമ്മിക്കുന്നവരും

ടി നാരായണൻ

ചിന്ത പബ്ലിഷേഴ്സ്
തിരുവനന്തപുരം-695 035
വില : ₹ 110

ടി നാരായണൻ

ജനനം 1940 സെപ്തംബർ 22 ന് പാലക്കാട് ജില്ലയിൽ പട്ടാമ്പിക്കടുത്തുള്ള ഞാങ്ങാട്ടിരിയിലെ തെക്കേടത്തു മനയിൽ. അച്ഛൻ: രാമൻ നമ്പൂതിരി. അമ്മ നങ്ങേലി അന്തർജ്ജനം. വിദ്യാഭ്യാസം എഴുമങ്ങാട് യു പി സ്കൂൾ (പാലക്കാട് ജില്ല), വരവൂർ ഹൈസ്കൂൾ (തൃശൂർ ജില്ല), ശ്രീ കേരള വർമ്മ കോളേജ് എന്നിവിടങ്ങളിൽ. തിരുവനന്തപുരം ഏജീസ് ഓഫീസിൽ 35 കൊല്ലത്തെ സേവനം. അസിസ്റ്റന്റ് അക്കൗണ്ട്സ് ഓഫീസറായി 1998 മാർച്ച് 31 ന് വിരമിച്ചു.

ഏജീസ് ഓഫീസ് എൻ ജി ഒ അസോസിയേഷൻ (കേരളം) ജനറൽ സെക്രട്ടറി, പ്രസിഡന്റ്; ആൾ ഇന്ത്യ ആഡിറ്റ് & അക്കൗണ്ട്സ് അസോസിയേഷൻ അഡീഷണൽ സെക്രട്ടറി ജനറൽ, പ്രസിഡന്റ്; കേന്ദ്ര ജീവനക്കാരുടെ കോൺഫെഡറേഷൻ സംസ്ഥാന പ്രസിഡന്റ്, അഖിലേന്ത്യാ ഓർഗനൈസിങ് സെക്രട്ടറി എന്നീ നിലകളിൽ സർവ്വീസ് സംഘടനാ രംഗത്തെ പ്രവർത്തനം. സംസ്ഥാന ബാലസാഹിത്യ ഇൻസ്റ്റിറ്റ്യൂട്ട് ഭരണസമിതി അംഗമായിരുന്നു, ആറു വർഷത്തോളം.

കേരള സംസ്ഥാന ശിശുക്ഷേമ സമിതിയുടെ ട്രഷററായി ആറുവർഷത്തിലേറെക്കാലം പ്രവർത്തിച്ചു.

1982 മുതൽ ബാലസംഘം പ്രവർത്തകൻ, ഇരുപതു വർഷത്തോളം ബാലസംഘം സംസ്ഥാന രക്ഷാധികാരി ഏകോപന സമിതി ജനറൽ സെക്രട്ടറി. ഇപ്പോൾ ബാലസംഘം സംസ്ഥാന കമ്മിറ്റി അംഗം. കുട്ടികളുടെ മാസിക *തത്തമ്മ* യുടെ പത്രാധിപരായി അര ദശാബ്ദക്കാലം പ്രവർത്തിച്ചു.

ഭാര്യ : ടി രാധാമണി
(ദേവകി വാര്യർ സ്മാരകം സെക്രട്ടറി)

മക്കൾ : എൻ സുകന്യ
(ജനാധിപത്യ മഹിളാ അസോസിയേഷൻ),
എൻ സുസ്മിത (മാതൃഭൂമി)

മേൽവിലാസം : ജ്യോതിസ്,
കൈതമുക്ക്, പേട്ട (പോസ്റ്റ്),
തിരുവനന്തപുരം 695 024.

ഫോൺ : 0471 2475903

മൊബൈൽ : 9446465903

ഇമെയിൽ : radhakaithamukku@gmail.com.

ഉള്ളടക്കം

പ്രസാധകക്കുറിപ്പ്

കേരളത്തിൽ കുട്ടികളുടെ രംഗത്ത് നിരവധി സംഘടനകൾ പ്രവർത്തിക്കുന്നുണ്ട്. കേരളത്തിന്റെ മാത്രമല്ല ഇന്ത്യയുടെയും ആധുനിക ചരിത്രത്തിൽ കുട്ടികളും അവരുടെ സംഘടനകളും തങ്ങളുടേതായ അടയാളങ്ങൾ അവശേഷിപ്പിച്ചിട്ടുണ്ട്. എന്നാൽ ഔദ്യോഗിക ചരിത്രനിർമ്മിതിയിൽ അവയൊന്നും അടയാളപ്പെടുത്തപ്പെട്ടിട്ടില്ല. സാമ്രാജ്യത്വത്തിനും ഭൂപ്രഭുത്വത്തിനും ജാതിപരമായ ഉച്ചനീചത്വത്തിനും എതിരെ ധീരമായ പോരാട്ടങ്ങളിൽ പങ്കെടുത്ത് കുട്ടികൾ നടത്തിയ പ്രവർത്തനങ്ങൾ തിരിച്ചറിയേണ്ടതുണ്ട്. ചരിത്രത്തെ നേരായി മനസ്സിലാക്കുന്നതിനും, ഇന്നത്തെയും നാളത്തെയും സ്വീകരിക്കേണ്ടുന്ന പ്രവർത്തനപാത കണ്ടെത്തുന്നതിനും ഇത് ആവശ്യമാണ്.

1980 കൾ തുടങ്ങി ഇന്നേവരെയും ബാലസംഘത്തെ ഇന്നത്തെ രീതിയിൽ ശിശുസൗഹൃദപരമായി കെട്ടിപ്പടുക്കുവാൻ നടത്തിയ ശ്രമങ്ങളിലേക്ക് ഒരു എത്തിനോട്ടമാണ് *കുട്ടികൾ ചരിത്രത്തിന്റെ ഉല്പന്നങ്ങളും ചരിത്രം നിർമ്മിക്കുന്നവരും* എന്ന ഈ പുസ്തകം. ടി നാരായണൻ രചിച്ച ഈ പുസ്തകത്തിൽ സംസ്ഥാന ശിശുനയത്തിന്റെ ഒരു വിമർശനാത്മക പഠനവും ഉൾച്ചേർന്നിട്ടുണ്ട്.

കേരളത്തിൽ കുട്ടികളുടെ രംഗത്തു പ്രവർത്തിക്കുന്ന സംഘടനകൾക്കും വ്യക്തികൾക്കും മുതൽക്കൂട്ടാകാവുന്ന ഈ പുസ്തകം ഞങ്ങൾ സഹർഷം പുറത്തിറക്കുന്നു. സ്വീകരിച്ചാലും.

ചിന്ത പബ്ലിഷേഴ്സ്

അവതാരിക

***കു**ട്ടികൾ, ചരിത്രത്തിന്റെ ഉല്പന്നങ്ങളും ചരിത്രം നിർമ്മിക്കുന്ന* വരുമെന്ന ടി നാരായണന്റെ പുസ്തകം ബാലസംഘത്തിന്റെ ചരിത്ര ത്തിലൂടെയും വർത്തമാനത്തിലൂടെയുമാണ് വികസിക്കുന്നത്. കൂടാതെ, കുട്ടികളുടെ നാടകവേദിയെക്കുറിച്ചുള്ള പഠനം ബാലസംഘത്തിന്റെ രക്ഷാധികാരിയും മുൻനിര പ്രവർത്തകനുമായിരുന്ന പി വി കെ കട മ്പേരിയെപ്പറ്റിയുള്ള അനുസ്മരണം, ശിശുനയരേഖ സംബന്ധിച്ച വിമർ ശനപഠനം എന്നിവകൊണ്ടും പുസ്തകം സമ്പുഷ്ടമാണ്.

രാജ്യത്തിനകത്തും പുറത്തും യാത്രകൾ നടത്തുമ്പോൾ പലരെയും പരിചയപ്പെടാൻ സാധിക്കാറുണ്ട്. ഇത്തരം അവസരങ്ങളിൽ ഏറ്റവു മധികം പരാമർശിക്കപ്പെടുന്ന സംഘടനയാണ് ബാലസംഘം. വേനൽ ത്തുമ്പി കലാകാരൻ/കാരിയായിരുന്നു, ബാലസംഘം പഠനക്യാമ്പിലു ണ്ടായിരുന്നു, യുദ്ധവിരുദ്ധ ക്യാമ്പയിനിൽ പങ്കെടുത്തിരുന്നു എന്നൊക്കെ, കടന്നുപോയ വഴിത്താരകളിൽനിന്നും ഗൃഹാതുരത്വത്തോടെ ബാലസം ഘത്തെ ഓർത്തെടുക്കുന്ന നിരവധി പേരെ കണ്ടിട്ടുണ്ട്. കുട്ടിക്കാല ത്തേക്ക് തിരികെ പോകുന്നവരുടെ മുഖത്ത് വിരിയുന്ന സംതൃപ്തിയും സന്തോഷവും എന്താണ് ബാലസംഘമെന്നതിന്റെ സാക്ഷ്യപത്രമാണ്. നല്ല മനുഷ്യരായി മാറാനും നാളത്തെ ലോകം നന്മയുടേതാക്കി മാറ്റാനും ഇവരൊക്കെ ഒരുകാലത്ത് കൈകോർത്തിരുന്നു. ഇന്നും നിരവധിപേർ അതിനായി യത്നിക്കുന്നു.

ലോകമാകെ സാമ്രാജ്യത്വ ശക്തികൾ കോർപ്പറേറ്റ് ഭീമന്മാരെ ഉപ യോഗിച്ച് അരാഷ്ട്രീയത ഉല്പാദിപ്പിക്കയാണ്. കുട്ടികളെ, മൊബൈൽ ആപ്ലിക്കേഷനുകളിലും കമ്പ്യൂട്ടർ ഗെയിമുകളിലും കാർട്ടൂൺ നെറ്റ്വർക്കു കളിലും തളച്ചിടുന്നതിൽ അവർ ഒരുപരിധിവരെ വിജയിക്കുന്നു. നാടിന്റെ

ചരിത്രവും നാടൻരുചികളും നാട്ടിൻപുറങ്ങളും കുട്ടികൾക്ക് അന്യമാവുന്നു. നാലുചുവരുകൾക്കുള്ളിൽ അവർ 'ഇഷ്ടപ്പെടുന്ന' ഒരു തടവറ സൃഷ്ടിക്കാൻ കോർപ്പറേറ്റുകൾക്ക് സാധിക്കുന്നു. അതിലൂടെ ഉപഭോഗ പരതയിൽ അഭിരമിക്കുന്ന ഒരു തലമുറയെയാണ് മുതലാളിത്തം വാർത്തെടുക്കുന്നത്. അവർക്ക് ബാലസംഘവും വേനൽത്തുമ്പി കലാജാഥയും അന്യമാണ്. അപരന്റെ സ്വരം മധുരസംഗീതമായി ശ്രവിക്കാനുള്ള സഹിഷ്ണുത അവർക്കില്ല. മുഖങ്ങളിലേക്ക് നോക്കുന്നതിന് പകരം മൊബൈൽ, കമ്പ്യൂട്ടർ മോണിറ്ററുകളിലേക്ക് അവരുടെ കണ്ണുകൾ നങ്കൂരമിട്ടിരിക്കുന്നു. ഇത്തരം മനോഭാവത്തെ മാറ്റിമറിക്കാൻ നമുക്കെന്ത് ചെയ്യാനാവും എന്ന അന്വേഷണംകൂടിയാണ് ഈ പുസ്തകം.

കേരളത്തിൽ കുട്ടികളുടെ പലസ്വഭാവത്തിലുള്ള സംഘടനകളുണ്ട്. ഓരോരുത്തർക്കും ഓരോ താല്പര്യങ്ങളാണ്. ജാതി-മത ശക്തികൾ അവരുടെ കള്ളികളിൽ കുട്ടികളെ കുടുക്കിനിർത്താൻ വേണ്ടി ബാലസംഘടനകളുമായി മുന്നോട്ടുപോകുന്നുണ്ട്. വർഗ്ഗീയത ഉല്പാദിപ്പിക്കുന്നവയാണ് ഇവയിൽ ഭൂരിഭാഗം സംഘടനകളും. എന്നാൽ, മാനവികതയും ശാസ്ത്രാവബോധവും യുക്തിചിന്തയും കുട്ടികൾക്ക് പകർന്നുനല്കുന്ന ബാലസംഘത്തെപ്പറ്റി ഈ പുസ്തകം വിശദമായി പ്രതിപാദിക്കുന്നുണ്ട്.

ബാലസംഘത്തിന്റെ സംസ്ഥാന രക്ഷാധികാരിയെന്ന നിലയിലും സംസ്ഥാനത്തങ്ങോളമിങ്ങോളം ബാലസംഘം പ്രവർത്തനങ്ങളുമായി സജീവ സാന്നിദ്ധ്യമായി മാറിയ പുരോഗമനകാരിയെന്ന നിലയിലും ശ്രദ്ധേയനായ പി വി കെ കടമ്പേരിയെക്കുറിച്ചുള്ള അനുസ്മരണം ഈ പുസ്തകത്തിലെ പ്രധാനപ്പെട്ടൊരു ഭാഗമാണ്.

കുട്ടികളുടെ നാടകവേദികൾ നിരവധിയുണ്ട്. പക്ഷേ, വേനൽത്തുമ്പി കലാജാഥകളിലൂടെ കുട്ടികളുടെ സാംസ്കാരിക പ്രവർത്തനത്തിന്റെ പുതിയൊരു ധാരയ്ക്ക് ബാലസംഘം തുടക്കമിട്ടു. കേരളത്തിന്റെ പാഠ്യ പദ്ധതി ശിശുകേന്ദ്രീകൃതമാക്കി മാറ്റുന്നതിലും അത് ശിശുസൗഹൃദപരമായി പ്രയോഗിക്കുന്നതിലും വേനൽത്തുമ്പികൾക്കും പങ്കുണ്ട്. വേനൽത്തുമ്പി കലാജാഥകൾ ലോകത്തിലെ ഏറ്റവും വലിയ സാംസ്കാരിക കൂട്ടായ്മയാണ് എന്നുപറഞ്ഞാൽ അതിശയോക്തിയാവില്ല.

കുട്ടികളുടെ അവകാശങ്ങൾ സംരക്ഷിക്കേണ്ടതിന്റെ ആവശ്യകത വർദ്ധിച്ചുവരുന്ന കാലഘട്ടമാണിത്. വിദ്യാഭ്യാസ മേഖലയിൽ കച്ചവടവല്ക്കരണവും വർഗ്ഗീയവല്ക്കരണവും വ്യാപകമാവുന്നുണ്ട്. കഴിഞ്ഞ സർക്കാർ പാവപ്പെട്ട കുട്ടികൾ പഠിക്കുന്ന വിദ്യാലയങ്ങൾ നഷ്ടമെന്നു പറഞ്ഞ് അടച്ചുപൂട്ടാൻ ശ്രമിച്ചിരുന്നു. അത്തരം നീക്കങ്ങൾ ഇന്ന് കേരളത്തിലില്ല. അത് ബാലസംഘത്തിൽക്കൂടി വളർന്നുവന്നവർ സംസ്ഥാനം ഭരിക്കുന്നതുകൊണ്ടാണ്.

സമഗ്രമായ ഒരു ശിശുനയരേഖ ഇപ്പോഴും സംസ്ഥാനത്തില്ല. നമുക്ക് മുന്നിലുള്ള ശിശുനയരേഖ ഇനിയും പുഷ്ടിപ്പെടുത്തേണ്ടതുണ്ട്. ഒരു കരടുനയരേഖയുടെ മേൽ എല്ലാ ജില്ലകളിലും കുട്ടികളെ വിളിച്ചുചേർത്ത്

അവരുടെ പ്രതികരണങ്ങളുടെ അടിസ്ഥാനത്തിൽ അന്തിമരൂപം നല്കിയെന്ന് പറയുന്നുണ്ടെങ്കിലും ഫലത്തിൽ കരടുനയരേഖയിൽ വലിയ മാറ്റമൊന്നും വന്നിട്ടില്ല എന്നതാണ് യാഥാർത്ഥ്യം. കുട്ടികളുടെ യോഗങ്ങളിൽ ഉയർന്നുവന്ന നിർദ്ദേശങ്ങൾ രേഖയിൽ ചേർക്കാത്തത് എന്തുകൊണ്ടാണെന്നത് പരിശോധിക്കപ്പെടേണ്ട കാര്യമാണ്. കേരളം ഇന്നോളം കൈവരിച്ച വികസന ക്ഷേമ നേട്ടങ്ങളുടെ പശ്ചാത്തലത്തിൽ കുട്ടികളുടെ അവകാശങ്ങൾ ഉയർത്തിക്കാട്ടിക്കൊണ്ട് അവർക്ക് അർഹമായ പരിഗണന ലഭിക്കുന്ന കാഴ്ചപ്പാടും പരിപാടിയും മുന്നോട്ടുവെക്കുന്ന ഒന്നാവണം ശിശുനയരേഖ. നിലവിലുള്ള രേഖ പൂർണ്ണമായും തള്ളിക്കളയേണ്ട ഒന്നാണെന്ന അഭിപ്രായമില്ല. പക്ഷേ, കുട്ടികളുടെ യഥാർത്ഥ അവസ്ഥ പ്രതിഫലിപ്പിക്കാനും അതിന്റെ കാരണങ്ങളിലേക്ക് വിരൽചൂണ്ടാനും രേഖയ്ക്ക് സാധിക്കുന്നില്ല എന്നതാണ് യാഥാർത്ഥ്യം. ഈ പുസ്തകം ഇത് സംബന്ധിച്ച കാര്യങ്ങളും വിശദമായി പ്രതിപാദിക്കുന്നുണ്ട്.

തീർച്ചയായും വരുന്ന തലമുറയെ നല്ലരീതിയിൽ വാർത്തെടുക്കാൻ യത്നിക്കുന്നവർക്കുള്ള മാർഗ്ഗരേഖയാണ് ഈ പുസ്തകം. ബാലസംഘം പ്രവർത്തകർക്ക് ഒരു വഴികാട്ടിയായി മാറുന്ന വിധത്തിൽ ഇതിന്റെ ഉള്ളടക്കം ചിട്ടപ്പെടുത്തിയിട്ടുണ്ട്. ഇത്തരത്തിലുള്ളൊരു പുസ്തകം എഴുതാൻ സമയം കണ്ടെത്തിയ നാരായണൻ മാഷിനും പുസ്തകം പ്രസിദ്ധീകരിക്കുന്ന ചിന്ത പബ്ലിഷേഴ്സിനും എന്റെ അഭിനന്ദനങ്ങൾ.

എം വി ഗോവിന്ദൻ മാസ്റ്റർ

ആമുഖം

ഓരോ തലമുറയിലെയും കുട്ടികൾ അവർക്കു മുമ്പുള്ള തലമുറകളുടെ ചരിത്രത്തിന്റെ ഉല്പന്നങ്ങളാണ്. വരും തലമുറകൾക്കുവണ്ടി രചിക്കാനിരിക്കുന്ന ചരിത്രത്തിന്റെ സ്രഷ്ടാക്കളുമത്രെ അവർ.

അതുകൊണ്ട്, ചരിത്രത്തിലൂടെ കുട്ടികൾ എങ്ങനെ കടന്നുപോന്നെന്നും അവർ എങ്ങനെ ചരിത്ര നിർമ്മാണത്തിൽ പങ്കാളികളായെന്നും തിരിച്ചറിയുന്നത് പ്രധാനപ്പെട്ടതാണ്. പക്ഷേ, അതത്ര എളുപ്പമല്ല. എഴുതപ്പെട്ട ചരിത്രകൃതികളിലൊന്നും തന്നെ ചരിത്രനിർമ്മിതിയിൽ കുട്ടികൾ വഹിച്ച പങ്ക് കാര്യമായി രേഖപ്പെടുത്തിയിട്ടില്ല. അങ്ങുമിങ്ങും ചില നുറുങ്ങു പരാമർശങ്ങൾ അതു സംബന്ധിച്ച് കണ്ടെങ്കിലായി. അവ കണ്ടെത്തി പകർത്താനുള്ള ശ്രമം അടങ്ങുന്നതാണ് ഈ പുസ്തകം.

കേരളത്തിലെ കുട്ടികളുടെ ഏറ്റവും വലിയ സംഘടനയായ ബാലസംഘം കുട്ടികളുടെ സാമൂഹിക പ്രതിബദ്ധതയിലൂന്നിയ വ്യക്തിത്വ വികാസം സാക്ഷാൽക്കരിക്കുന്നതിന് നാനാവഴികളിലൂടെ സോദ്ദേശകമായി നടത്തിയ ശ്രമങ്ങളിലക്ക് എത്തിനോട്ടം നടത്തുന്ന ഏതാനും ലേഖനങ്ങളും ഈ പുസ്തകത്തിൽ ചേർത്തിട്ടുണ്ട്.

ബാലസംഘം ഇന്നത്തെ രീതിയിൽ ശിശു സൗഹൃദപരമായി കെട്ടിപ്പടുക്കാൻ 1980 കളിൽ ആരംഭിച്ചതുമുതൽ ആദ്യം അതിന്റെ രക്ഷാധികാരി സമിതിയുടെ പ്രസിഡന്റായും തുടർന്ന് സംസ്ഥാന എക്സിക്യൂട്ടീവ് കമ്മിറ്റി അംഗമായും 2014 ആഗസ്ത് 3 ന് ഈ ലോകത്തോട് വിട പറയുന്നതുവരെ സംഘടനയുടെ മുൻനിര പ്രവർത്തകനും നേതാവുമായി പ്രവർത്തിച്ച കടമ്പേരി മാഷ് എന്ന പി വി കെ കടമ്പേരിയുടെ ജീവിതകഥ പറയുന്ന, പയ്യന്നൂർ കുഞ്ഞിരാമൻ രചിച്ച ചെറുപുസ്തകത്തിന്റെ ആസ്വാദനവും ഈ പുസ്തകത്തിലുണ്ട്.

കൂടാതെ, ഐക്യ ജനാധിപത്യ മുന്നണി സർക്കാരിന്റെ അവസാന കാലത്ത് 2016 ജനുവരി 23 ന് പ്രസിദ്ധീകരിച്ച സംസ്ഥാന ശിശുനയ രേഖയുടെ (State Policy for Child) ഒരു വിമർശനാത്മക പഠനവും അതിനോടു ചേർത്ത് വായിക്കേണ്ട കുട്ടികളുടെ അവകാശങ്ങളും നിയമ വ്യവസ്ഥകളും എന്ന ലേഖനവും കൂടി ഈ പുസ്തകത്തിൽ ഉൾപ്പെടുത്തിയിട്ടുണ്ട്. സംസ്ഥാനത്തെ കുട്ടികൾ അഭിമുഖീകരിക്കുന്ന സങ്കീർണ്ണങ്ങളായ പ്രശ്നങ്ങളെ അവരുടെയും അതിലൂടെ മൊത്തത്തിൽ സമൂഹത്തിന്റെയും ഉത്തമ താല്പര്യങ്ങൾ സംരക്ഷിക്കാനുതകുന്ന രീതിയിൽ സമീപിക്കുന്ന ഒരു ശിശുനയത്തിന്റെ പ്രസക്തിയെപ്പറ്റി കുട്ടികളുടെ രംഗത്തു പ്രവർത്തിക്കുന്നവരും കുട്ടികളുടെ ക്ഷേമൈശ്വര്യങ്ങൾ കാംക്ഷിക്കുന്നവരും ആഴത്തിൽ ചിന്തിക്കേണ്ടതുണ്ട്. അതിന് ഈ രണ്ടു ലേഖനങ്ങളും സഹായകമാവുമെന്ന പ്രതീക്ഷയോടെയാണ് അവ ഈ പുസ്തകത്തിൽ ചേർത്തിട്ടുള്ളത്.

കുട്ടികളുടെ രംഗത്തു പ്രവർത്തിക്കുന്നവർ, വിശേഷിച്ചും ബാലസംഘം പ്രവർത്തകർ ഈ പുസ്തകത്തെ സ്നേഹപൂർവ്വം സ്വാഗതം ചെയ്യുമെന്ന് ആശിക്കുന്നു.

2017 ഡിസംബർ 15

ടി നാരായണൻ

കുട്ടികളും കുട്ടികളുടെ സംഘടനകളും ചരിത്രത്തിൽ

കേരളത്തിന്റെയും ഇന്ത്യയുടെയും ആധുനികകാല ചരിത്രത്തിൽ കുട്ടികളും അവരുടേതായ സംഘടനകളും തങ്ങളുടേതായ അടയാളങ്ങൾ അവശേഷിപ്പിച്ചിട്ടുണ്ട്. പക്ഷേ, ഔദ്യോഗിക ചരിത്രനിർമ്മാതാക്കളുടെ ശ്രദ്ധയിൽ അവയിൽ പലതും സ്ഥാനം പിടിച്ചിട്ടില്ല. നമ്മുടെ ചരിത്ര നിർമ്മിതിയുടെ ഒരു വലിയ ദൗർബല്യമാണിത്. കുട്ടികളുടെ രംഗത്തു പ്രവർത്തിക്കുന്നവരെ സംബന്ധിച്ചിടത്തോളം സാമ്രാജ്യത്വത്തിനും ഭൂപ്രഭുത്വത്തിനും ജാതിപരമായ ഉച്ചനീചത്വങ്ങൾക്കും എതിരെ നിന്ന് ധീരമായ പോരാട്ടങ്ങളിൽ പങ്കെടുത്ത് കുട്ടികൾ നടത്തിയ പ്രവർത്തനങ്ങൾ തിരിച്ചറിയുന്നത് ചരിത്രത്തെ നേരായി മനസ്സിലാക്കുന്നതിനു മാത്രമല്ല ഇന്നത്തെയും നാളത്തെയും പുതുതലമുറകൾ സ്വീകരിക്കേണ്ട പ്രവർത്തനപാത കണ്ടെത്തുന്നതിനും ആവശ്യമാണ്. അത്തരത്തിലുള്ള തിരിച്ചറിവോടെ ഇന്ത്യയുടെ തെക്കു പടിഞ്ഞാറെ അറ്റത്തെ കോണിലുള്ള ചെറുതെങ്കിലും സാമൂഹിക നീതി സാക്ഷാൽക്കരിക്കുന്ന കാര്യത്തിൽ ലോകശ്രദ്ധ പിടിച്ചുപറ്റിയിട്ടുള്ള കേരളത്തിൽ കുട്ടികളുടെ സംഘടന കഴിഞ്ഞ നൂറ്റാണ്ടിലെ ആദ്യത്തെ പകുതിയിൽ തന്നെ എങ്ങനെ രൂപപ്പെട്ടെന്നും അത് പലകാലത്ത് പലപേരിലും സംഘടിപ്പിക്കപ്പെട്ട് ഏറ്റവുമൊടുവിൽ എങ്ങനെ ഇന്നത്തെ ബാലസംഘം ആയെന്നും കുട്ടികളുടെ ആ പ്രസ്ഥാനം കേരളത്തിന് എന്തുസംഭാവന നല്കിയെന്നും ചരിത്രപരമായി പരിശോധിക്കാനാണ് ഇവിടെ ശ്രമിക്കുന്നത്.

അതിനുമുമ്പായി ഇന്നു കേരളത്തിൽ കുട്ടികളുടെ രംഗത്തു പ്രവർത്തിക്കുന്ന മറ്റു സംഘടനകളെയും അവയുടെ സ്വഭാവത്തെയും ചെറുതായൊന്നു പരിശോധിക്കാം.

കുട്ടികളുടെ രംഗത്ത് എത്രയെത്ര സംഘടനകൾ:

കുട്ടികളുടെ രംഗത്ത് നിരവധി സംഘടനകൾ കേരളത്തിൽ പ്രവർത്തിക്കുന്നുണ്ട്. ഇവയിൽ ബാലജനസഖ്യം, മാതൃഭൂമി സ്റ്റഡി സർക്കിൾ തുടങ്ങിയ ചില സംഘടനകൾ സ്വതന്ത്രവും, രാഷ്ട്രീയനിരപേക്ഷവും എന്നു സ്വയം വിശേഷിപ്പിക്കുന്നവയും *മലയാളമനോരമ, മാതൃഭൂമി* തുടങ്ങിയ മാധ്യമങ്ങളുടെ തണലിൽ പ്രവർത്തിക്കുന്നവയുമാണ്. ബാലഗോകുലം, സുന്നിബാലസംഘം തുടങ്ങി ഭൂരിപക്ഷ ന്യൂനപക്ഷ വർഗ്ഗീയതകൾ പോറ്റിവളർത്തുന്ന സംഘടനകളും ഈ രംഗത്തുണ്ട്. മദ്രസകൾ, യത്തീം ഖാനകൾ തുടങ്ങിയ മുസ്ലിം മതസ്ഥാപനങ്ങളും ക്രിസ്ത്യൻപള്ളികൾ നടത്തുന്ന സൺഡെ സ്കൂളുകളും അമ്പലങ്ങൾ കേന്ദ്രീകരിച്ചുള്ള മതപാഠശാലകളും കുട്ടികൾക്കിടയിൽ വർഗ്ഗീയത വളർത്തുന്ന സ്ഥാപനങ്ങളാണ്. കൂടാതെ വിവിധ ജാതിസംഘടനകൾക്കു കീഴിൽ അവയുടെ വനിതാവിഭാഗങ്ങളുടെ അനുബന്ധങ്ങളായി പ്രവർത്തിക്കുന്ന ബാലജനയോഗങ്ങൾപോലുള്ള കുട്ടികളുടെ സംഘടനകളും കേരളത്തിലുണ്ട്. ഈ സംഘടനകളെല്ലാംതന്നെ കുട്ടികളെ ചെറുപ്പത്തിലേ പിടികൂടുക എന്ന ഫാസിസ്റ്റ് സമീപനം അനുസരിച്ച് പ്രവർത്തിക്കുന്നവയാണ്.

ഈ സംഘടനകളുടെ നിരയിലേക്ക് ഏറ്റവും ഒടുവിൽ ജയഹിന്ദ് ബാലവേദി എന്നൊരു സംഘടനയുമായി കോൺഗ്രസും കടന്നുവന്നിട്ടുണ്ട്. ഏതാനും വർഷങ്ങളായി കോൺഗ്രസിന്റെ തന്നെ പിന്തുണയോടെ പ്രവർത്തിക്കുന്ന ബാലതരംഗം എന്ന പ്രസ്ഥാനത്തിന്റെ നിലയും മറ്റൊന്നല്ല.

ശാസ്ത്രസാഹിത്യപരിഷത്ത് നേതൃത്വം നല്കുന്ന ബാലവേദികളും സംസ്ഥാനത്തു നിലവിലുണ്ട്. കുട്ടികൾക്കിടയിൽ ശാസ്ത്രീയ സമീപനം പുലർത്തുന്നതിനുവേണ്ടി നിലനില്ക്കുന്ന പരിഷത്ത് ബാലവേദികളുടെ പ്രവർത്തനം പൊതുവിൽ പുരോഗമനപരമാണെങ്കിൽപ്പോലും കുട്ടികളെ രാഷ്ട്രീയബോധമുള്ളവരാക്കുക ഇവയുടെ ലക്ഷ്യമല്ല.

അടുത്ത കാലത്തായി കുടുംബശ്രീയുടെ നേതൃത്വത്തിൽ പ്രവർത്തിക്കുന്ന ബാലസഭകളും രംഗത്തുണ്ട്. ഇവയുടെ പ്രവർത്തനങ്ങൾ പ്ലാൻചെയ്യുന്നതിലോ നടപ്പാക്കുന്നതിലോ ജനപ്രതിനിധികൾക്കോ കുട്ടികളുടെ സംഘടനകളുടെ പ്രതിനിധികൾക്കുപോലുമോ ഒരുതരത്തിലുള്ള പങ്കുമില്ല. ഏതാനും ഉദ്യോഗസ്ഥന്മാരാണ് അവയെ നിയന്ത്രിക്കുന്നത്. അതുമൂലം അരാഷ്ട്രീയ സ്വഭാവമാണ് പൊതുവിൽ അവയ്ക്കുള്ളത്. മോശമല്ലാത്ത സാമ്പത്തിക പിന്തുണ നല്കാൻ കുടുംബശ്രീക്കു കഴിയുമെന്നതിനാൽ അവയിലേക്ക് കുട്ടികളും കുട്ടികളുടെ രംഗത്തെ മുതിർന്ന പ്രവർത്തകരും ആകർഷിക്കപ്പെടുന്ന സ്ഥിതിയും ഉണ്ട്. ഇവയ്ക്കൊക്കെ പുറമെ വിദേശത്തുനിന്നും കേന്ദ്രസംസ്ഥാന സർക്കാരുകളിൽനിന്നും മറ്റും പണംപറ്റിയും അല്ലാതെയും കുട്ടികളുടെ ക്ഷേമത്തിന്റെയും അവകാശങ്ങളുടെയും പേരിൽ പ്രവർത്തിക്കുന്ന നിരവധി

എൻ ജി ഒകളും (സർക്കാരിതര സംഘടനകൾ) നമ്മുടെ നാട്ടിൽ കുട്ടികളുടെ രംഗത്തു പ്രവർത്തിക്കുന്നുണ്ട്.

ഇവയിൽനിന്നൊക്കെ വ്യത്യസ്തമായി സമൂഹത്തോടുള്ള ഉറച്ച പ്രതിബദ്ധതയോടെ, മനുഷ്യരാശിയുടെ മുന്നേറ്റത്തെപ്പറ്റി ശാസ്ത്രീയവും ചരിത്രപരവുമായ ഉൾക്കാഴ്ചയുള്ള ധാരണയോടെ യുക്തിചിന്തയിലും അന്ധവിശ്വാസങ്ങളുടെ നിരാസത്തിലും അടിയുറച്ചുനില്ക്കുന്ന കുട്ടികളുടെ പ്രസ്ഥാനമാണ് ബാലസംഘം.

ഉണർന്നെണീറ്റ കേരളവും കുട്ടികളും

നവോത്ഥാനാനന്തരകേരളത്തിൽ ദേശീയസ്വാതന്ത്ര്യത്തിനും സാമൂഹ്യസമത്വത്തിനും വേണ്ടിയും ബ്രിട്ടീഷ് ഭരണത്തിനും അയിത്തം തുടങ്ങിയ ദുരാചാരങ്ങൾക്കും ജന്മിത്വത്തിനും എതിരായും ജനങ്ങൾ ഉണർന്നെണീറ്റു പട പൊരുതാൻ തുടങ്ങുകയുണ്ടായല്ലോ. ജനങ്ങളുടെ മനസ്സിൽ ആവേശം നിറഞ്ഞുനിന്ന ആ പുതുയുഗപ്പിറവിയിലാണ് ആ പുത്തനുണർവ്വിന്റെ അനുരണനമെന്നോണം കേരളീയ ഗ്രാമങ്ങളിൽ ബാലസംഘടനകൾ പിറവി കൊണ്ടത്. മുതിർന്നവർ തങ്ങളുടെ ഈ പോരാട്ടങ്ങളിൽ അവയെയും പങ്കാളികളാക്കി. യുവജനസംഘടനകളിലും കുട്ടികളുടെ സാന്നിദ്ധ്യവും പങ്കാളിത്തവും പ്രകടമായിരുന്നു. ഇതിൽനിന്നെല്ലാം കുട്ടികളെ പ്രത്യേകമായി സംഘടിപ്പിക്കേണ്ടതിന്റെ ആവശ്യകതയും അതിനുള്ള സാദ്ധ്യതകളും സഖാവ് പി കൃഷ്ണപിള്ളയെപ്പോലുള്ള നേതാക്കൾ തിരിച്ചറിഞ്ഞു. അവർ മുൻകൈയെടുത്തു വളർത്തിക്കൊണ്ടുവന്ന ബാലസംഘടനകളുടെ സമകാലീനകേരളത്തിലെ നേരവകാശിയാണ് ബാലസംഘം.

'ഒരു ജാതി ഒരു മതം ഒരു ദൈവം മനുഷ്യന്'
ശ്രീനാരായണ ഗുരു

1920 കളുടെ അവസാനത്തിലും 1930 കളുടെ തുടക്കത്തിലും മലബാർ പ്രദേശത്ത് ഉയിർത്തെണീറ്റ ദേശീയ പ്രസ്ഥാനത്തിന്റെ നേതൃത്വത്തിൽ നടന്ന സമ്മേളനങ്ങളിലും സമരങ്ങളിലും കുട്ടികൾ പങ്കെടുത്തതായി കാണാം. 1928 ൽ പയ്യന്നൂരിൽ ജവഹർലാൽ നെഹ്റു അദ്ധ്യക്ഷനായി ചേർന്ന നാലാം കേരള രാഷ്ട്രീയ സമ്മേളനത്തിൽ കാഞ്ഞങ്ങാട്ടുനിന്ന് ദേശീയ വിദ്യാലയത്തിലെ ഒരു സംഘം കുട്ടികൾ പങ്കെടുക്കുകയുണ്ടായി. ഇന്നത്തെ കാസർഗോഡ് ജില്ലയിൽപ്പെട്ട പിലിക്കോട്ട് 1936 ൽ ബാലസേവാ വാർഷികാഘോഷത്തിന് ചെറിയ കുട്ടികൾ

ദൂരെ ദിക്കുകളിൽനിന്നും കൊടിയും പിടിച്ച് ജയാരവങ്ങളുമായി എത്തിയതും എ കെ ജി ആ സമ്മേളനം ഉദ്ഘാടനം ചെയ്തതും പ്രമുഖ സ്വാതന്ത്ര്യ സമരസേനാനിയായിരുന്ന എ സി കണ്ണൻനായർ തന്റെ ഡയറിയിൽ എഴുതിയിട്ടുണ്ട്. ബാലസേവാസമിതിയെപ്പറ്റിയുള്ള ഓർമ്മകൾ അതിന്റെ ഭാരവാഹിയായിരുന്ന സി കൃഷ്ണൻ നായരും രേഖപ്പെടുത്തിയിട്ടുണ്ട്. ഈ സംഘടനയുടെ ഒരു ശാഖ കയ്യൂരിലും രൂപീകരിക്കുകയുണ്ടായി. ദേശസേവാ ബാലഭാരതസംഘം എന്നും ചില രേഖകളിൽ ഈ സംഘത്തെ വിളിക്കുന്നുണ്ട്. 12 നും 18 നും ഇടയ്ക്ക് പ്രായമുള്ള കുട്ടികളാണ് ഈ സംഘടനയിൽ അംഗങ്ങളായിരുന്നത്. പിലിക്കോട് പ്രദേശത്തെ കമ്യൂണിസ്റ്റ് കർഷക പ്രസ്ഥാനങ്ങളുടെ നേതാവായിരുന്ന പി സി കുഞ്ഞിരാമൻ അടിയോടിയാണ് (പി സി കെ ആർ) സംഘടനയുടെ രൂപീകരണത്തിനു മുൻകൈയെടുത്തതും അതിനു ഭരണഘടന തയ്യാറാക്കിയതും. പെരിയ നാരായണൻ നമ്പ്യാർ ആയിരുന്നു സെക്രട്ടറി, പ്രസിഡന്റ് പയ്യാടക്കൻ കുഞ്ഞമ്പു നായരും. 12 കാരനായ സി കൃഷ്ണൻ നായർ ജോയിന്റ് സെക്രട്ടറിയായി. പി സി നാരായണൻ അടിയോടി, പി സി കുഞ്ഞികൃഷ്ണൻ അടിയോടി എന്നിവർ പ്രധാന പ്രവർത്തകരായിരുന്നു. ദേശീയ സ്വാതന്ത്ര്യത്തിനുവേണ്ടിയും ജന്മിത്വത്തിനും ജാതീയതയ്ക്കും എതിരായുമാണ് സംഘടന നിലകൊണ്ടത്. “പിലിക്കോട് കേന്ദ്രമാക്കി സി കൃഷ്ണൻ നായർ, ചന്ദ്രശേഖരൻ, പയ്യാടക്കൻ കുഞ്ഞമ്പുനായർ തുടങ്ങിയ സഖാക്കളുടെ ഉത്സാഹത്തിൽ ബാലഭാരതസംഘം എന്നൊരു സംഘടന പ്രവർത്തിച്ചിരുന്നു. അതിന്റെ ഒരു ശാഖ കയ്യൂരിൽ ഞാൻ സെക്രട്ടറിയായിക്കൊണ്ട് രൂപീകരിച്ചു.” ചൂരിക്കാടൻ കൃഷ്ണൻ നായർ അനുസ്മരിക്കുന്നു.

സംഘത്തിന്റെ വാർഷികത്തിന് പിലിക്കോട് യു പി സ്കൂൾ മൈതാനിയിൽ ടിക്കറ്റ് വച്ച് നാടകം കളിക്കുകയുണ്ടായി. നാടകത്തിൽ സംഘം പ്രവർത്തകരായ കിഴക്കേമഠത്തിൽ അപ്പുമാഷും (പി സി നാരായൻ അടിയോടി) സി കൃഷ്ണൻ നായരും വേഷമിട്ടിരുന്നു.

പിലിക്കോട്ടെ സംഘം രൂപീകരണത്തെത്തുടർന്ന് കാസർഗോഡ്, ചിറയ്ക്കൽ, കോട്ടയം, കുറുമ്പ്രനാട് എന്നിങ്ങനെ വടക്കെ മലബാറിലാകെ ബാലസംഘം വളർന്നു വന്നതായി എൻ ഇ ബലറാം പറയുന്നുണ്ട്.

(അവലംബം: *വടക്കൻ പെരുമ— കാസർഗോഡ് ജില്ലയുടെ ജനപക്ഷ ചരിത്രം:* കാസർഗോഡ് ഇ എം എസ് പഠനകേന്ദ്രത്തിന്റെ പ്രസിദ്ധീകരണം പേജ് 237 – 238)

മലബാറിലെ ബാലസംഘടനകളുടെ അക്കാലത്തെ പ്രവർത്തനങ്ങളെപ്പറ്റി പ്രകാശ് കാരാട്ട് ഇങ്ങനെ പറയുന്നു.

> കർഷക സംഘടനകളുടെ സർവ്വാശേഷിയായ വളർച്ച എടുത്തുകാട്ടുന്നതാണ് ബാല സംഘടനകളുടെ വളർച്ച. ചിറയ്ക്കൽ താലൂക്കിൽ മാത്രം 1938 ൽ അത്തരം 70 സംഘടനകൾ ഉണ്ടായിരുന്നു.

പി കൃഷ്ണപിള്ള എ കെ ജി ഇ എം എസ്
കേരളത്തിലെ കുട്ടികളുടെ പ്രസ്ഥാനത്തിന്റെ ആദ്യകാല ശില്പികൾ

> ആ വർഷം ഏപ്രിലിൽ നീലേശ്വരം ഫർക്കാ ബാലസേവാ സമിതിയുടെ രണ്ടാം വാർഷിക സമ്മേളനം ചേർന്നു. 500 കുട്ടികളെ പ്രതിനിധീകരിച്ച് 11 സമിതികൾ അതിൽ പങ്കെടുത്തു. മാതമംഗലത്തും കല്യാശ്ശേരിയിലും ഇതുപോലുള്ള സമ്മേളനങ്ങൾ ചേർന്നു. കൃഷിക്കാർക്കെതിരായ കേസുകളിൽ അവർക്കെതിരെ കള്ളത്തെളിവുകൾ നല്കാൻ പൊലീസ് തങ്ങളെ നിർബ്ബന്ധിക്കുന്നതിനെതിരായ പ്രമേയം കല്യാശ്ശേരി സമ്മേളനത്തിൽ അംഗീകരിക്കപ്പെട്ടു. സമരങ്ങളിൽ പത്തുമുതൽ പതിനാലുവയസ്സുവരെ പ്രായക്കാരായ കുട്ടികളുടെ സജീവ പങ്കാളിത്തം ഉണ്ടായിരുന്നു എന്നത് ശ്രദ്ധേയമാണ്. തങ്ങളുടെ വീടുകൾക്കു മുന്നിൽ ഈ കുട്ടികൾ രാവും പകലും നിന്ന് മുദ്രാവാക്യങ്ങൾ മുഴക്കി ശല്യം ചെയ്യുകയാണെന്ന് ജന്മിമാർ പരാതിപ്പെട്ടു. കാസർഗോഡ് പ്രദേശത്ത് കർഷകരെത്തേടിയെത്തുന്ന പൊലീസുകാരുടെ നീക്കങ്ങളെപ്പറ്റി കുട്ടികൾ വിവരം എത്തിക്കുന്നെന്ന് അക്കാലത്തെ ഇന്റലിജൻസ് റിപ്പോർട്ടുകളിൽ പരാമർശമുണ്ട്. ഈ കുട്ടികളിൽ നിരവധിപേർ കർഷക സംഘടനകളുടെ ഗായകസംഘങ്ങളിൽ ചേരുകയുണ്ടായി. പില്ക്കാലത്ത് അവരിൽ പലരും പ്രസ്ഥാനത്തിന്റെ നേതാക്കളാകുകയും ചെയ്തു. (*മലബാറിലെ കാർഷിക ബന്ധങ്ങളും കർഷക പ്രസ്ഥാനവും*).

ഈ ബാലസംഘടനകളുടെ പ്രവർത്തനങ്ങളുടെ ചരിത്രപ്രാധാന്യം കയ്യൂർ സമരചരിത്രം വെളിവാക്കുന്നുണ്ട്. കയ്യൂരിൽ കർഷകസംഘം യൂണിറ്റിനോടൊപ്പം തന്നെ ബാലഭാരതസംഘം യൂണിറ്റും രൂപീകരിക്കുകയുണ്ടായി. ബാലസംഘം പ്രവർത്തകർ കയ്യൂർ കേസിൽ പ്രതികളാക്കപ്പെടുകയും ചെയ്തു. വധശിക്ഷയ്ക്കു വിധിക്കപ്പെട്ടെങ്കിലും പ്രായപൂർത്തിയാകാത്തതിനാൽ ശിക്ഷ ജീവപര്യന്തം തടവാക്കിമാറ്റിക്കിട്ടിയ

ചൂരിക്കാടൻ കൃഷ്ണൻ നായർ ബാലഭാരതസംഘം കയ്യൂർ യൂണിറ്റ് സെക്രട്ടറിയായിരുന്നു. യൂണിറ്റ് ട്രഷററായിരുന്ന മലയരുവത്ത് കുഞ്ഞിപ്പൊക്കൻ 38-ാം പ്രതിയായിരുന്നു. സംഘത്തിന്റെ ക്ലായിക്കോട് യൂണിറ്റ് സെക്രട്ടറി കേസിലെ 22-ാം പ്രതിയായിരുന്നു. കയ്യൂർ കേസിൽ തൂക്കിലേറ്റപ്പെട്ട ചിരുകണ്ടൻ തുടക്കത്തിൽ ബാലഭാരതസംഘം പ്രവർത്തകനായിരുന്നു. (ഇവിടെ ചെറിയൊരു ആശയക്കുഴപ്പത്തിനു വകയുണ്ട്. പ്രകാശ് കാരാട്ടും അതുപോലെ തന്നെ എ സി കണ്ണൻ നായർ, സി കൃഷ്ണൻ നായർ എന്നിവരും സംഘടനയുടെ പേര് 'ബാലസേവാസമിതി' എന്നു രേഖപ്പെടുത്തുമ്പോൾ, ചൂരിക്കാട്ടു കൃഷ്ണൻ നായർ ഓർമ്മിക്കുന്നത് ബാലഭാരതസംഘം എന്നാണ്. (*തേജസ്വിനി നീ സാക്ഷി* എന്ന ചൂരിക്കാടൻ കൃഷ്ണൻ നായരുടെ ആത്മകഥ: പേജ് 30 കാണുക.) എൻ ഇ ബാലറാം തന്റെ *കേരളത്തിലെ കമ്യൂണിസ്റ്റ് പ്രസ്ഥാനം* എന്ന കൃതിയിൽ 1936 ൽ പിലിക്കോട് ഒരു ബാലസമാജം ആവിർഭവിച്ചതായി പറയുന്നുണ്ട്.)

"ഇന്നതിൽ ബാലസംഘത്തിങ്കൽ
ചെന്നു ചേർന്നീടുവിൻ ബാലന്മാരേ!
കൊച്ചനിയത്തിമാരെല്ലാരുമൊന്നിച്ച്
ചെന്നു ചേർന്നീടുവിൻ സംഘത്തിങ്കൽ"

എന്ന ബാലസംഘം രൂപീകരിക്കാനുള്ള ആഹ്വാനമടങ്ങുന്ന കെ എ കേരളീയന്റെ പാട്ട് ആണ്ടലാട്ട് *രേഖയില്ലാത്ത ചരിത്രത്തിൽ* ഉദ്ധരിക്കുന്നുണ്ട്. തുടക്കത്തിൽ ബാലസേവാസമിതി, ബാലസമാജം, ബാലഭാരതസംഘം, ബാലസംഘം തുടങ്ങിയ പല പേരുകളിൽ കുട്ടികളുടെ സംഘ

എ കെ ജി കുട്ടികൾക്കൊപ്പം

ടനകൾ രൂപീകരിക്കുകയുണ്ടായി എന്നു വേണം കരുതാൻ. ഇക്കാര്യത്തിൽ കൂടുതൽ അന്വേഷണം ആവശ്യമായുണ്ട്.

ഇന്നത്തെ കണ്ണൂർ ജില്ലയുടെ വിവിധ ഭാഗങ്ങളിലും ഇതേപോലെ തന്നെ ബാലസംഘടനകൾ രൂപപ്പെട്ടുവരികയും കർഷക തൊഴിലാളി പ്രക്ഷോഭങ്ങൾ ഉയർന്നുവന്നിടത്തെല്ലാം കുട്ടികളെ അണിനിരത്തുകയും ചെയ്തു.

കേരളത്തിലെ കുട്ടികളുടെ പ്രസ്ഥാനത്തിന്റെ വിത്തുവിതയ്ക്കുകയും വളർത്തിയെടുക്കുകയും ചെയ്യുന്നതിൽ മുൻനിന്നു പ്രവർത്തിച്ചത് പി കൃഷ്ണപിള്ളയായിരുന്നു. അന്നത്തെ കാസർഗോഡ് താലൂക്കിൽ 1938 ൽ നടന്ന ചരിത്രപ്രസിദ്ധമായ കൊടക്കാട് സമ്മേളനത്തിന്റെ ഭാഗമായി കുട്ടികളുടെ സമ്മേളനവും ചേരുകയുണ്ടായി. അതിൽ അദ്ധ്യക്ഷത വഹിച്ചത് പി കൃഷ്ണപിള്ളയായിരുന്നു. കോഴിക്കോട്ടും ആലപ്പുഴയിലും കേരളത്തിന്റെ മറ്റുപല ഭാഗങ്ങളിലും കൃഷ്ണപിള്ളയുടെ മുൻകൈയോടെ ബാലസംഘടനകൾ രൂപംകൊണ്ടു. തന്റെ മറ്റു പ്രവർത്തനങ്ങളുമായി ചെന്നെത്തുന്ന എല്ലാ പ്രദേശങ്ങളിലും കുട്ടികളുടെ സംഘടന രൂപീകരിക്കുന്നതിൽ കൃഷ്ണപിള്ള കാണിച്ച ജാഗ്രത അന്യാദൃശമായിരുന്നു.

ദേശീയ ബാലസംഘം പിറവിയെടുക്കുന്നു

1938 ൽ ബക്കളത്തുവച്ചു ചേർന്ന 10-ാം രാഷ്ട്രീയ സമ്മേളനത്തിന്റെ വിഷയനിർണ്ണയ കമ്മിറ്റിയിൽ സംസ്ഥാന വ്യാപകമായി പ്രവർത്തിക്കുന്നതും ദേശീയ കാഴ്ചപ്പാടുള്ളതുമായ കുട്ടികളുടെ സംഘടന രൂപീകരിക്കേണ്ടതിന്റെ ആവശ്യകതയെപ്പറ്റി ഇം എം എസ് പ്രതിപാദിക്കുകയുണ്ടായി. ഇ എം എസിന്റെ ഈ നിർദ്ദേശമാണ് അത്തരത്തിലൊരു ബാലസംഘടനയുടെ രൂപീകരണത്തിന് കാരണമായത്.

1938 ഡിസംബർ 28 നാണ് ഇന്നത്തെ കണ്ണൂർ ജില്ലയിലെ കല്യാശ്ശേരിയിൽ ദേശീയ ബാലസംഘം രൂപംകൊള്ളുന്നത്. ഇ കെ നായനാർ പ്രസിഡന്റും ബെർലിൻ കുഞ്ഞനന്തൻ നായർ സെക്രട്ടറിയുമായി രൂപം കൊണ്ട ഈ സംഘടന ദേശീയ കാഴ്ചപ്പാടോടെ സംഘടിപ്പിക്കപ്പെട്ട ലക്ഷണമൊത്ത ആദ്യത്തെ ബാലസംഘടനയായിരുന്നു.(ദേശീയ ബാലസംഘത്തെ പ്രതിനിധീകരിച്ച് കുഞ്ഞനന്തൻ നായർ ബോംബെയിൽ വച്ചുചേർന്ന കമ്യൂണിസ്റ്റ് പാർട്ടി കോൺഗ്രസിൽ പങ്കെടുത്തെന്നും ആ കോൺഗ്രസിൽ പങ്കെടുത്ത ഏറ്റവും പ്രായം കുറഞ്ഞ പ്രതിനിധി കുഞ്ഞനന്തൻ നായർ ആയിരുന്നെന്നും രേഖപ്പെടുത്തിയിട്ടുണ്ട്.) ആ സാഹചര്യം സ: നായനാർ അനുസ്മരിക്കുന്നത് ഇങ്ങനെയാണ്.

“ചിറയ്ക്കൽ താലൂക്കിലും ബാലസംഘം രൂപീകരിക്കണമെന്ന് തീരുമാനമുണ്ടായി. കല്യാശ്ശേരിയിലെ ശ്രീ ഹർഷൻ വായനശാലയിൽ കുട്ടികളുടെ ഒരു യോഗം വിളിച്ചുചേർത്തു. പി കൃഷ്ണപിള്ളയായിരുന്നു സാംഘാടകൻ. അദ്ദേഹം യോഗത്തിന്റെ ഉദ്ദേശ്യം വിശദീകരിച്ചു.

'ഇന്ത്യയിൽ വെള്ളക്കാരുടെ ഭരണം അവസാനിപ്പിക്കാനുള്ള സമരം ശക്തിപ്പെടുകയാണ്. തൊഴിലാളികളും കൃഷിക്കാരും സമരത്തിൽ അണിനിരക്കുമ്പോൾ കുട്ടികളും അവരുടേതായ പങ്കുവഹിക്കണം. സോവിയറ്റ് യൂണിയനിലെ യങ് പയനീർ സംഘടനയുടെ മാതൃകയിൽ നമുക്കും കുട്ടികളുടെ സംഘടന രൂപീകരിക്കാം.' "

(*കണ്ണൂർ ജില്ല കമ്യൂണിസ്റ്റ് പാർട്ടി ചരിത്രം:* പാട്യം സ്മാരക പഠന ഗവേഷണ കേന്ദ്രം, കണ്ണൂർ പേജ് 349-50) 1938 ഒക്ടോബറിൽ നടന്ന ഈ കൂടിയാലോചനായോഗത്തെ തുടർന്നാണ് ദേശീയ ബാലസംഘം രൂപീകരിക്കുന്ന സമ്മേളനം ചേർന്നത്. 400 ലേറെ കുട്ടികൾ ഈ യോഗത്തിൽ പങ്കെടുത്തു. കെ എ കേരളീയൻ, വിഷ്ണുഭാരതീയൻ, എ വി കുഞ്ഞമ്പു, എൻ സി ശേഖർ, എം പി നാരായണൻ നമ്പ്യാർ, കെ പി ആർ ഗോപാലൻ തുടങ്ങിയ നേതാക്കൾ ഈ സമ്മേളനത്തിൽ പങ്കെടുത്തത് ബാലസംഘം രൂപീകരിക്കുന്നതിനു നല്കപ്പെട്ട പ്രാധാന്യം വ്യക്തമാക്കുന്നു. കൃഷ്ണപിള്ളയുടെ സന്ദേശം ഈ യോഗത്തിൽ വായിച്ചു. ദേശീയ ബാലസംഘത്തിന്റെ ആഭിമുഖ്യത്തിൽ 1939 ഏപ്രിൽ 15 വരെ ചിറയ്ക്കൽ താലൂക്കിൽ സംഘടനയുടെ പ്രചാരണം നടന്നു. ഇതിന്റെ നേതൃത്വം എം പി നാരായണൻ നമ്പ്യാർക്കായിരുന്നു.

കുട്ടികളുടെ സംഘടിത പ്രവർത്തനങ്ങളെ ഏകോപിപ്പിച്ച് വിപുലപ്പെടുത്തുന്നതിലും അവയ്ക്ക് ലക്ഷ്യബോധം നല്കുന്നതിലും ഈ പുതിയ ബാലസംഘടന വലിയ സംഭാവനകൾ നല്കുകയുണ്ടായി. ബ്രിട്ടീഷ് സാമ്രാജ്യത്വവും ജാതിജന്മിനാടുവാഴി മേധാവിത്വവും നാടിനെയും നാട്ടുകാരെയും ഭീതിയിലും ദുരിതങ്ങളിലും അസമത്വങ്ങളിലും അനാചാരങ്ങളിലും തളച്ചിടാൻ ശ്രമിച്ച അക്കാലത്ത്, അവയുടെ സ്ഥാനത്ത് ഒരു പുതുജീവിതം പണിയാൻ വേണ്ടി ഉയർന്നെണീറ്റ യുവജനങ്ങളോടൊപ്പം കുട്ടികളെ സംഘടിപ്പിക്കുകയും അവരുടെ സമരങ്ങളെ ആവോളം സഹായിക്കുകയുമാണ് ദേശീയ ബാലസംഘം ചെയ്തത്.

കുട്ടികളേ, നിങ്ങൾ ഭയക്കാതിരിക്കുവിൻ!
കുട്ടികളേ, നിങ്ങൾ പഠിക്കുവിൻ!
കുട്ടികളേ, നിങ്ങൾ മനുഷ്യരാകുവിൻ!

എന്ന ഉജ്ജ്വലമായ ആഹ്വാനം ബാലസംഘം മുഴക്കി. ഈ ആഹ്വാനമനുസരിച്ച് പ്രകാശ് കാരാട്ട് സൂചിപ്പിച്ചതുപോലെ, കേരളത്തിൽ, വിശേഷിച്ചും വടക്കേ മലബാറിൽ, ജന്മിമാരെയും നാടൻ പ്രഭുക്കളെയും വിറളിപിടിപ്പിക്കുന്ന പ്രവർത്തനങ്ങൾക്കു കുട്ടികളെ സജ്ജരാക്കി. ആമാലന്മാർ ചുമക്കുന്ന മഞ്ചലേറി അവർ നാട്ടുവഴികളിലൂടെ ധിക്കാരപൂർവ്വം നീങ്ങുമ്പോൾ മാടമ്പിമാരുടെ ദുഷ്പ്രഭുത്വത്തെയും ധൂർത്തിനെയും കളിയാക്കിക്കൊണ്ട് കുട്ടികൾ അവരുടെ മുമ്പിൽ നട്ടുച്ചയ്ക്ക് ചൂട്ടുകത്തിച്ചും മറ്റും നടത്തിയ പ്രകടനങ്ങൾ എങ്ങനെ അവരെ വിറളിപിടിപ്പിക്കാതിരിക്കും! ഒളിവിൽ കഴിയുന്ന കർഷകസംഘം നേതാ

ക്കന്മാരെ ഒരിടത്തുനിന്നും മറ്റൊരിടത്തെത്തിക്കുക, അവർ തമ്മിൽ സന്ദേശങ്ങൾ കൈമാറുക തുടങ്ങിയ ഗൗരവമേറിയ ചുമതലകളും കുട്ടികൾ നിർവ്വഹിച്ചിരുന്നതായി രേഖപ്പെടുത്തപ്പെട്ടിട്ടുണ്ട്. ഇതാകട്ടെ, ബ്രിട്ടീഷ് ഭരണാധികാരികളെ തെല്ലൊന്നുമല്ല ചൊടിപ്പിച്ചത്.

ദേശീയ ബാലസംഘം യൂണിറ്റുകൾ രൂപീകരിക്കുന്നതിൽ പി കൃഷ്ണപിള്ള, എ കെ ജി, ഇ എം എസ് തുടങ്ങിയ നേതാക്കൾ വലിയ താല്പര്യമാണ് പ്രകടിപ്പിച്ചത്. ബാലസംഘം യൂണിറ്റുകളിൽ പങ്കെടുത്ത് ബ്രിട്ടീഷ് ഭരണത്തിന്റെ ദുഷ്ചെയ്തികളെപ്പറ്റിയും സ്വാതന്ത്ര്യം നേടിയെടുത്ത് ജന്മിത്തം അവസാനിപ്പിക്കുന്നതിന്റെ ആവശ്യകതയെപ്പറ്റിയും സംസാരിക്കുന്നതിൽ പി കൃഷ്ണപിള്ള കാണിച്ചിരുന്ന ഔത്സുക്യം അനുഭവസ്ഥർ പലപ്പോഴായി പറഞ്ഞിട്ടുണ്ട്.

കുട്ടികൾ ഇന്ത്യൻ സ്വാതന്ത്ര്യസമരത്തിൽ എന്തുചെയ്തു?

കേരളത്തിൽ മാത്രമല്ല, ഇന്ത്യയിൽ ഉജ്ജ്വലമായ സ്വാതന്ത്ര്യ സമര പോരാട്ടങ്ങൾ നടന്ന പലയിടത്തും കുട്ടികൾ തങ്ങളുടേതായ പങ്കു നിർവ്വഹിക്കുകയുണ്ടായി. നിർഭാഗ്യവശാൽ അവ പലപ്പോഴും ചരിത്രത്തിൽ രേഖപ്പെടുത്താതെ പോയി. ഇന്ദിരാഗാന്ധിയുടെ വാനരസേനയെപ്പറ്റി മാത്രമേ ചരിത്രം പ്രതിപാദിക്കുന്നുള്ളു. അതും വേണ്ടത്ര പ്രാധാന്യം കൊടുക്കാതെ. ആ സംഭവങ്ങൾ പുനർനിർമ്മിക്കുന്നത് ആവേശകരമായ അനുഭവമാണ്. സമത്വസുന്ദരമായ ഒരു സമൂഹം കെട്ടിപ്പടുക്കുന്ന യത്നത്തിൽ മാർഗ്ഗദർശകവുമാണ്. അന്നത്തെ കുട്ടികളുടെ തലമുറ വളർന്ന് ജീവിതത്തിൽനിന്ന് അപ്രത്യക്ഷമായിക്കൊണ്ടിരിക്കുന്ന ഇന്നെങ്കിലും അതു ചെയ്യാൻ കഴിഞ്ഞില്ലെങ്കിൽ അതു നിർഭാഗ്യകരമായിരിക്കും.

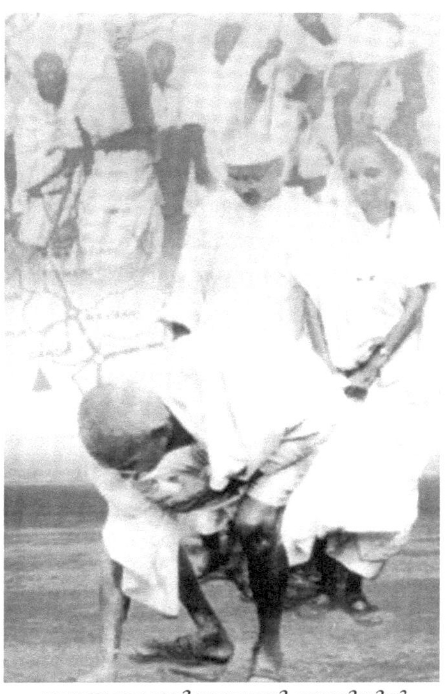

സ്വാതന്ത്ര്യത്തിനുവേണ്ടി ദണ്ഡിയിൽ ഉപ്പുകുറുക്കിയ ബാപ്പു

ജയലക്ഷ്മിയുടെ കഥ

കേരളത്തിൽ നിന്നുതന്നെ ഒരു സന്ദർഭമെടുക്കാം. ഉപ്പുസത്യഗ്രഹത്തിന്റെ കാലം. കോഴിക്കോട്ടെ കടപ്പുറം ഉപ്പുസത്യഗ്രഹത്തിന്റെ ഒരു കേന്ദ്രമായിരുന്നു. അവിടെ എ വി കുട്ടിമാളുഅമ്മയുടെ നേതൃത്വത്തിൽ വനിതകൾ ഉപ്പു കുറുക്കി ജയിലിലായി. അവരോടൊപ്പം അവരിൽ പലരുടെയും കൈക്കുഞ്ഞുങ്ങളും. അന്നു കെ പി സി സി പ്രസിഡന്റായിരുന്ന മഞ്ചേരി സുന്ദരയ്യരുടെ മകൾ ജയലക്ഷ്മി കോഴിക്കോട് ഗണപത് ഹൈസ്കൂളിലെ ഒമ്പതാംക്ലാസ് വിദ്യാർത്ഥിനിയായിരുന്നു. രാവിലെ സ്കൂളിലെത്തി സഹപാഠികളോട് തങ്ങളുടെ അമ്മമാരെ ജയിലിലടച്ച കാര്യം അറിയിച്ചു. സംഭവത്തിന്റെ ഗൗരവം അവരെ ബോദ്ധ്യപ്പെടുത്തി. സ്കൂളിൽ ബെല്ലടിച്ചപ്പോൾ അന്ന് ആരും ക്ലാസിൽ കയറിയില്ല. പകരം ജയിലിലേക്കു കൂട്ടമായി നീങ്ങി. ജയിൽ കവാടത്തിൽ സത്യഗ്രഹമിരുന്നു. അധികാരികളെ ആ സംഭവം അമ്പരപ്പിച്ചു. അവർ വൈകിട്ട് വനിതാ നേതാക്കളെ ജയിലിൽനിന്നും വിട്ടു. അവരെ സ്വീകരിച്ചശേഷമേ ജയലക്ഷ്മിയും കൂട്ടുകാരികളും ജയിൽ കവാടത്തിൽനിന്നും പിരിഞ്ഞുള്ളൂ.

ചന്ദ്രശേഖർ 'ചന്ദ്രശേഖർ ആസാദ്' ആയ കഥ

മദ്ധ്യപ്രദേശിലെ ജാബുവാ ഗ്രാമത്തിൽ ജനിച്ച ചന്ദ്രശേഖർ (1906–1931) വാരണാസിയിലെ സംസ്കൃത സ്കൂളിൽ പഠിക്കുന്ന കാലത്താണ് 14–ാം വയസ്സിൽ നിസ്സഹകരണ സമരത്തിൽ പങ്കെടുത്തു നിയമം ലംഘിച്ചതിന് അറസ്റ്റിലായത്. കോടതിയിലെ ചോദ്യങ്ങൾക്ക് ചന്ദ്രശേഖർ എന്ന ആ കുട്ടിയുടെ മറുപടി എന്തായിരുന്നെന്നോ?

പേര് ? : ആസാദ് (സ്വതന്ത്രൻ)
അച്ഛന്റെ പേര് ? : സ്വാധീനത (ജനാധിപത്യം)
വീട് ? : ജയിൽ

ക്ഷുഭിതമായ കോടതി കുട്ടിയെ 50 ചാട്ടവാറടിക്കു ശിക്ഷിച്ചു. മുതുകിൽ ഓരോ അടി വീഴുമ്പോഴും ചന്ദ്രശേഖർ ഉറക്കെ വിളിച്ചു പറഞ്ഞു. "ഭാരത് മാതാ കീ ജയ്", "സാമ്രാജ്യത്വം തുലയട്ടെ." 1931 ൽ പൊലീസുമായി അദ്ദേഹം ഏറ്റുമുട്ടിയ അഹമ്മദാബാദിലെ ആൽഫ്രെഡ് പാർക്ക് ഇന്ന് ആസാദ് പാർക്ക് എന്ന് അറിയപ്പെടുന്നു.

റാം മുഹമ്മദ് സിങ് ആയി മാറിയ ഉദ്ധംസിങ്

1919 ഏപ്രിൽ 13 ന് നടന്ന ജാലിയൻവാലാബാഗ് വെടിവെപ്പിൽ പരിക്കേറ്റപ്പോൾ ഉദ്ധംസിങ്ങിന് വയസ്സ് 14. സ്വാതന്ത്ര്യം ചോദിച്ചതിന് തന്റെ നാട്ടുകാരായ നൂറുകണക്കിനാളുകളെ നിർദ്ദയം ചുട്ടുകൊന്ന ബ്രിട്ടീഷ് ഉദ്യോഗസ്ഥനോട് പകരം ചോദിക്കുമെന്ന് അന്ന് ആ കുട്ടി പ്രതിജ്ഞയെടുത്തു. 1940 മാർച്ച് 12 ന് ലണ്ടനിലെ കാക്സ്റ്റൺ ഹാളിൽനിന്നും

യോഗം കഴിഞ്ഞിറങ്ങുന്ന മുൻ പഞ്ചാബ് ഗവർണർ ഡയറിനുനേരെ ഉദ്ധംസിങ് വെടിയുതിർത്തു. ഡയർ കൊല്ലപ്പെട്ടു. അറസ്റ്റിലായ ഉദ്ധംസിങ് തന്റെ പേര് റാം മുഹമ്മദ് സിങ് എന്നു രേഖപ്പെടുത്തണമെന്ന് കോടതിയോട് ആവശ്യപ്പെട്ടു. ഡയറെ കൊല ചെയ്തതിലൂടെ തന്റെ മാത്രമല്ല ജാലിയൻവാലാബാഗിൽ മരിച്ചുവീണ ഹിന്ദുവിന്റെയും മുസൽമാന്റെയും സിഖുകാരന്റെയും പ്രതികാരമാണ് ചെയ്തത്. എന്തുകൊണ്ട് തന്റെ പേര് റാം മുഹമ്മദ് സിങ് എന്ന് ആക്കണം എന്നു വിശദീകരിച്ചുകൊണ്ട് ഉദ്ധംസിങ് പറഞ്ഞു. ഇന്ത്യൻ സ്വാതന്ത്ര്യസമരത്തിൽ എല്ലാ മതത്തിൽപ്പെട്ടവരും പങ്കാളികളായിരുന്നു എന്നു തെളിയിക്കാനാണ് ഉദ്ധംസിങ് ശ്രമിച്ചത്.

ചോരപുരണ്ട ഒരു പിടിമണ്ണ്

ജാലിയൻവാലാബാഗ് സംഭവം നടക്കുമ്പോൾ ഭഗത്സിങ്ങിന് 12 വയസ്സ്. ജനനം 1907 സെപ്തംബർ 28 ന്. സംഭവത്തിന്റെ പിറ്റേന്ന് മുത്തച്ഛനോടൊപ്പം ഭഗത്സിങ് മൈതാനത്തെത്തി. ചിതറിക്കിടക്കുന്ന ചെരിപ്പുകൾ, തൂവാലകൾ, രക്തം പുരണ്ടു കറുത്ത മണൽത്തരികൾ.... “എന്തിനാണു മുത്തച്ഛാ വെടിവെപ്പുണ്ടായത്,” ഭഗത് ചോദിച്ചു. “സ്വാതന്ത്ര്യം ചോദിച്ചതിന്” എന്നായിരുന്നു മറുപടി. “സ്വാതന്ത്ര്യം ചോദിച്ചതു തെറ്റാണോ മുത്തച്ഛാ?” ഭഗത്തിന്റെ നിഷ്കളങ്കമായ ചോദ്യം. ചോരപുരണ്ട മണൽത്തരികൾ കൈക്കുടന്നയിൽ വാരിയെടുത്ത് ഭഗത് വീട്ടിൽ കൊണ്ടുപോയി ഒരു ഒഴിഞ്ഞ മഷിക്കുപ്പിയിലാക്കി വച്ചു. ദിവസവും ആ മഷിക്കുപ്പി നെഞ്ചോടുചേർത്ത് അവൻ പ്രതിജ്ഞ ചെയ്തു. ജാലിയൻവാലാബാഗിലെ കൂട്ടക്കൊലയ്ക്ക് ഞാൻ പകരം വീട്ടും. ഭഗത്സിങ് പ്രതിജ്ഞ പാലിച്ചു. വളർന്നു വന്നപ്പാൾ ധീരവിപ്ലവകാരിയായി. സ്വാതന്ത്ര്യത്തിനു വേണ്ടി പടപൊരുതാനായി ഹിന്ദുസ്ഥാൻ

ഭഗത് സിങ് ചന്ദ്രശേഖർ ആസാദ് ഉദ്ദംസിങ്

ബ്രിട്ടീഷ് സാമ്രാജ്യത്തിനെതിരെ പട പൊരുതി തൂക്കുമരം ഏറ്റുവാങ്ങിയ രക്തസാക്ഷികൾ

സോഷ്യലിസ്റ്റ് റിപ്പബ്ലിക് അസോസിയേഷൻ സ്ഥാപിച്ചു. മതേതരമായ ഒരു സോഷ്യലിസ്റ്റ് ഇന്ത്യയെപ്പറ്റി സ്വപ്നം കണ്ടു. ഇന്ത്യൻ പാർലമെന്റിൽ ബോംബെറിഞ്ഞ കേസിൽ തൂക്കിലേറ്റപ്പെട്ടു. (1931 മാർച്ച് 23).

ശിക്ഷ ഏറ്റുവാങ്ങിയ പെൺകുട്ടികൾ

ഇന്നത്തെ ബംഗ്ലാദേശിലെ കോമില്ല ജില്ലയിലെ ഒരു സ്കൂളിൽ ഏഴാംക്ലാസ് വിദ്യാർത്ഥിനികളായിരുന്നു ശാന്തിഘോഷ്, സുനിതാ ചൗധുരി എന്നീ ചുണക്കുട്ടികൾ. 1931 ഡിസംബർ 31 ന് ശാന്തിയും സുനിതയും കോമില്ല മജിസ്ട്രേറ്റിന്റെ വസതിയിലെത്തി. ഭഗത്സിങ്ങിന്റെയും കൂട്ടുകാരുടെയും കൊലപാതകത്തിനു പകരം ചോദിക്കാൻ മജിസ്ട്രേറ്റ് സ്റ്റീവെൻസണെ കാണണമെന്ന് അപേക്ഷിച്ചു. കുട്ടികളെ ആരും സംശയിച്ചില്ല. സ്റ്റീവൻസണെ കണ്ട ഉടൻ കുട്ടികൾ ഉടുപ്പിൽ ഒളിപ്പിച്ചുവച്ചിരുന്ന തോക്കെടുത്തു നിറയൊഴിച്ചു. നിരവധി ദേശാഭിമാനികൾക്കു മരണം വിധിച്ച മജിസ്ട്രേറ്റിനു മരണം വിധിച്ചു നല്കിയ പെൺകുട്ടികളെ പ്രായക്കുറവു കണക്കിലെടുത്ത് തൂക്കിക്കൊല്ലുന്നതിനു പകരം ജീവപര്യന്തം നാടുകടത്താനായിരുന്നു കോടതിവിധി.

ദേശാഭിമാനി ബാലസംഘത്തിലേക്ക്

വീണ്ടും കേരളത്തിലെ കുട്ടികളുടെ സംഘടിത പ്രസ്ഥാനങ്ങളിലേക്കു നമുക്കു മടങ്ങിവരാം. കേരളമാകെ വ്യാപിച്ചിട്ടുള്ള കുട്ടികളുടെ രംഗത്തെ പ്രവർത്തനങ്ങളുടെ അഭാവം 1972 ൽ ദേശാഭിമാനി ബാലസംഘം രൂപീകൃതമാവുന്നതുവരെ നിലനിന്നു. "1967 ൽ ദേശാഭിമാനി ദിനപത്രത്തിന്റെ വാരാന്ത പതിപ്പിൽ കുട്ടികളുടെ സാംസ്കാരിക വാസനകൾക്ക് രൂപംകൊടുക്കുന്നതിനുവേണ്ടി ആരംഭിച്ച ബാലസംഘം നാലുവർഷങ്ങൾക്കുശേഷം 1971 ഒക്ടോബർ 10 ന് കണ്ണൂരിൽ ചേർന്ന മേഖലാ സമ്മേളനത്തോടു കൂടി ദേശാഭിമാനി ബാലസംഘമായി രൂപാന്തരപ്പെടുകയാണ് ഉണ്ടായത്."

(1980 മേയ് 18 ന് എറണാകുളത്തു ചേർന്ന ദേശാഭിമാനി ബാലസംഘത്തിന്റെ പ്രവർത്തക സമ്മേളനത്തിൽ അവതരിപ്പിച്ച പ്രവർത്തന റിപ്പോർട്ടിൽ നിന്ന്) എ കെ ജി മുൻകൈയെടുത്താണ് ദേശാഭിമാനി ബാലസംഘം രൂപീകരിക്കപ്പെട്ടത്. ദേശാഭിമാനി വാരികയുടെ പത്രാധിപരായിരുന്ന, ഉണ്ണ്യേട്ടനെന്ന പേരിൽ ബാലപംക്തി കൈകാര്യം ചെയ്തിരുന്ന എം എൻ കുറുപ്പായിരുന്നു ദേശാഭിമാനി ബാലസംഘത്തിന്റെ ചുമതലക്കാരൻ. വ്യക്തമായ ലക്ഷ്യങ്ങളും പരിപാടികളും നിർദ്ദേശിക്കുന്നതും കുട്ടികളുടെയും രക്ഷാധികാരികളുടെയും സംഘടനാരൂപം നിശ്ചയിക്കുന്നതുമായ ഒരു ഭരണഘടന ദേശാഭിമാനി ബാലസംഘത്തിന് ഉണ്ടായിരുന്നു.

പിന്തിരിപ്പൻ സംഘടനകൾ കുട്ടികളിൽ ചെലുത്തുന്ന ദു:സ്വാധീനത്തെ ചെറുക്കുകയും ആ സംഘടനകളിൽനിന്നും ഭിന്നമായി കുട്ടി

കളുടെ മാനസികവും ശാരീരികവുമായ കഴിവുകൾ വ്യായാമത്തിലൂടെ വളർത്തുകയും ചെയ്യുക, ബാലഹൃദയങ്ങളിൽ ദേശാഭിമാനബോധവും ശാസ്ത്രബോധവും വളർത്തിയെടുത്ത് ദേശീയ ഐക്യത്തിന്റെ പൊതു ധാരയിലേക്ക് കുട്ടികളെ കൊണ്ടുവരിക, അധഃസ്ഥിത വിഭാഗ ങ്ങളിൽപ്പെട്ടവരുടെ കൂടി കലാ-സാംസ്കാരിക വാസനകൾ പോഷിപ്പി ക്കുക തുടങ്ങിയവയായിരുന്നു സംഘടനയുടെ മുഖ്യ ലക്ഷ്യങ്ങൾ, അതി നാവശ്യമായ നാനാപരിപാടികളും ഭരണഘടനയിൽ ഉൾപ്പെടുത്തി യിരുന്നു. സംഘടന മുന്നോട്ടുവയ്ക്കുന്ന ആവശ്യങ്ങൾ നേടിയെടുക്കാൻ വേണ്ടി പോരാട്ടങ്ങളിൽ ഏർപ്പെടാനും അതിൽ നിർദ്ദേശമുണ്ടായിരുന്നു. ഏഴുവയസ്സുമുതൽ 17 വയസ്സുവരെ പ്രായമുള്ള കുട്ടികൾക്ക് അംഗ ങ്ങളാകാവുന്ന സംഘടനയ്ക്ക് യൂണിറ്റ്/വില്ലേജ്/താലൂക്ക്/ജില്ല/ സംസ്ഥാന തലങ്ങളിൽ കമ്മിറ്റികൾ, സംസ്ഥാന എക്സിക്യൂട്ടീവ്, സംസ്ഥാനസമ്മേളനം എന്നിവ വിഭാവനം ചെയ്യപ്പെട്ടു. ഈ തല ങ്ങളിലെല്ലാം രക്ഷാധികാരി കമ്മിറ്റികളും രൂപീകരിക്കാൻ ഭരണഘടന വ്യവസ്ഥ ചെയ്തു. സംഘടനയിൽ മേൽകീഴ് ബന്ധങ്ങൾ കർക്കശമായി പാലിക്കാൻ വ്യവസ്ഥചെയ്ത ഭരണഘടന, അതിലെ വ്യവസ്ഥകൾക്കു വിധേയമായി സംഘടനാ പ്രവർത്തനങ്ങളെപ്പറ്റി അഭിപ്രായം പറയാനും തെരഞ്ഞെടുപ്പുകളിൽ വോട്ടുചെയ്യാനും തനിക്കെതിരായ തീരുമാന ങ്ങളിൽ അപ്പീൽ ബോധിപ്പിക്കാനും ഓരോ അംഗത്തിനുമുള്ള അവകാശം ഉറപ്പുനല്കുകയും ചെയ്തു.

സംസ്ഥാനത്തെ എല്ലാ ജില്ലകളിലും കമ്മിറ്റികൾ രൂപീകരിക്കാനും അവയ്ക്കു കീഴിൽ യൂണിറ്റുകൾ രൂപീകരിച്ച് പ്രവർത്തനം നടത്താനും ദേശാഭിമാനി ബാലസംഘത്തിന് കഴിഞ്ഞു. പോണ്ടിച്ചേരി സംസ്ഥാന ത്തിന്റെ ഭാഗമായ മയ്യഴിയിലും സംഘടനയ്ക്ക് യൂണിറ്റുകൾ ഉണ്ടായി രുന്നു.

കുട്ടികളുടെ ആവശ്യങ്ങൾ ഉന്നയിച്ച് ധർണകൾ, പോസ്റ്റർ പ്രചാരണം, പ്രകടനം തുടങ്ങിയ പരിപാടികൾ ജില്ലാ-താലൂക്ക് കേന്ദ്രങ്ങളിൽ സംഘടിപ്പിക്കപ്പെട്ടു. കൂടാതെ, വെള്ളപ്പൊക്കം തുടങ്ങിയ പ്രകൃതിദുരന്തങ്ങളിൽപെട്ടു വലഞ്ഞ നാട്ടുകാർക്കു വേണ്ടി നടത്തിയ റിലീഫ് പ്രവർത്തനങ്ങളിലും സംഘടന പങ്കാളിയായി.

കുട്ടികളുടെ കലാകായികമത്സരങ്ങൾ സംഘടിപ്പിക്കുന്നതിലും കലോത്സവങ്ങളും സാഹിത്യകലാമേളകളും നടത്തുന്നതിലും ദേശാഭി മാനി ബാലസംഘം മുൻനിന്നു പ്രവർത്തിച്ചു. സാമൂഹ്യ കലാസാംസ് കാരിക ശാസ്ത്രീയ വിഷയങ്ങളിൽ പഠന ക്ലാസുകൾ നടത്തി കുട്ടി കളുടെ അറിവിന്റെ മേഖല വികസിപ്പിക്കുന്നതിലും സംഘടന ജാഗ്രത പുലർത്തി.

പഠിച്ചു ഞങ്ങൾ നല്ലവരാകും, ജയിച്ചു ഞങ്ങൾ മുന്നേറും എന്ന ദൃഢവിശ്വാസം കുട്ടികളിൽ വളർത്തുന്നതായിരുന്നു ദേശാഭിമാനി ബാല സംഘത്തിന്റെ ഭരണഘടന. ചുവന്ന നക്ഷത്രം വരച്ചു ചേർത്തിട്ടുള്ളതും

DBS എന്ന് ഇംഗ്ലീഷിൽ രേഖപ്പെടുത്തിയിട്ടുള്ളതുമായ വെള്ളക്കൊടിയായിരുന്നു അതിന്റെ അംഗീകൃത പതാക.

സൗജന്യമായ പാഠപുസ്തകങ്ങൾ, ഉച്ചഭക്ഷണം എന്നീ പ്രാഥമികാവശ്യങ്ങൾക്കു വേണ്ടി ദേശാഭിമാനി ബാലസംഘം ശബ്ദമുയർത്തി. അടിയന്തരാവസ്ഥയുടെ കറുത്തനാളുകളിലും ദേശാഭിമാനി ബാലസംഘം ഈ ആവശ്യങ്ങൾ ഉന്നയിച്ച് ശബ്ദമുയർത്തുന്നതിൽ ജാഗ്രതപുലർത്തി. അവകാശസമരങ്ങളുടെ പാതയിലൂടെ കുട്ടികളുടെ പ്രസ്ഥാനത്തെ ബഹുദൂരം മുന്നോട്ടുകൊണ്ടുപോകുന്നതിൽ ദേശാഭിമാനി ബാലസംഘം കാര്യമായ പങ്കാണ് വഹിച്ചത്. സമരോത്സുകമായ പ്രവർത്തനങ്ങളുടെ ആവേശകരമായ ഓർമ്മയാണ് കേരളമാകെ വ്യാപിച്ച ദേശാഭിമാനി ബാലസംഘം പ്രവർത്തകർക്ക് ഇന്നലെകളെക്കുറിച്ചുള്ളത്. അവരിൽ പലരും പില്ക്കാലത്ത് സി പി ഐ (എം) ന്റെ പ്രവർത്തകരും നേതാക്കളുമായി ഉയരുകയും ചെയ്തു.

പുതിയ ചുമതലകൾ ഏറ്റെടുക്കാൻ

ഇരുപതാം നൂറ്റാണ്ടിന്റെ ആദ്യപകുതിയിൽ കേരളത്തിൽ വളർന്നു വികസിക്കാനാരംഭിച്ച പൊതുവിദ്യാഭ്യാസ പ്രസ്ഥാനം ഇവിടെ ഉദയം കൊണ്ട നവോത്ഥാന പ്രസ്ഥാനത്തിന്റെയും പുരോഗമന ജനാധിപത്യ സംഘടനകളുടെയും കർഷക തൊഴിലാളി മുന്നേറ്റങ്ങളുടെയും ഉല്പന്നമായിരുന്നു. ഇന്ത്യയിലെ മറ്റു സംസ്ഥാനങ്ങൾക്കു സാക്ഷാൽക്കരിക്കാൻ കഴിയാതെപോയ സൗജന്യവും സാർവ്വത്രികവുമായ പൊതുവിദ്യാഭ്യാസം എന്ന ഭരണഘടനാ ലക്ഷ്യം കേരളത്തിലെ കുട്ടികൾക്ക് 1957 ൽ അധികാരമേറ്റ ആദ്യ കമ്യൂണിസ്റ്റ് ഗവൺമെന്റിന്റെ കാലത്തു തന്നെ ലഭ്യമായത് ഇവയുടെ തുടർച്ച ആയിട്ടായിരുന്നു. പഠിക്കാൻ ആഗ്രഹിക്കുന്ന എല്ലാവർക്കും പഠിക്കാനുള്ള അവസരം ഇതോടെ നമ്മുടെ നാട്ടിൽ ഉണ്ടായി.

അതേസമയം, കേരളം വിദ്യാഭ്യാസരംഗത്തു കൈവരിച്ച ഈ മഹത്തായ നേട്ടത്തിന് കുട്ടികളുടെ സാമൂഹ്യവല്ക്കരണത്തിൽ ഊന്നിയ സമഗ്രമായ വ്യക്തിത്വവികാസം എന്ന വിദ്യാഭ്യാസ ലക്ഷ്യം കൈവരിക്കാൻ കഴിഞ്ഞില്ല. പരീക്ഷകളിൽ കേന്ദ്രീകരിച്ചുള്ളതായിരുന്നു പാഠ്യപദ്ധതി. പഠനത്തിന്റെ രീതിശാസ്ത്രത്തിൽ ശിശുകേന്ദ്രീകൃതമായി വരേണ്ടിയിരുന്ന മാറ്റങ്ങൾ വന്നില്ല. ഇതിന്റെ ഫലമായി കൊഴിഞ്ഞു പോക്ക് ഒരു ശാപമായി മാറി. ശാസ്ത്ര-സാങ്കേതിക കാര്യങ്ങൾ കൂടുതൽ ശ്രദ്ധയോടെ പഠിപ്പിക്കാൻ തുടങ്ങിയെങ്കിലും ശാസ്ത്രബോധമോ ചരിത്രബോധമോ കുട്ടികളിൽ വളർത്താനുള്ള ശ്രമം ഉണ്ടായില്ല. അതുമൂലം ബാലമനസ്സുകളിൽ നിന്ന് അനാചാരങ്ങളുടെയും അന്ധവിശ്വാസങ്ങളുടെയും വേരറുക്കാൻ കഴിയാതെ പോയി. നൂതന വിദ്യാഭ്യാസ സിദ്ധാന്തങ്ങൾക്കനുസരിച്ച് കുട്ടിയുടെ ബഹുമുഖമായ ബുദ്ധിവികാസം ലക്ഷ്യമാക്കി പ്രവർത്തിക്കാനോ കുട്ടിയുടെ സാംസ്കാരികവും കായി

കവുമായ ശേഷിയെ പാഠ്യപദ്ധതിയുമായി കണ്ണിചേർത്തു വളർത്താനോ ഉള്ള ഫലപ്രദമായ യത്നങ്ങളും ഉണ്ടായില്ല. ഇതെല്ലാം കാരണമായി കേരളത്തിലെ പൊതുവിദ്യാഭ്യാസം കാതലായ നിലവാരത്തകർച്ചയെ നേരിടുന്നെന്ന ആക്ഷേപം നാനാകേന്ദ്രങ്ങളിൽ നിന്നുണ്ടായി. ഈ പോരായ്മ പരിഹരിക്കാനെന്ന പേരിൽ സ്വാർത്ഥമാത്ര പ്രേരിതമായ, വ്യക്തിഗതമായ ഉന്നതി ലക്ഷ്യമാക്കി വരേണ്യ വിഭാഗക്കാർക്കുവേണ്ടി നടത്തുന്ന പണച്ചെലവുള്ള ഇംഗ്ലീഷ് മീഡിയം വിദ്യാലയങ്ങൾ നാട്ടിൻ പുറങ്ങളിൽപ്പോലും കൂണുപോലെ മുളച്ചുപൊന്താൻ തുടങ്ങി. വരുമാനം കുറഞ്ഞ രക്ഷിതാക്കൾക്ക് അപ്രാപ്യമായ സ്വപ്നമായി മാറി അവ.

മാത്രവുമല്ല, സാമൂഹ്യ ബാദ്ധ്യതകൾ സംബന്ധിച്ച ധാരണകൾ വളർത്തുന്നതിലും അദ്ധ്വാനത്തിലെ പങ്കാളിത്തത്തിൽ അഭിമാനബോധം ജനിപ്പിക്കുന്നതിലും പൊതുവിദ്യാഭ്യാസം നിഷ്കർഷിച്ചതേയില്ല. ഇതോടൊപ്പം തൊഴിലില്ലായ്മയും ദാരിദ്ര്യവും പെരുകുകയും പലകാരണ ങ്ങളാലും വിദ്യാലയങ്ങളിൽനിന്നും കൊഴിഞ്ഞുപായ കുട്ടികൾ കൃഷി യിടങ്ങളിലും ചെറുകിട തൊഴിൽ സ്ഥാപനങ്ങളിലും ഹോട്ടലുകളിലും കെട്ടിട നിർമ്മാണസ്ഥലങ്ങളിലും ക്വാറികളിലും തൊഴിൽ തേടി എത്താൻ നിർബ്ബന്ധിതരാകുകയും ചെയ്തു. ഈ ദുസ്ഥിതി സൃഷ്ടിച്ച പഴുതുകൾക്കിടയിലുടെ ഭൂതകാലത്തിന്റെ ജഡഭാരങ്ങളായ ജാതിമത ചിന്തകളും അന്ധവിശ്വാസങ്ങളും കുട്ടികളിൽ വ്യാപിക്കാനിടയായി. മൂല്യബോധത്തിലും സംസ്കാരത്തിലും വിവിധ തട്ടുകളിൽ നില്ക്കുന്ന വരായി കുട്ടികൾ വേർതിരിക്കപ്പെട്ടു. വിദ്യാലയങ്ങളുടെ നാലുചുമരുകൾ ക്കകത്ത് ഈ പോരായ്മകൾ പരിഹരിക്കുക അന്നത്തെ സാഹ ചര്യങ്ങളിൽ അസാദ്ധ്യമായിരുന്നു. അതിനാൽ വിദ്യാലയങ്ങൾക്കു പുറത്ത് കുട്ടികളുടെ ഒരു സമാന്തര വിദ്യാഭ്യാസ പ്രസ്ഥാനം കെട്ടിപ്പടു ക്കുന്നത് വിദ്യാഭ്യാസത്തെ സാമൂഹ്യ മുന്നേറ്റത്തിനുള്ള ഒരായുധമായി കാണുന്നവർക്ക് അനിവാര്യമായിത്തീർന്നു.

ബാലസംഘം പിറവിയെടുക്കുന്നു

ദേശാഭിമാനി ബാലസംഘത്തിന് ഈ അനിവാര്യതയോടു നീതി പുലർത്താൻ കഴിയുകയില്ലായിരുന്നു. മാത്രവുമല്ല, ദേശാഭിമാനി പത്ര വാരികകളുടെയും അവയെ നിയന്ത്രിക്കുന്ന രാഷ്ട്രീയ പ്രസ്ഥാന ത്തിന്റെയും അനുബന്ധമാണെന്ന ധാരണയും ദേശാഭിമാനി ബാലസംഘ ത്തിന്റെ പരിമിതി ആയിരുന്നു. 1982 മാർച്ച് 12 ന് എറണാകുളത്തു കൂടിയ സംഘം പ്രവർത്തകരുടെ യോഗം ദേശാഭിമാനി ബാലസംഘത്തെ ബാല സംഘം എന്നു പേരുനല്കി സംസ്ഥാനത്തെ മുഴുവൻ കുട്ടികളെയും ഉൾക്കൊള്ളാൻ കഴിയുന്ന ഒരു സംഘടനയാക്കി മാറ്റാൻ തീരുമാനിച്ചു. സംഘടനയുടെ ഘടനയിലും ലക്ഷ്യങ്ങളിലും പ്രവർത്തനശൈലിയിലും അതനുസരിച്ച മാറ്റങ്ങൾ വരുത്താനും തീരുമാനമായി.

പഠിച്ചു ഞങ്ങൾ നല്ലവരാകും

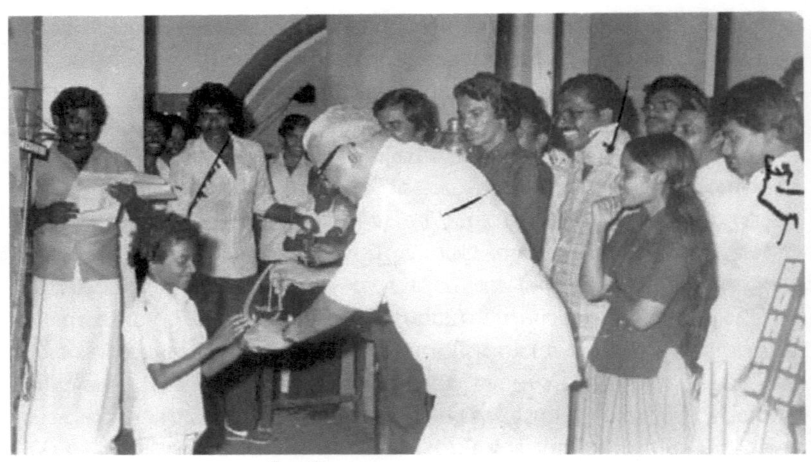

കുട്ടികൾ ഇ കെ നായനാരോടൊപ്പം

ജയിച്ചു ഞങ്ങൾ മുന്നേറും
പടുത്തുയർത്തും ഭാരതമണ്ണിൽ
സമത്വസുന്ദര നവലോകം

എന്ന മുദ്രാഗീതം അംഗീകരിച്ചു. സംഘടനയുടെ ഭരണഘടനയ്ക്കും പതാകയ്ക്കും രൂപംനല്കി. 3:2 അനുപാതത്തിൽ നീളവും വീതിയും ഉള്ളതും വെളുത്ത പശ്ചാത്തലത്തിൽ മുകളിലത്തെ അറ്റത്ത് ഇടതുമൂല യിൽ ചുവപ്പുനിറത്തിൽ അഞ്ച് ആരങ്ങളുള്ള നക്ഷത്രവും താഴെ അരി കിനോട് ചേർത്ത് നീലനിറത്തിൽ മലയാളത്തിൽ ബാലസംഘം എന്ന് എഴുതിച്ചേർത്തിട്ടുള്ളതുമാണ് ബാലസംഘത്തിന്റെ പതാക.

ബാലസംഘം കുട്ടികളുടെ സമാന്തര-വിദ്യാഭ്യാസ-സാംസ്കാരിക സംഘടന

ഏഴു വയസ്സുമുതൽ 16 വയസ്സുവരെയുള്ള കുട്ടികൾ അംഗങ്ങളാ യുള്ള യൂണിറ്റുകളായി അതോടെ ബാലസംഘത്തിന്റെ അടിസ്ഥാന ഘടകം. യൂണിറ്റുകളെ കൂട്ടിയിണക്കുന്ന മേഖല (വില്ലേജ്) കമ്മിറ്റികളും മേഖല (വില്ലേജ്) കമ്മിറ്റികൾ ചേർന്നുള്ള ഏരിയാ കമ്മിറ്റികളും ഏരിയാ കമ്മിറ്റികൾ ചേർന്ന ജില്ലാ കമ്മിറ്റികളും അടങ്ങുന്നതായി ബാല സംഘത്തിന്റെ സംഘടനാ രൂപം. കുട്ടികളുടെ സംഘടനയ്ക്ക് സംസ്ഥാന കമ്മിറ്റി വേണ്ടെന്നും തീരുമാനിക്കപ്പെട്ടു. കുട്ടികളുടെ സംഘടന യായതുകൊണ്ടുതന്നെ യൂണിറ്റുകൾ മുതൽ മുകളിലോട്ടുള്ള എല്ലാ കമ്മി റ്റികൾക്കും രക്ഷാധികാരിസമിതി ഉണ്ടായിരിക്കണമെന്നും പുതിയ ഭര ണഘടന നിർദ്ദേശിച്ചു. സംസ്ഥാനതലത്തിൽ ജില്ലാ രക്ഷാധികാരി സമി തികളുടെ ഒരു ഏകോപനസമിതി മാത്രമാണ് പുതിയ ഭരണഘടന

വിഭാവനം ചെയ്തത്. 'ബാലസംഘം പ്രവർത്തനത്തെ സഹായിക്കുകയാണ് രക്ഷാധികാരിസമിതിയുടെ കടമ' എന്ന് പുതിയ ഭരണഘടന നിഷ്കർഷിച്ചു.

ബാലസംഘത്തെ കുട്ടികളുടെ ഒരു ബദൽ വിദ്യാഭ്യാസ സാംസ്കാരിക സംഘടനയാക്കി മാറ്റുന്നതിനുള്ള ആശയപരമായ ചർച്ചകളും പ്രായോഗിക പരീക്ഷണങ്ങളുമായിരുന്നു തുടർന്നുള്ള ഏതാനും വർഷങ്ങളിൽ നടന്നത്.

പേരൂർക്കട, അരുവിപ്പുറം, കുനിശ്ശേരി ക്യാമ്പുകൾ

ഈ അന്വേഷണത്തിന്റെ നാഴികക്കല്ലുകളായിരുന്നു പേരൂർക്കട (1983), അരുവിപ്പുറം (1985), കുനിശ്ശേരി (1986) ക്യാമ്പുകൾ. പേരൂർക്കട ക്യാമ്പിൽ ആശയപരമായ ചർച്ചയ്ക്കാണ് പ്രാമുഖ്യം ലഭിച്ചതെങ്കിൽ ആ ചർച്ചകളുടെ വിപുലീകരണവും പ്രായോഗിക പരീക്ഷണങ്ങൾക്കുള്ള അടിത്തറ പാകലുമാണ് അരുവിപ്പുറം ക്യാമ്പിൽ നടന്നത്. പേരൂർക്കട, അരുവിപ്പുറം ക്യാമ്പുകളിലെ അനുഭവങ്ങൾ അടിസ്ഥാനമാക്കി കുട്ടികളെക്കൂടി പങ്കെടുപ്പിച്ച് പ്രായോഗിക പ്രവർത്തനങ്ങൾക്കു മുൻതൂക്കം നല്കിയാണ് കുനിശ്ശേരി ക്യാമ്പു നടത്തിയത്.

ബാലസംഘം എന്ത്? എന്തിന്?

മേൽക്കൊടുത്ത മൂന്നു ക്യാമ്പുകളുടെ അനുഭവങ്ങൾ അടിസ്ഥാനമാക്കിയാണ് 1986 സെപ്തംബറിൽ *ബാലസംഘം എന്ത്? എന്തിന്?* എന്ന പേരിൽ ബാലസംഘം പ്രവർത്തകർക്ക് അടിസ്ഥാനപരമായ മാർഗ്ഗനിർദ്ദേശം നല്കുന്ന പുസ്തകം പുറത്തിറക്കാൻ കഴിഞ്ഞത്. സമൂഹത്തിന്റെ വളർച്ചയിൽ തങ്ങളുടെ ഇടം തിരിച്ചറിയാൻ കുട്ടികൾക്ക് ശേഷി നല്കുക, കുട്ടികളിൽ ഉൽകൃഷ്ടമായ മാനവിക മൂല്യങ്ങളിലുള്ള വിശ്വാസം വളർത്തുക, കുട്ടികളുടെ നൈസർഗ്ഗികമായ കഴിവുകൾ കണ്ടെത്തി പ്രോത്സാഹിപ്പിക്കുക, അദ്ധ്വാനത്തോട് കുട്ടികളിൽ മതിപ്പു വളർത്തുക, സമൂഹത്തോട് കുട്ടികളെ സമരസപ്പെടുത്തുക, കുട്ടികളിൽ സാമൂഹ്യബോധം, സാർവ്വദേശീയത, യുദ്ധവിരോധം, സമാധാന വാഞ്ഛ, പരിസ്ഥിതി സ്നേഹം എന്നിവ വളർത്തുക എന്നിവയാണ് ബാലസംഘത്തിന്റെ മുഖ്യലക്ഷ്യങ്ങളെന്ന് പുസ്തകം നിർവ്വചിച്ചു.

ബാലസംഘത്തിന്റെ ലക്ഷ്യങ്ങളും പരിപാടികളും നിശ്ചയിക്കുകയും പ്രവർത്തനങ്ങൾക്കുള്ള മാർഗ്ഗരേഖ വരച്ചുകാണിക്കുകയും രക്ഷാധികാരികൾക്ക് ബാലസംഘത്തിലുള്ള പങ്ക് വിശദീകരിക്കുകയും മാത്രമല്ല യൂണിറ്റ് പ്രവർത്തനത്തിനുള്ള പഠനവിഷയങ്ങൾ ചൂണ്ടിക്കാട്ടുകയും അവ നടപ്പാക്കാൻ വേണ്ടി ദിനാചരണങ്ങൾ, കഥകൾ, കവിതകൾ, നാടകങ്ങൾ, കളികൾ, നിർമ്മാണപ്രവർത്തനങ്ങൾ, പ്രകൃതിനിരീക്ഷണം, ശാസ്ത്ര പരീക്ഷണങ്ങൾ, ബാലപ്രസിദ്ധീകരണങ്ങൾ തുടങ്ങിയ ഒട്ടേറെ

പ്രവർത്തനങ്ങളെപ്പറ്റി പ്രതിപാദിക്കുകയും ചെയ്യുന്നതായിരുന്നു *ബാല സംഘം എന്ത് എന്തിന്* എന്ന ലഘു പുസ്തകം. കുട്ടികൾക്കു പാടാവുന്ന നാടൻപാട്ടുകളുടെയും മറ്റു പാട്ടുകളുടെയും ചെറുതല്ലാത്ത ഒരു ശേഖരവും 'ചലനം: പ്രപഞ്ചത്തിന്റെ മൗലിക സ്വഭാവം.' 'നമ്മുടെ ഇന്ത്യ' 'മനുഷ്യൻ ചരിത്രത്തിലൂടെ' തുടങ്ങിയ വിഷയങ്ങൾ കൈകാര്യം ചെയ്യുന്ന മാതൃകാ പാഠക്കുറിപ്പുകളും അടങ്ങുന്ന ഈ പുസ്തകം ബാല സംഘത്തെ പുതിയ രീതിയിൽ മുന്നോട്ടുകൊണ്ടുപോകുന്നതിനുള്ള അടിസ്ഥാനരേഖതന്നെ ആയിരുന്നു.

കൊല്ലം 'കളിയരങ്ങും' കയ്യൂർ ക്യാമ്പും: ജനാധിപത്യപരമായ അദ്ധ്യയന രീതിയിലക്ക്.

ബാലസംഘം എന്ത്? എന്തിന്? എന്ന നയരേഖയുടെ അടിസ്ഥാനത്തിൽ ചിട്ടപ്പെടുത്തി സംസ്ഥാനത്തിന്റെ എല്ലാ ജില്ലകളിൽനിന്നും വന്നെത്തിയ നൂറുകണക്കിനു കുട്ടികളെ പങ്കെടുപ്പിച്ചു നടത്തിയ ആദ്യത്തെ സംസ്ഥാന ക്യാമ്പായിരുന്നു കൊല്ലത്ത് 1989 മെയ് മാസത്തിൽ നടത്തിയ 'കളിയരങ്ങ്' എന്നു നാമകരണം ചെയ്ത ക്യാമ്പ്. സ്വാതന്ത്ര്യ സമരത്തിന്റെ ഭാഗമായി കേരളത്തിലും ഇന്ത്യയുടെ മറ്റുഭാഗങ്ങളിലും കുട്ടികൾ ഉൾപ്പെട്ടു നടന്ന സമരങ്ങളുടെ കഥകൾ, ശാസ്ത്രകഥകൾ എന്നിവയെപ്പറ്റിയുള്ള കുട്ടികളും അദ്ധ്യാപകരും പങ്കെടുത്തു നടത്തുന്ന സംവാദങ്ങളിൽ ഊന്നി നിന്ന 'കളിയരങ്ങ്' ക്യാമ്പ് ജനാധിപത്യപരമായ വിദ്യാഭ്യാസ രീതിക്ക് ബാലസംഘം നല്കിയ ആദ്യത്തെ സംഭാവനയായിരുന്നു.

തുടർന്ന് നമുക്കുചുറ്റുമുള്ള ലോകം കുട്ടികൾക്കു പരിചയപ്പെടുത്തുന്നതിനു വേണ്ടിയുള്ള പാഠക്കുറിപ്പുകൾ തയ്യാറാക്കുന്നതിനായി എറണാകുളം ജില്ലയിലെ വടക്കൻ പറവൂരിൽ വച്ച് രക്ഷാധികാരി പ്രവർത്തകരുടെ ശില്പശാല നടന്നു. അതിലെ അനുഭവങ്ങൾ പ്രായോഗികതലത്തിൽ അവതരിപ്പിക്കുന്നതിനുവണ്ടി കയ്യൂരിൽ വച്ച് 1993 ഡിസംബറിൽ വിപുലമായ ഒരു ക്യാമ്പും നടന്നു, ജനാധിപത്യപരമായ വിദ്യാഭ്യാസരീതി കൂടുതൽ മേഖലകളിലേക്ക് പകർത്തുന്നതിനുവേണ്ടിയുള്ള ബോധപൂർവ്വമായ ശ്രമമായിരുന്നു കയ്യൂർ ക്യാമ്പ്. ബാലസംഘം പ്രവർത്തനത്തിനുള്ള മാർഗ്ഗരേഖ വിപുലപ്പെടുത്തി സംവാദം, പാട്ട്, കഥ, അഭിനയം, തുടങ്ങിയവയെ പാഠ്യവിഷയം ഹൃദയാവർജ്ജകമായി കുട്ടികളിൽ എത്തിക്കുന്നതിനു പ്രയോജനപ്പെടുത്തുക, പഠിതാവിൽ നടത്തേണ്ട മുന്നൊരുക്കങ്ങൾ നടത്തുക, പഠനത്തിന്റെ മൂല്യനിർണ്ണയത്തിനുള്ള മാനദണ്ഡങ്ങൾ കണ്ടെത്തുക തുടങ്ങിയ കാര്യങ്ങളിൽ വിപുലമായ അറിവ് ബാലസംഘം പ്രവർത്തകർക്കു നല്കുന്നതായിരുന്നു കയ്യൂർക്യാമ്പ്.

വട്ടോളി-എടത്തറ ക്യാമ്പുകളും കല്യാശ്ശേരി വളന്റിയർ ക്യാമ്പും

പഠനാനുബന്ധപ്രവർത്തനങ്ങൾക്കു മുൻതൂക്കം കൊടുക്കുന്നതാവണം ബാലസംഘം പ്രവർത്തനമെന്നും അതു നടക്കുന്നത് യൂണിറ്റുകളിലായിരിക്കണമെന്നുമുള്ള കാഴ്ചപ്പാടിന്റെ അടിസ്ഥാനത്തിൽ രണ്ടു ക്യാമ്പുകൾ കയ്യൂർ ശില്പശാലയുടെ തുടർച്ചയായി നടന്നു. 1998 ഒക്ടോബറിൽ കോഴിക്കോട് ജില്ലയിലെ വട്ടോളിയിലും 2002 മേയിൽ പാലക്കാട് ജില്ലയിലെ എടത്തറയിലും നടന്ന അറിവരങ്ങു ക്യാമ്പുകളാണവ.

ഔപചാരിക വിദ്യാഭ്യാസത്തിന്റെ വിവിധ മേഖലകളിലെ പാഠ്യ വിഷയങ്ങൾ അന്വേഷണാത്മകവും പ്രക്രിയാധിഷ്ഠിതവുമായ പ്രവർത്തനങ്ങളിലൂടെ പഠിതാക്കളിൽ എത്തിക്കുന്നതിൽ നടത്തിയ വിജയകരമായ പരീക്ഷണങ്ങളായിരുന്നു ഈ രണ്ടു ക്യാമ്പുകളും.

കുട്ടികളോടൊപ്പം ചിട്ടയായ വളന്റിയർ പ്രവർത്തനത്തിൽ മുതിർന്ന പ്രവർത്തകർക്കും പരിശീലനം നല്കുന്നതായിരുന്നു 2002 മേയിൽ തന്നെ കല്യാശ്ശേരിയിൽ വച്ചു നടന്ന വളന്റിയർ ക്യാമ്പ്. പി ടി, യോഗ, ഡിസ്പ്ലേ എന്നിവയിലും ഈ ക്യാമ്പിൽ പരിശീലനം നല്കുകയുണ്ടായി.

കോട്ടയം, തിരൂർ ശില്പശാലകൾ: അന്വേഷണാത്മകവും പ്രക്രിയാധിഷ്ഠിതവുമായ പഠനരീതികൾക്കു വേണ്ടിയുള്ള അന്വേഷണം

യൂണിറ്റ് പ്രവർത്തനത്തിന് സ്ഥിരമായ ഒരു ടൈംടേബിൾ രൂപപ്പെടുത്തുകയും അതനുസരിച്ചുള്ള പഠന മാതൃകകൾ തയ്യാറാക്കുകയും ചെയ്തതാണ് കോട്ടയത്തുവച്ച് 2003 ഫെബ്രുവരിയിലും തിരൂരിലെ തുഞ്ചൻപറമ്പിൽ വച്ച് 2004 ആഗസ്തിലും രക്ഷാധികാരികൾക്കായി നടന്ന രണ്ടു ശില്പശാലകളുടെ നേട്ടം. മുതിർന്ന കുട്ടികൾ കൂടി പങ്കാളികളായിരുന്ന ഈ ശില്പശാലകളിൽ വച്ച് ബാലസംഘത്തിന്റെ സിലബസ് - കരിക്കുലങ്ങളിൽ പുതിയ പാഠ്യ പദ്ധതിയുടെ പശ്ചാത്തലത്തിൽ കാലാനുസൃതമായ മാറ്റങ്ങൾ വരുത്തി, വിവിധ വിഷയങ്ങളിലെ പ്രോജക്ട് പ്രവർത്തനങ്ങൾ തുടങ്ങിയവ അവയിൽ ഉൾപ്പെടുത്താനും ഈ ശില്പശാലകളിലൂടെ കഴിഞ്ഞു. ഈ പ്രോജക്ടുകളിൽ ഏറ്റവും പ്രധാനപ്പെട്ടത് പ്രാദേശിക ചരിത്രനിർമ്മാണമായിരുന്നു. രണ്ടു ധർമ്മങ്ങൾ ലക്ഷ്യമാക്കിയാണ് പ്രാദേശിക ചരിത്രനിർമ്മാണ പ്രോജക്ടിന് രൂപം നല്കിയത്.

1. ചരിത്രത്തിൽ അടയാളപ്പെടുത്താത്ത സംഭവങ്ങൾ പുറത്തുകൊണ്ടുവരിക, അതിലൂടെ സമൂഹമുന്നേറ്റത്തിന്റെ പടവുകൾ കണ്ടെത്തുക.
2. ചരിത്രനിർമ്മാണത്തിന്- അതായത് പുതിയ സമൂഹത്തിന്റെ നിർമ്മാണത്തിന് കുട്ടികളെ പ്രാപ്തരാക്കുക.

രാഷ്ട്രീയ പ്രവർത്തനത്തിന്റെ സ്വഭാവമുള്ള പ്രാദേശിക ചരിത്ര നിർ

മ്മാണപ്രവർത്തനം കുട്ടികളുടെ രാഷ്ട്രീയ ബോധം രൂപപ്പെടുത്തുന്നതിലും സമൂഹത്തിലുള്ള അവരുടെ ഇടപെടൽ വർദ്ധിപ്പിക്കുന്നതിലും സുപ്രധാനമായ പങ്കുവഹിക്കുമെന്ന കാഴ്ചപ്പാടോടെയാണ് ബാലസംഘം ഈ രംഗത്ത് ഇറങ്ങിയത്. സമൂഹത്തിന്റെ ചരിത്രനിർമ്മിതിയിൽ സാധാരണക്കാർക്കുള്ള പങ്ക് വെളിപ്പെടുത്തുന്ന ഈ പ്രവർത്തനം ഇനിയും മുന്നോട്ടു കൊണ്ടുപോകേണ്ടിയിരിക്കുന്നു.

വേനൽത്തുമ്പികൾ

കുട്ടികളുടെ തനതായ സാംസ്കാരിക പ്രവർത്തനങ്ങൾ രൂപപ്പെടുത്തുന്നതിന് ബാലസംഘം നടത്തിയ ദീർഘമായ അന്വേഷണത്തിന്റെ ഫലമാണ് 'വേനൽത്തുമ്പികൾ' എന്നറിയപ്പെടുന്ന കുട്ടികളുടെ കലാജാഥകൾ. കുട്ടികളുടെ സാംസ്കാരിക പ്രവർത്തനങ്ങൾക്ക് കുട്ടികളുടെ തനിമ നല്കുകയും അതിന്റെ ഭാഗമായി കുട്ടികളുടെ യഥാർത്ഥ തിയേറ്റർ എന്തെന്ന് കേരളസമൂഹത്തിന് വിദ്യാലയങ്ങൾക്ക് പുറത്തുള്ള പ്രവർത്തനങ്ങളിലൂടെ കാട്ടിക്കൊടുക്കയുമാണ് വേനൽത്തുമ്പികൾ ചെയ്തത്. സ്കൂൾ യുവജനോത്സവങ്ങൾ തുടങ്ങിയ കുട്ടികളുടെ ഔദ്യോഗിക സാംസ്കാരിക പ്രവർത്തനങ്ങളെ ഭാഗികമായെങ്കിലും കുട്ടികളുടേതാക്കുന്നതിൽ വേനൽത്തുമ്പികൾ നല്കിയ സംഭാവന ചെറുതല്ല.

കുട്ടികളുടെ തിയേറ്റർ രംഗത്ത് ബാലസംഘത്തിന്റെ ആഭിമുഖത്തിൽ വിവിധ ജില്ലകളിൽ നടന്നുപോന്ന ശ്രമങ്ങൾ ഏകോപിപ്പിച്ച് 1990 ലാണ് വേനൽത്തുമ്പി കലാജാഥയ്ക്ക് സംസ്ഥാനാടിസ്ഥാനത്തിൽ രൂപംനല്കിയത്. പാലക്കാട് ജില്ലയിലെ തൃത്താലയിൽ വച്ചാണ് വേനൽത്തുമ്പി

വേനൽത്തുമ്പികൾ

കലാജാഥയ്ക്ക് വേണ്ടിയുള്ള ആദ്യത്തെ സംസ്ഥാന ക്യാമ്പ് നടന്നത്.

മലയാളത്തനിമയുള്ള മിത്തുകളുടെയും ഫാന്റസികളുടെയും സഹായത്തോടെ വിദ്യാഭ്യാസസാംസ്കാരിക രംഗങ്ങളിലെയും സമകാലീന സാമൂഹ്യ ജീവിതത്തിലെയും പിന്തിരിപ്പൻ പ്രവണതകളെ തിരിച്ചറിഞ്ഞ് വിമർശിക്കാനും മതേതര ജനാധിപത്യ മൂല്യങ്ങൾ ഉയർത്തിപ്പിടിക്കുവാനും ചരിത്രത്തെ പുരോഗമനപരമായി വിലയിരുത്താനും സർവ്വോപരി കുട്ടികളുടെ സാംസ്കാരിക പ്രവർത്തനത്തിന് കുട്ടികളുടേതായ തനിമ നല്കാനുമുള്ള ശ്രമമാണ് വേനൽത്തുമ്പികളിലൂടെ നടത്തപ്പെട്ടിട്ടുള്ളത്. സംസ്ഥാനത്തെ പാഠ്യപദ്ധതിയെ 'ശിശുകേന്ദ്രീകൃതവും', 'ശിശുസൗഹൃദപരവും' ആക്കിയെടുക്കുക എന്ന ലക്ഷ്യത്തിന് അംഗീകാരം നേടിക്കൊടുക്കുന്നതിൽ വേനൽത്തുമ്പികൾ വലിയ പങ്കാണ് വഹിച്ചിട്ടുള്ളത്.

തുടക്കത്തിൽ ഏതാനും ജില്ലകളിൽ മാത്രം ഒതുങ്ങിനിന്ന വേനൽത്തുമ്പി പരിപാടി ഇപ്പോൾ എല്ലാ ജില്ലകളിലും ഏറക്കുറെ എല്ലാ പഞ്ചായത്തുകളെയും നഗരസഭാ വാർഡുകളെയും സ്പർശിക്കുന്ന പരിപാടിയായി വളർന്നിട്ടുണ്ട്. ബാലസംഘത്തിന്റെ സ്ഥിരം അവധിക്കാല പരിപാടിയായി പൊതുസമൂഹം കാണുന്ന വേനൽത്തുമ്പി കലാജാഥകൾ ഇന്ത്യയിൽ മാത്രമല്ല. ലോകത്താകെയെടുത്താലും കുട്ടികളുടെ ഏറ്റവും വലിയ സാംസ്കാരിക കൂട്ടായ്മയാണ്.

കളിക്കൂടുകളിലൂടെ എല്ലാ കുട്ടികളിലേക്കും

വേനൽത്തുമ്പി കലാജാഥകളെ സംസ്ഥാനത്തെ മുഴുവൻ കുട്ടികളുടെയും അവധിക്കാല സാംസ്കാരിക പരിപാടിയെന്ന് വിശേഷിപ്പിക്കാനാവില്ല. ഈ തിരിച്ചറിവിന്റെ ഫലമായാണ് എല്ലാ യൂണിറ്റ് പ്രദേശത്തും കുട്ടികളുടെ കളിക്കൂടുകൾ നിർമ്മിച്ച് അവയുടെ ആഭിമുഖ്യത്തിൽ കുട്ടികളുടെ സാംസ്കാരികോത്സവങ്ങൾ നടത്താനും അവയോട് വേനൽത്തുമ്പികളെ കണ്ണിചേർക്കാനും 2004 മുതൽ ശ്രമമാരംഭിച്ചത്. ബാലസംഘം യൂണിറ്റുകളെ സംസ്ഥാനത്തെ മുഴുവൻ കുട്ടികൾക്കും നിരന്തരം ഒത്തുചേർന്ന് പ്രവർത്തിക്കാനുള്ള ഇടങ്ങളായി മാറ്റാൻ കളിക്കൂട് ബാലോത്സവപരിപാടികൾക്ക് നിസ്സംശയം കഴിയും, അവ ശരിയായ രീതിയിൽ, ശിശുകേന്ദ്രീകൃതമായി സംഘടിപ്പിക്കാൻ കഴിഞ്ഞാൽ.

കുട്ടികളുടെ ക്ഷേമത്തിനും അവകാശങ്ങൾക്കും വേണ്ടി

കുട്ടികളുടെ അവകാശങ്ങളെപ്പറ്റിയുള്ള ബോധവല്ക്കരണം ബാലസംഘത്തിന്റെ അജണ്ടയിൽ ഉൾപ്പെടുത്താൻ തീരുമാനിച്ചത് 2002 ലെ തൃശൂർ സമ്മേളനത്തിൽ വച്ചായിരുന്നു. അതിനുവേണ്ട മാർഗ്ഗനിർദ്ദേശങ്ങൾ തയ്യാറാക്കിയതും മോഡ്യൂളുകൾ രൂപപ്പെടുത്തിയതും 2003 ലെ കോട്ടയം ശില്പശാലയിൽ വച്ചായിരുന്നു. സാർവ്വദേശീയതലത്തിൽ 1989 ൽ ഐക്യരാഷ്ട്ര സംഘടന അംഗീകരിച്ച കുട്ടികളുടെ അവകാശ

ഉടമ്പടി (CRC), 2000 ൽ ജസ്റ്റിസ് വി ആർ കൃഷ്ണയ്യർ ചെയർമാനായുള്ള യു എൻ ഉന്നതാധികാര കമ്മിറ്റി ഇന്ത്യാ ഗവൺമെന്റിന്റെ മുമ്പാകെ വച്ച കുട്ടികളുടെ അവകാശ സംഹിത, 2000-2001 ൽ ബി ജെ പി ഗവൺമെന്റ് പാർലമെന്റിൽ അവതരിപ്പിച്ച ബാലാവകാശ സംരക്ഷണ കമീഷൻ ബിൽ, 2002 ൽ യു എൻ ജനറൽ അസാംബ്ലി പുറപ്പെടുവിച്ച കുട്ടികൾക്കിണങ്ങിയ ലോകം എന്ന രേഖ തുടങ്ങിയവയുടെ പശ്ചാത്തലത്തിലാണ് കുട്ടികളുടെ അവകാശങ്ങൾ സ്വന്തം അജണ്ടയിൽ ബാലസംഘം ഉൾപ്പെടുത്തിയത്. 2003 ൽ മുതിർന്നവരോടുള്ള അഭ്യർത്ഥനയുടെ രൂപത്തിൽ കുട്ടികളുടെ അവകാശ പ്രഖ്യാപനം നടത്തുകയും ചെയ്തു. കോട്ടയം വർക്ക്ഷോപ്പ് രൂപംനല്കിയ മോഡ്യൂൾ അനുസരിച്ച് കുട്ടികളുടെ അവകാശങ്ങളെപ്പറ്റിയുള്ള സംവാദങ്ങൾ തുടർന്ന് നാനാതലങ്ങളിൽ നടക്കുകയുണ്ടായി. 2005 ൽ ബാലാവകാശ സംരക്ഷണ കമീഷൻ ബിൽ വീണ്ടും പാർലമെന്റിൽ അവതരിപ്പിക്കപ്പെട്ട സാഹചര്യത്തിൽ അതിൽ വരുത്തേണ്ട ഭേദഗതികൾ സംബന്ധിച്ചുള്ള വിശദമായ ചർച്ചകൾ, കുട്ടികളുടെ പാർലമെന്റുകൾ തുടങ്ങിയ പരിപാടികൾ വഴി സംസ്ഥാനവ്യാപകമായി സംഘടിപ്പിച്ചു. കമീഷന്റെ പദവി, അധികാരങ്ങൾ എന്നിവ ഉൾപ്പെടെയുള്ള കാര്യങ്ങൾ അടങ്ങുന്ന ഭേദഗതി നിർദ്ദേശങ്ങൾ ബാലസംഘം പ്രതിനിധികൾ ഡൽഹിയിൽ ചെന്ന് കേന്ദ്രമാനവവിഭവശേഷി വകുപ്പുമന്ത്രി അർജുൻസിങ്ങിന് നേരിട്ടു സമർപ്പിക്കുകയും ചെയ്തു. 2005 ൽ പാർലമെന്റ് പാസാക്കിയ ബില്ലിൽ 2006 ജനുവരി 6 ന് രാഷ്ട്രപതി ഒപ്പുവച്ചതോടെ ബാലാവകാശ സംരക്ഷണ കമീഷൻ നിയമം കുട്ടികളുടെ അവകാശങ്ങൾ സംരക്ഷിക്കുന്നതിനുവേണ്ടി രാജ്യത്തു നിലവിലുള്ള നിയമങ്ങളുടെ പട്ടികയിൽ സ്ഥാനം പിടിക്കുകയും ചെയ്തു. 2007 ൽ മൂന്നംഗങ്ങളുള്ള ബാലാവകാശ സംരക്ഷണ കമീഷൻ ദേശീയതലത്തിൽ നിലവിൽ വന്നു.

ഈ സംഭവങ്ങളെത്തുടർന്ന്, കുട്ടികളുടെ ക്ഷേമവും അവകാശങ്ങളും സംരക്ഷിക്കുന്നതിന് അന്താരാഷ്ട്ര മാനദണ്ഡങ്ങളുടെയും ഇന്ത്യൻ ഭരണഘടനയിലെ വാഗ്ദാനങ്ങളുടെയും അടിസ്ഥാനത്തിൽ സംസ്ഥാനം സമഗ്രമായ ഒരു ബാലനയം രൂപീകരിക്കണമെന്ന ആവശ്യം ബാലസംഘം മുന്നോട്ടുവച്ചു. 2006 സെപ്തംബർ 26 ന് കുട്ടികളുടെ രംഗത്തു പ്രവർത്തിക്കുന്ന മറ്റു സംഘടനകളെക്കൂടി പങ്കെടുപ്പിച്ച് തിരുവനന്തപുരത്ത് വച്ച് നടന്ന സെമിനാറിന്റെ തുടർച്ചയായി 2007 നവംബർ 29 ന് സംസ്ഥാന മുഖ്യമന്ത്രിക്ക് ഇതുസംബന്ധിച്ച നിവേദനം നല്കി. വിവിധ വകുപ്പുകൾ സ്വീകരിക്കേണ്ട നടപടികളെപ്പറ്റിയുള്ള പ്രത്യേക നിവേദനങ്ങളും നല്കുകയുണ്ടായി. 2007 ഡിസംബർ 28 ന്റെ ബാലദിനം സംസ്ഥാന വ്യാപകമായി ഏര്യാതല റാലികൾ നടത്തി ആചരിച്ചത് സമഗ്രമായ സംസ്ഥാന ബാലനയം ആവിഷ്കരിച്ചു നടപ്പാക്കണമെന്ന ആവശ്യം ഉന്നയിച്ചാണ്. വൈകിയാണെങ്കിലും, 2016 ജനുവരിയിൽ സംസ്ഥാനം ഒരു ബാലനയരേഖയ്ക്കു രൂപം നല്കിയിരിക്കുകയാണ്. അതിനു മുന്നോടിയായി

സർക്കാർ പുറത്തിറക്കിയ കരടുരേഖ സംബന്ധിച്ച് ബാലസംഘം വിപുലമായ ഒരു സെമിനാർ സംഘടിപ്പിക്കുകയും അതിൽ വരുത്തേണ്ട മാറ്റങ്ങൾ നിർദ്ദേശിക്കുകയും ഉണ്ടായി. എന്നാൽ, സർക്കാർ പുറപ്പെടുവിച്ച അന്തിമരേഖയും കുറ്റമറ്റതല്ല.

2007 ലെ നിയമസഭാ തിരഞ്ഞെടുപ്പു സമയത്ത് വിദ്യാഭ്യാസം, ആരോഗ്യം, സാമൂഹ്യ സുരക്ഷ തുടങ്ങിയ രംഗങ്ങളിൽ യു ഡി എഫ് സർക്കാർ കുട്ടികളുടെ അവകാശങ്ങൾ ചവിട്ടിമെതിച്ചതു വിഷയമാക്കി മേഖലകൾതോറും ബാലസംഘത്തിന്റെ ആഭിമുഖ്യത്തിൽ കുട്ടികളുടെ നിയമസഭകൾ വിളിച്ചുകൂട്ടുകയുണ്ടായി. ഈ നിയമസഭകളെടുത്ത തീരുമാനത്തിന്റെ അടിസ്ഥാനത്തിൽ കുട്ടികൾ തങ്ങളുടെ അവകാശങ്ങൾക്ക് കത്തിവെച്ച യു ഡി എഫിനു വോട്ടുനല്കരുതെന്ന് മുതിർന്നവരോട് ആവശ്യപ്പെടുന്ന കാമ്പയിൻ വീടുകൾതോറും കയറിയിറങ്ങി നടത്തുകയും ഉണ്ടായി. തനതു പ്രശ്നങ്ങൾ മുൻനിർത്തി തനതായ രീതിയിൽ ഇടപെടുന്ന ബാലസംഘത്തിന്റെ പരോക്ഷ രാഷ്ട്രീയ പ്രവർത്തനത്തിൽ ഒരു പുതിയ ചുവടുവയ്പ്പായിരുന്നു ഇത്.

സംഘടനയുടെ വളർച്ച കേരളത്തിൽ

ഒരു പാർട്ടി ബ്രാഞ്ച് പ്രദേശത്ത് ചുറുങ്ങിയത് ഒരു യൂണിറ്റെങ്കിലും രൂപീകരിക്കാൻ 17-ാം പാർട്ടി കോൺഗ്രസിന് മുന്നോടിയായി നടന്ന സി പി ഐ (എം) സംസ്ഥാന സമ്മേളനം നിർദ്ദേശിച്ചു. ഈ ലക്ഷ്യം സാക്ഷാല്ക്കരിക്കാൻ, പക്ഷേ, ബാലസംഘത്തിന് ഇന്നുവരെ കഴിഞ്ഞിട്ടില്ല. പാർട്ടി ബ്രാഞ്ചുകളുടെ എണ്ണത്തേക്കാളേറെ യൂണിറ്റുകളുള്ള കണ്ണൂർ ജില്ലയിൽപ്പോലും എല്ലാ പാർട്ടി ബ്രാഞ്ച് പ്രദേശത്തും യൂണിറ്റുകളില്ല.

അതേസമയം യൂണിറ്റുകളുടെ എണ്ണത്തിൽ അനുക്രമമായ വളർച്ച സംസ്ഥാനത്തൊട്ടാകെ എടുത്താൽ ഉണ്ടായിട്ടുണ്ടെന്നു കാണാം. (1999 മുതലാണ് ഇതു സംബന്ധിച്ച കണക്കുകൾ വർഷംതോറും ക്രോഡീകരിക്കാൻ ആരംഭിച്ചത്.) 1999 നവംബറിൽ 6290 യൂണിറ്റുകൾ മാത്രമാണുണ്ടായിരുന്നത്. യൂണിറ്റുകളുടെ എണ്ണം 2002 ഒക്ടോബറോടെ 9360 ആയും 2006 ഡിസംബറോടെ 11,086 ആയും വർദ്ധിക്കുകയുണ്ടായി. 2007 ഡിസംബറായപ്പോഴേക്കും യൂണിറ്റുകളുടെ എണ്ണം 12,444 ആയി വർദ്ധിച്ചു. 2006 അവസാനം 3,69,087 കുട്ടികളാണ് അംഗങ്ങളായുണ്ടായിരുന്നത്. 2007 ൽ 3,51,630 കുട്ടികൾ അംഗങ്ങളായിരുന്നു. 2006 അവസാനം 25,310 രക്ഷാധികാരികളാണ് യൂണിറ്റുകളിൽ പേർ രജിസ്റ്റർ ചെയ്തത്. 2007 ൽ ഇവരുടെ എണ്ണം 36,794 ആയി വർദ്ധിക്കുകയുണ്ടായി, 2014 ൽ എത്തിയപ്പോഴേക്കു യൂണിറ്റുകളുടെ എണ്ണം 22465 ആയും അംഗങ്ങളുടെ എണ്ണം 6,97,514 ആയും വർദ്ധിച്ചു.

എന്നാൽ ജില്ലകൾ തിരിച്ചുള്ള കണക്കു പരിശോധിക്കുമ്പോഴും ഒരു ജില്ലയ്ക്കകത്തെ വിവിധ പ്രദേശങ്ങളുടെ നില വിലയിരുത്തുമ്പോഴും

സംഘടനയുടെ വളർച്ച ഒരുപോലെയല്ല, എല്ലാ പ്രദേശങ്ങളിലും എല്ലാ ജില്ലകളിലുമെന്ന് കാണാനാവും.

എല്ലാ ജില്ലകളിലും എല്ലാ ഏരിയകളിലും സാമാന്യം നന്നായി പ്രവർത്തിക്കുന്ന കമ്മിറ്റികൾ നിലവിലുണ്ടെങ്കിലും മേഖല/വില്ലേജ് തലത്തിലെത്തുമ്പോൾ ദൗർബല്യം പ്രകടമാണ്. 2002 ൽ (തൃശൂർ ജില്ലയൊഴിച്ച്) 851 മേഖലകളിൽ മാത്രമാണ് മേഖലാ കമ്മിറ്റികൾ നിലനിന്നത്. 2006 ൽ അവയുടെ എണ്ണം (കോഴിക്കോട്, വയനാട് ജില്ലകളൊഴിച്ച്) 971 ആയി വർദ്ധിച്ചിട്ടുണ്ട്. 2016 ഓടെ യൂണിറ്റുകളുടെ എണ്ണം 23,562 ആയും അംഗസംഖ്യ 8,48,868 ആയും ഉയർന്നിരിക്കുന്നു. 205 ഏര്യകളിലെ 1919 വില്ലേജുകളിൽ ബാലസംഘം കമ്മിറ്റികൾ പ്രവർത്തിക്കുന്നു.

യൂണിറ്റുകളുടെ പ്രവർത്തനം കാര്യക്ഷമമാക്കേണ്ടത് മേഖലാ കമ്മിറ്റികളാണ്. എല്ലാ മേഖലകളിലും കമ്മിറ്റികളില്ലെന്നത് സംഘടന ഇന്നും ദുർബ്ബലമാണെന്ന് വ്യക്തമാക്കുന്നു. എല്ലാ യൂണിറ്റുകളും ക്രമമായി കൂടുന്നവയോ കൂടിയാൽപ്പോലും ബാലസംഘം വിഭാവനം ചെയ്യുന്ന രീതിയിൽ പ്രവർത്തനം നടത്തുന്നവയോ അല്ലെന്ന് ഒറ്റനോട്ടത്തിൽ തന്നെ വ്യക്തമാകും. ഈ ദൗർബല്യവും പരിഹരിക്കേണ്ടതുണ്ട്.

കുട്ടികളുടെ സംഘടന മറ്റു സംസ്ഥാനങ്ങളിൽ

കേരളത്തിലെ ബാലസംഘത്തോടു താരതമ്യം ചെയ്യാവുന്ന കുട്ടികളുടെ സംഘടനകൾ പശ്ചിമബംഗാൾ, ത്രിപുര തുടങ്ങി ചില സംസ്ഥാനങ്ങളിൽ മാത്രമാണ് നിലവിലുള്ളത്. പശ്ചിമബംഗാളിൽ 'കിഷോർബാഹിനി' (Pioneer's Organisation) എന്നും ത്രിപുരയിൽ 'കിഷോർ' എന്നും ആണ് അവയുടെ പേര്. കായികമേളകൾ, സാംസ്കാരിക മത്സരങ്ങൾ,

ഐക്യദാർഢ്യം പശ്ചിമബംഗാൾ ത്രിപുര എന്നീ സംസ്ഥാനങ്ങളിൽ നിന്നെത്തിയ 'കിശോർ ബാഹിനി' 'കിശോർ മഹൽ' എന്നീ കുട്ടികളുടെ സംഘടനാ പ്രതിനിധികൾ ബാലസംഘം പ്രവർത്തകർക്കൊപ്പം

ക്ലാസുകൾ, ജാഥകൾ തുടങ്ങിയ പരിപാടികൾ കുട്ടികളുടേതായി അവയുടെ ആഭിമുഖ്യത്തിൽ സംഘടിപ്പിക്കുന്നുണ്ട്. ഈ രണ്ടു സംഘടനകളുടെയും പ്രതിനിധികൾ 2009 ലെ ബാലസംഘം കോട്ടയം സമ്മേളനത്തിൽ പങ്കെടുക്കുകയുണ്ടായി. 2010 ജൂൺ 25 ന് കേരളം, പശ്ചിമബംഗാൾ, ത്രിപുര എന്നീ സംസ്ഥാനങ്ങളിലെന്നതുപോലെ മറ്റു സംസ്ഥാനങ്ങളിലും കുട്ടികളുടെ സംഘടന രൂപീകരിക്കുന്നതിനെപ്പറ്റി ആലോചിക്കുന്നതിനുവേണ്ടി ഡൽഹിയിൽ ഒരു യോഗം വിളിച്ചുകൂട്ടുകയുണ്ടായി. മൂന്നു ബാലസംഘം പ്രതിനിധികൾ കേരളത്തിൽനിന്ന് ആ യോഗത്തിൽ പങ്കെടുത്തു.

കേരളത്തിലെന്നപോലെ മറ്റു സംസ്ഥാനങ്ങളിലും ജാതി-മത സംഘടനകൾ കുട്ടികളെ സംഘടിപ്പിക്കുകയും അവർക്കിടയിൽ അശാസ്ത്രീയവും മൗലികവാദസ്വഭാവമുള്ളവയുമായ ആശയങ്ങളും ആചാരങ്ങളും പ്രചരിപ്പിക്കുകയും ചെയ്യുന്നുണ്ട്. സി പി ഐ (എം) 18-ാം പാർട്ടി കോൺഗ്രസ് എല്ലാ സംസ്ഥാനങ്ങളിലും കുട്ടികളുടെ സംഘടന കെട്ടിപ്പടുക്കേണ്ടതിന്റെ ആവശ്യകത മേൽപ്പറഞ്ഞ സാഹചര്യത്തിൽ അതിന്റെ രാഷ്ട്രീയ സംഘടനാ റിപ്പോർട്ടിൽ പ്രത്യേകം എടുത്തുപറയുകയുണ്ടായി. തുടർന്ന് കുട്ടികളുടെ രംഗത്തും വിദ്യാർത്ഥി-യുവജന മഹിളാ രംഗങ്ങളിലും പ്രവർത്തിക്കുന്ന സംഘടനയുടെ പ്രതിനിധികളെ വിളിച്ചുകൂട്ടി അനുഭവങ്ങൾ കൈമാറാനും എല്ലാ സംസ്ഥാനങ്ങൾക്കും ബാധകമായ രൂപരേഖ ഉണ്ടാക്കാനും നിശ്ചയിക്കുകയുണ്ടായി. എന്നാൽ ഈ തീരുമാനം നടപ്പാക്കാൻ കഴിഞ്ഞില്ലെന്നും അടിയന്തരമായി ഇക്കാര്യം ഏറ്റെടുക്കേണ്ടതുണ്ടെന്നും 19-ാം പാർട്ടി കോൺഗ്രസ് അംഗീകരിച്ച രാഷ്ട്രീയ സംഘടനാ റിപ്പോർട്ട് നിർദ്ദേശിച്ചു. കാര്യമായ പുരോഗതി ഇക്കാര്യത്തിൽ ഇനിയും ഉണ്ടാകേണ്ടിയിരിക്കുന്നു.

ബാലദിനാഘോഷവും മറ്റു ദിനാചരണങ്ങളും

വേനൽത്തുമ്പി കലാജാഥ കഴിഞ്ഞാൽ ബാലസംഘത്തിന്റെ പരക്കെ അറിയപ്പെടുന്ന ഒരു പരിപാടി ബാലദിനാഘോഷമാണ്. 1938 ൽ കല്യാശ്ശേരിയിൽ വച്ചു നടന്ന ദേശീയബാലസംഘത്തിന്റെ പ്രഥമ സമ്മേളനത്തെ അനുസ്മരിച്ചുകൊണ്ട് എല്ലാ വർഷവും ഡിസംബർ 28 ന് സംസ്ഥാന വ്യാപകമായി ബാലദിനാഘോഷം സംഘടിപ്പിക്കാറുണ്ട്. വർണ്ണപ്പകിട്ടാർന്ന ഘോഷയാത്രകളും കുട്ടികളുടെ പ്രശ്നങ്ങളും അവകാശങ്ങളും ഉന്നയിക്കുന്ന പാട്ടുകളും പ്ലക്കാർഡുകളും ബാലദിനാഘോഷത്തിന് മോടികൂട്ടുന്ന പരിപാടികളാണ്.

ജനുവരി 30 ന് മഹാത്മാഗാന്ധിയുടെ രക്തസാക്ഷിദിനം, ഏപ്രിൽ 13 ന് ജാലിയൻവാലാബാഗ് ദിനം, മെയ് 19 ന് നായനാർ ദിനം, ജൂൺ 1ന് സാർവ്വദേശീയ ശിശുദിനം, ജൂൺ 5 ന് ലോകപരിസ്ഥിതിദിനം, ജൂലൈ 21 ന് ചാന്ദ്രവിജയദിനം, ആഗസ്ത് 6, 9 ന് ഹിരോഷിമ-നാഗസാക്കി ദിനങ്ങൾ, ആഗസ്ത്/സെപ്തംബറിൽ ഓണം, ഒക്ടോബർ 2 ന് ഗാന്ധി

ജയന്തി, നവംബർ ഒന്നിന് കേരളപ്പിറവിദിനം എന്നിവയും ബാലസംഘം ആചരിക്കാറുണ്ട്. യൂണിറ്റ്, മേഖല, ഏരിയാ തലങ്ങളിലും ജില്ലാതലങ്ങളിലും, ഇതിനുപുറമേ, കുട്ടികളെ വിശേഷിച്ചും ബാധിക്കുന്ന സംഭവങ്ങളിൽ പ്രതികരിക്കാനും ആവശ്യമെന്നു തോന്നുന്ന ഘട്ടങ്ങളിൽ തനതായ രീതിയിൽ ഇടപെടാനും ബാലസംഘം ശ്രദ്ധിക്കാറുണ്ട്.

രക്ഷാധികാരി കൺവെൻഷനുകൾ-സമ്മേളനങ്ങൾ

1992, 1993, 1995, 1998, 2002 വർഷങ്ങളിൽ യഥാക്രമം തൃശൂർ, ചങ്ങനാശ്ശേരി, പാലക്കാട്, കൊല്ലം, തൃശൂർ എന്നിവിടങ്ങളിൽ രക്ഷാധികാരി പ്രവർത്തകരുടെ കൺവെൻഷനുകളും സമ്മേളനങ്ങളും നടക്കുകയുണ്ടായി. 1992 ലെ തൃശൂർ കൺവെൻഷനാണ് കുട്ടികളുടെ ആവശ്യങ്ങൾ മുൻനിർത്തി *തത്തമ്മ* എന്ന കുട്ടികളുടെ മാസിക പുറത്തിറക്കാൻ തീരുമാനിച്ചത്. 1993 ൽ നടന്ന ചങ്ങനാശ്ശേരി കൺവെൻഷൻ സംഘടനയിൽ ചില ഘടനാപരമായ മാറ്റങ്ങൾ നിർദ്ദേശിച്ചെങ്കിലും അവ നടപ്പാക്കുന്നത് പിന്നീടാകാമെന്ന് തീരുമാനിക്കുകയാണുണ്ടായത്, 1995 ൽ കൂടിയ പാലക്കാട് കൺവെൻഷനാണ് പഠനാനുബന്ധ പ്രവർത്തനങ്ങൾ ബാലസംഘത്തിന്റെ ഒരു പ്രധാന അജണ്ടയാക്കാൻ തീരുമാനിച്ചത്. 1998 ലെയും 2002 ലെയും സമ്മേളനങ്ങൾ സംഘടനയുടെ ആശയപരമായ അടിത്തറയെ ശരിവയ്ക്കുകയും പ്രായോഗിക പ്രവർത്തനങ്ങൾക്ക് മാർഗ്ഗനിർദ്ദേശകമായി ചെയ്ത അക്കാദമിക് പ്രവർത്തനങ്ങളിൽ സംതൃപ്തി രേഖപ്പെടുത്തുകയും ചെയ്തു. അതേസമയം, യൂണിറ്റ് പ്രവർത്തനങ്ങളിലും മേഖലാ പ്രവർത്തനങ്ങളിലും വേണ്ടത്ര ശ്രദ്ധിക്കാതിരുന്നതുമൂലം സംഘടനയിൽ നിലനില്ക്കുന്ന സ്തംഭനാവസ്ഥയിൽ ഈ സമ്മേളനങ്ങൾ ആകാംക്ഷ പ്രകടിപ്പിക്കുകയും ഉണ്ടായി. 2002 ലെ തൃശൂർ സമ്മേളനം യൂണിറ്റുകളെ കുട്ടികളുടെ നിരന്തരമായ പ്രവർത്തനത്തിന്റെ കേന്ദ്രങ്ങളാക്കി മാറ്റാൻ ആഹ്വാനം ചെയ്തു. യൂണിറ്റ് പ്രവർത്തനം കാര്യക്ഷമമാക്കുന്നതിനുവേണ്ട രീതിയിൽ ഇടപെട്ടു പ്രവർത്തിക്കാൻ സംഘടനയുടെ ഉപരിഘടകങ്ങളോട് തൃശൂർ സമ്മേളനം ആവശ്യപ്പെട്ടു.

ചരൽക്കുന്ന് സമ്മേളനം

2007 ജൂൺ 9, 10 തീയതികളിൽ പത്തനംതിട്ട ജില്ലയിലെ ചരൽക്കുന്നിൽ വച്ചാണ് ഏറ്റവും ഒടുവിലത്തെ സംസ്ഥാന രക്ഷാധികാരി സമ്മേളനം നടന്നത്. അടിസ്ഥാനപരമായി കുട്ടികളുടെ സംഘടനയാണ് ബാലസംഘം എന്ന വസ്തുതയിൽ ഊന്നി നിന്നുകൊണ്ട്, കുട്ടികളുടെ സംഘടനയെയും രക്ഷാധികാരി സംഘടനയെയും യൂണിറ്റ് തലം തൊട്ട് ജില്ലാതലം വരെ ഉദ്ഗ്രഥിക്കാനും സംസ്ഥാനതലത്തിൽ കൂടി കുട്ടികളും രക്ഷാധികാരികളുമടങ്ങുന്ന ഒരു കമ്മിറ്റി രൂപീകരിക്കാനും മേൽ കീഴ് ബന്ധം പുലർത്തുന്ന സംഘടനാചട്ടക്കൂട് രൂപപ്പെടുത്താനും സമ്മേളനത്തിൽ തീരുമാനമായി.

ഇതനുസരിച്ചുള്ള മാറ്റങ്ങൾ വരുത്തിയ ഉദ്ഗ്രഥിത സംഘടനാ രൂപമാണ് ഇന്ന് ബാലസംഘത്തിനുള്ളത്. കുട്ടികളുടെ സ്വതന്ത്രമായ പ്രവർത്തനം മെച്ചപ്പെടുത്തുന്നതിനും അതേസമയം മുതിർന്നവരുടെ പങ്കാളിത്തവും മേൽനോട്ടവും ഉറപ്പാക്കുന്നതിനും പുതിയ സംഘടനാ രൂപം സഹായകമായിട്ടുണ്ട്. പുതിയ സംഘടനാ രൂപം സാക്ഷാൽക്കരിച്ചതിനുശേഷം 2009 ൽ കോട്ടയത്തുവച്ചും 2011 ൽ കാസർഗോഡ് ജില്ലയിലെ പിലിക്കോട്ടുവച്ചും 2014 ൽ പാലക്കാട്ടുവച്ചും ഏറ്റവുമൊടുവിൽ 2016 ഡിസംബർ 30, 31 തീയതികളിൽ പെരിന്തൽമണ്ണയിൽവച്ചും ബാലസംഘം സംസ്ഥാന സമ്മേളനങ്ങൾ ചേർന്നു.

പ്രസിദ്ധീകരണങ്ങൾ

തൃശൂർ കൺവെൻഷൻ തീരുമാനമനുസരിച്ച് 1992 മുതൽ 1994 വരെ *തത്തമ്മ* എന്ന കുട്ടികളുടെ മാസിക ബാലസംഘം പ്രസിദ്ധീകരിക്കുകയുണ്ടായി. തുടർന്ന് അതിന്റെ പ്രസിദ്ധീകരണം ദേശാഭിമാനി ഏറ്റെടുക്കുകയാണുണ്ടായത്.

നമ്മുടെ ഭാഷയുടെ, നമ്മുടെ നാടിന്റെ തന്നെ ജീനിയസിനെ പ്രതിഫലിപ്പിക്കുന്ന നാടൻ പാട്ടുകളുടെ ഒരു ശേഖരം 2000 മാർച്ചിൽ ബാലസംഘത്തിന്റെ ആഭിമുഖ്യത്തിലുള്ള ചിൽഡ്രൻസ് പബ്ലിക്കേഷൻ ട്രസ്റ്റ് പ്രസിദ്ധീകരിക്കുകയുണ്ടായി.

തെരഞ്ഞെടുത്ത വേനൽത്തുമ്പി നാടകങ്ങളുടെ രണ്ടു വാല്യങ്ങൾ സംസ്ഥാന ബാലസാഹിത്യ ഇൻസ്റ്റിറ്റ്യൂട്ട് പ്രസിദ്ധീകരിച്ചു. ചിന്ത പ്രസിദ്ധീകരിച്ച സംഘക്കളി (1985) എന്ന സവിശേഷത പുലർത്തുന്ന സോദ്ദേശ്യ കളികളുടെ സമാഹാരവും എടുത്തു പറയേണ്ടതുണ്ട്.

പുതിയ രീതിയിലുള്ള സംസ്ഥാന കമ്മിറ്റി നിലവിൽ വന്നതിനുശേഷം 2008 ഫെബ്രുവരിയിൽ സംഘടനയുടെ കാഴ്ചപ്പാടുകളുടെയും പ്രവർത്തനങ്ങളുടെയും പ്രസക്തി വിവരിക്കുന്ന ഒരു ലേഖന സമാഹാരം *കുട്ടി നേരും നിനവും* എന്ന പേരിൽ ബാലസംഘം പുറത്തിറക്കുകയുണ്ടായി.

ബാലസംഘം പ്രവർത്തകർക്ക് മാനവസമൂഹത്തിന്റെ വളർച്ചയെപ്പറ്റിയും ഇന്ത്യയുടെ നാളെയെപ്പറ്റിയുമുള്ള അടിസ്ഥാന ധാരണകൾ നല്കാനും അതോടൊപ്പം കുട്ടികളുടെ പ്രകൃതം സംബന്ധിച്ച നൂതനമനഃശ്ശാസ്ത്രസിദ്ധാന്തങ്ങൾ, മനുഷ്യവിമോചനം ലാക്കാക്കിയുള്ള വിദ്യാഭ്യാസ സങ്കല്പങ്ങൾ എന്നിവ പരിചയപ്പെടുത്താനുമുദ്ദേശിച്ച് 2008 ജൂലൈയിൽ *ദിശ* എന്ന പേരിൽ മറ്റൊരു പുസ്തകം ബാലസംഘം പ്രസിദ്ധപ്പെടുത്തി. 2010 ൽ 'ശാസ്ത്രമാസം, ചരിത്രമാസം' എന്നിവ ആചരിക്കുന്നതിനുവേണ്ടി ചലനം ചലനം സർവ്വത്ര, നമുക്കുചുറ്റുമുള്ള ലോകം എന്നീ കൈപ്പുസ്തകങ്ങൾ സംഘടന നേരിട്ട് പുറത്തിറക്കുകയുണ്ടായി. 2012 മേയിൽ *ബാലസംഘം സംഘടനയും സമീപനവും* എന്ന പേരിൽ മറ്റൊരു കൈ

പ്പുസ്തകവും പ്രസിദ്ധീകരിക്കപ്പെട്ടു.

ശിശുസൗഹൃദം പുലർത്തുന്നതും ശാസ്ത്രീയവുമായ പാഠ്യപദ്ധതി പരിഷ്കാരം സംസ്ഥാനത്തു നടപ്പിൽ വരുത്തുന്നതിലും കുട്ടികളുടെ സാംസ്കാരിക പ്രവർത്തനത്തിന് കുട്ടിത്തത്തിന്റെ മുഖം നല്കുന്നതിലും കാതലായ സംഭാവന നല്കാൻ കഴിഞ്ഞ മൂന്നരപതിറ്റാണ്ടുകാലത്തെ പ്രവർത്തനംകൊണ്ട് ബാലസംഘത്തിനു കഴിഞ്ഞിട്ടുണ്ട്. എട്ടു പതിറ്റാണ്ടുകൾക്കുമുമ്പ് പുരോഗമനമതേതര കാഴ്ചപ്പാടോടെ രൂപംകൊണ്ട ദേശീയ ബാലസംഘത്തിന്റെ നേരവകാശിയെന്ന നിലയിൽ തലമുറകളിലൂടെ കേരളത്തിലെ കുട്ടികളുടെ സാമൂഹ്യ പ്രതിബദ്ധത വർദ്ധിപ്പിക്കാനും സമൂഹത്തിലെ സമകാലിക സമസ്യകളോടു പുരോഗമനപരമായി പ്രതികരിച്ച് പിന്തിരിപ്പൻ ശക്തികളോടുള്ള പോരാട്ടത്തിൽ സ്വന്തം നിലയ്ക്കും തനതായ രീതിയിലും കുട്ടികളെ പങ്കാളികളാക്കാനും ബാലസംഘം ആവോളം ശ്രദ്ധിച്ചിട്ടുണ്ട്. സംസ്ഥാനത്തെ കുട്ടികളുടെ വക്താവായി കുട്ടികളുടെ ക്ഷേമവും അവകാശങ്ങളും സംരക്ഷിക്കുന്ന സമഗ്രമായ സംസ്ഥാന ബാലനയത്തിനുവേണ്ടി ശബ്ദമുയർത്താനും ബാലസംഘം ശ്രമിച്ചിട്ടുണ്ട്. ഈ ശ്രമങ്ങൾ തുടരുന്ന, കുട്ടികളുടെ കൂട്ടായ്മ ആയിരിക്കണം ഭാവിയിലും ബാലസംഘം. അങ്ങനെ മാത്രമേ ചരിത്ര നിർമ്മിതിയിൽ കുട്ടികളുടെ ഇടം കണ്ടെത്തിയ പ്രസ്ഥാനമെന്നഭിമാനിക്കാവുന്ന ബാലസംഘത്തിന് അതിന്റെ ശരിയായ പാത തുടരാൻ കഴിയൂ.

(2008 ജൂലൈയിൽ ബാലസംഘം സംസ്ഥാന കമ്മിറ്റി പ്രസിദ്ധീകരിച്ച *ദിശ* എന്ന പുസ്തകത്തിലെ ലേഖനം ഏതാനും ചെറിയ മാറ്റങ്ങളോടെ എടുത്തു ചേർത്തിട്ടുള്ളതാണ് ഈ ലേഖനം.)

ക്യാമ്പുകളും ശില്പശാലകളും ബാലസംഘം പ്രവർത്തനവും

ഇരുപതാം നൂറ്റാണ്ടിന്റെ തുടക്കത്തോടെ കേരളത്തിൽ വളരാനാരംഭിച്ച പൊതുവിദ്യാഭ്യാസ സമ്പ്രദായം ആ കാലയളവിൽ ഇവിടെ ഉദയംകൊണ്ട നവോത്ഥാന പ്രസ്ഥാനത്തിന്റെയും പുരോഗമന ജനാധിപത്യ പ്രസ്ഥാനങ്ങളുടെയും കർഷക തൊഴിലാളി പ്രസ്ഥാന ങ്ങളുടെയും ഉല്പന്നമായിരുന്നു എന്നത് ഇന്ന് എല്ലാവരും അംഗീകരിക്കുന്ന ഒരു വസ്തുതയാണ്.

ആയിരത്തിത്തൊള്ളായിരത്തി എൺപതുകളിലും തുടർന്നുള്ള വർഷങ്ങളിലും സംസ്ഥാന ജില്ലാതലങ്ങളിലും താഴെ തലങ്ങളിലും ആയിരക്കണക്കിന് രക്ഷാധികാരികളെയും കുട്ടികളെയും പങ്കെടുപ്പിച്ച് നൂറുകണക്കിനു ക്യാമ്പുകളും ശില്പശാലകളുമാണ് ബാലസംഘ ത്തിന്റെ ആഭിമുഖ്യത്തിൽ സംഘടിപ്പിക്കപ്പെട്ടത്. ബാലസംഘത്തെ കേരളത്തിലെ മുഴുവൻ കുട്ടികളുടേതുമായ സമാന്തര വിദ്യാഭ്യാസ സാം സ്കാരിക സംഘടനയായി മാറ്റുന്നതിനുള്ള അന്വേഷണങ്ങളുടെ പ്രാ യോഗിക പരീക്ഷണശാലകളെന്ന സ്ഥാനമാണ് ഇവയ്ക്കുള്ളത്. ബാല സംഘത്തിന്റെ ലക്ഷ്യങ്ങളിലും പരിപാടികളിലും സംഘടനാപരമായ ചട്ടക്കൂടിലും മാറ്റങ്ങൾ അനിവാര്യമാക്കിത്തീർത്ത സാമൂഹ്യ സാഹചര്യ ങ്ങളെക്കുറിച്ചുള്ള വിലയിരുത്തലിന്റെ അടിസ്ഥാനത്തിൽ മാത്രമേ, ബാല സംഘത്തിന്റെ വ്യക്തിമുദ്ര പതിഞ്ഞിട്ടുള്ള ഈ ക്യാമ്പുകളെയും ശില്പ ശാലകളെയും പറ്റിയുള്ള ഏതു പഠനവും നടത്താൻ കഴിയൂ.

ഇരുപതാം നൂറ്റാണ്ടിന്റെ തുടക്കത്തോടെ കേരളത്തിൽ വളരാനാരംഭിച്ച പൊതുവിദ്യാഭ്യാസ സമ്പ്രദായം ആ കാലയളവിൽ ഇവിടെ ഉദയംകൊണ്ട നവോത്ഥാന പ്രസ്ഥാനത്തിന്റെയും പുരോഗമന ജനാധിപത്യ പ്രസ്ഥാനങ്ങളുടെയും കർഷകത്തൊഴിലാളി പ്രസ്ഥാനങ്ങളുടെയും ഉല്പന്നമായിരുന്നു എന്നത് ഇന്ന് എല്ലാവരും അംഗീകരിക്കുന്ന ഒരു വസ്തുതയാണ്. പഠിക്കാനാഗ്രഹിക്കുന്ന എല്ലാവർക്കും പഠിക്കാനുള്ള അവസരം എന്ന നിലയിൽ സൗജന്യവും സാർവ്വത്രികവുമായ പൊതുവിദ്യാഭ്യാസം എന്ന ഭരണഘടനാ ലക്ഷ്യം സാക്ഷാൽക്കരിക്കാൻ കഴിഞ്ഞ ഇന്ത്യയിലെ ആദ്യത്തെ സംസ്ഥാനം അമ്പതുകളുടെ അവസാനത്തോടെ കേരളമായത് ഈ പശ്ചാത്തലത്തിലാണ്.

അതേസമയം, കേരളം വിദ്യാഭ്യാസ രംഗത്ത് കൈവരിച്ച ഈ നേട്ടത്തിന് കുട്ടികളുടെ സാമൂഹ്യവല്ക്കരണത്തിൽ ഊന്നിയ വ്യക്തിത്വ വികാസം എന്ന വിദ്യാഭ്യാസലക്ഷ്യം കൈവരിക്കാനായില്ല. പരീക്ഷകളിൽ കേന്ദ്രീകൃതവും വ്യക്തിഗതമായ മികവുകളിൽ ഊന്നിയതുമായ പൊതുവിദ്യാഭ്യാസ പഠനസമ്പ്രദായം ഒരു നിലയ്ക്കും ശിശുകേന്ദ്രീകൃതമോ ജനാധിപത്യസ്വഭാവമുള്ളതോ മതേതരമൂല്യങ്ങളെ ഉയർത്തിപ്പിടിക്കുന്നതിൽ വേണ്ടത്ര ശ്രദ്ധിക്കുന്നതോ സാമൂഹ്യ പ്രതിബദ്ധതയുടെ പാഠങ്ങൾ കുട്ടികൾക്ക് പകർന്നു നല്കുന്നതോ ആയിരുന്നില്ല. ബാലമനസ്സുകളിൽനിന്ന് അനാചാരങ്ങളുടെയും അന്ധവിശ്വാസങ്ങളുടെയും വേരറുക്കാൻ അതിനു കഴിഞ്ഞതുമില്ല. മൂല്യബോധത്തിലും സാംസ്കാരികനിലവാരത്തിലും വിവിധ തട്ടുകളിൽ നില്ക്കുന്നവരായി കുട്ടികൾ വേർതിരിക്കപ്പെട്ടുതന്നെ തുടർന്നു. ഈ സാഹചര്യത്തിൽ പ്രതിലോമാശയങ്ങൾക്ക് വളക്കൂറുള്ള മണ്ണായി പൊതുവിദ്യാഭ്യാസരംഗം മാറിയതിൽ അത്ഭുതപ്പെടാനില്ല. അന്നത്തെ സാഹചര്യത്തിൽ വിദ്യാലയങ്ങളുടെ നാലു ചുവരുകൾക്കകത്തുനിന്ന് പൊതുവിദ്യാഭ്യാസത്തിന്റെ ഈ ന്യൂനതകൾ പരിഹരിക്കുക സാദ്ധ്യമായിരുന്നില്ല. ഈ തിരിച്ചറിവിൽ നിന്നാണ്, വിദ്യാഭ്യാസത്തെ സാമൂഹ്യ മാറ്റത്തിനുള്ള ഒരായുധമായി കാണുന്നവർ വിദ്യാലയങ്ങൾക്ക് പുറത്ത് കുട്ടികളുടെ ഒരു സമാന്തര വിദ്യാഭ്യാസ സാംസ്കാരിക പ്രസ്ഥാനം കെട്ടിപ്പടുക്കുന്നത് അനിവാര്യമാണെന്നു മനസ്സിലാക്കിയതും ബാലസംഘത്തെ അതിനനുസരിച്ച് രൂപപ്പെടുത്താൻ തീരുമാനിച്ചതും.

പേരൂർക്കട, അരുവിപ്പുറം, കുനിശ്ശേരി ക്യാമ്പുകൾ

ബാലസംഘത്തെ കാലഘട്ടം ആവശ്യപ്പെടുന്ന മേൽ സൂചിപ്പിച്ച പുതിയ ചുമതലകൾ ഏറ്റെടുക്കാൻ ശേഷിയുള്ള സംഘടനയാക്കി മാറ്റുന്നതിനുവേണ്ടി നടന്ന അന്വേഷണത്തിന്റെ ആദ്യത്തെ നാഴികക്കല്ലുകളായിരുന്നു പേരൂർക്കട (1983), അരുവിപ്പുറം (1985), കുനിശ്ശേരി (1986) ക്യാമ്പുകൾ. പേരൂർക്കട ക്യാമ്പിൽ ഈ മാറ്റത്തെപ്പറ്റിയുള്ള ആശയപരമായ ചർച്ചയ്ക്കാണ് പ്രാമുഖ്യം ലഭിച്ചതെങ്കിൽ, ആ ചർച്ചകളുടെ

വിപുലീകരണവും പ്രായോഗികപരീക്ഷണങ്ങൾക്കുള്ള അടിത്തറ പാകലുമാണ് അരുവിപ്പുറം ക്യാമ്പിൽ നടന്നത്. പേരൂർക്കട, അരുവിപ്പുറം ക്യാമ്പുകളിലെ അനുഭവങ്ങൾ അടിസ്ഥാനമാക്കി കുട്ടികളെക്കൂടി പങ്കെടുപ്പിച്ച് പ്രായോഗിക പ്രവർത്തനങ്ങൾക്ക് മുൻതൂക്കം നല്കിയാണ് കുനിശ്ശേരി ക്യാമ്പ് നടത്തിയത്.

മേൽ വിവരിച്ച മൂന്നു ക്യാമ്പുകൾ, ബാലസംഘം പ്രവർത്തകർക്ക് പുതുതായൊരു പ്രവർത്തന പന്ഥാവ് നിർദ്ദേശിക്കുന്ന *ബാലസംഘം എന്ത്? എന്തിന്?* എന്ന പുസ്തകം പുറത്തിറക്കാനുള്ള വിഭവങ്ങൾ സംഘടനയ്ക്ക് നല്കി. ഈ പുസ്തകത്തിലൂടെയാണ് ബാലസംഘത്തിന്റെ പുതുക്കിയ ലക്ഷ്യങ്ങളും പരിപാടികളും വ്യക്തമായി നിർവ്വചിക്കപ്പെട്ടതെങ്കിൽ അതിന്റെ പണിപ്പുരകളായിരുന്നു പേരൂർക്കട, അരുവിപ്പുറം, കുനിശ്ശേരി ക്യാമ്പുകൾ.

'ബാലസംഘം എന്ത്? എന്തിന്?'

ബാലസംഘത്തിന്റെ ലക്ഷ്യങ്ങളെ താഴെപ്പറയുന്ന രീതിയിൽ നിർവ്വചിച്ചു.

അന്ധവിശ്വാസങ്ങളിൽനിന്നും അനാചാരങ്ങളിൽനിന്നും ജാതിമത-വർഗ്ഗ-വർണ്ണ-പ്രാദേശിക സങ്കുചിതത്വങ്ങളിൽനിന്നും പുതിയ തലമുറകളെ മോചിപ്പിക്കുക.

ശാസ്ത്രീയവും യുക്തിചിന്തയിൽ അധിഷ്ഠിതവുമായ ജീവിതകാഴ്ചപ്പാട് കുട്ടികളിൽ കരുപിടിപ്പിക്കുക.

കുട്ടികളുടെ കലാപരവും കായികവുമായ നൈസർഗ്ഗിക കഴിവുകൾ കണ്ടെത്തി വികസിപ്പിക്കുക.

കുട്ടികളിൽ അദ്ധ്വാനത്തോടും അതിലെ പങ്കാളിത്തത്തോടും മതിപ്പ് ജനിപ്പിക്കുക.

വ്യക്തിയെ സമൂഹത്തോട് സമരസപ്പെടുത്തുന്നതിനു കുട്ടികളെ പഠിപ്പിക്കുക.

കുട്ടികളിൽ സാർവ്വദേശീയബോധം, സമാധാനവാഞ്ഛ, യുദ്ധവിരുദ്ധ മനോഭാവം, പരിസ്ഥിതി സ്നേഹം ഇവ വളർത്തുക.

സമൂഹത്തിന്റെ വളർച്ചയിൽ തന്റെ ഇടം തിരിച്ചറിയാൻ കുട്ടികൾക്ക് ശേഷി നല്കുക.

കുട്ടികളിൽ ഉൽകൃഷ്ടമായ മാനവികമൂല്യങ്ങളിലുള്ള വിശ്വാസവും ഉയർന്ന സദാചാരബോധവും ഉല്പാദിപ്പിക്കുക.

പ്രസ്തുത ലക്ഷ്യങ്ങൾ സാക്ഷാൽക്കരിക്കാനായി ആശ്രയിക്കേണ്ട മേഖലകൾ ബുദ്ധിപരമായ വിദ്യാഭ്യാസം, ധാർമ്മിക വിദ്യാഭ്യാസം, കായിക വിദ്യാഭ്യാസം, തൊഴിൽ വിദ്യാഭ്യാസം, ആരോഗ്യ വിദ്യാഭ്യാസം സൗന്ദര്യ ബോധപരമായ വിദ്യാഭ്യാസം എന്നിവയാണെന്ന് തിരിച്ചറിഞ്ഞ് അവ നേടിയെടുക്കാൻ അനുവർത്തിക്കേണ്ട വിവിധ മാർഗ്ഗങ്ങൾ സംബ

ന്ധിച്ച ദിശാബോധം ബാലസംഘം പ്രവർത്തകർക്ക് പ്രായോഗിക പ്രവർത്തനങ്ങളിലൂടെ നല്കിയത് പേരൂർക്കട, അരുവിപ്പുറം, കുനിശ്ശേരി ക്യാമ്പുകളിലെ അനുഭവങ്ങളായിരുന്നു. ബാലസംഘം പ്രവർത്തനത്തിൽ രക്ഷാധികാരികളുടെ പങ്ക് വ്യക്തമായി തിരിച്ചറിഞ്ഞ് നിർവ്വചിച്ചതും ഈ ക്യാമ്പുകളിൽ വച്ചായിരുന്നു.

കൊല്ലം 'കളിയരങ്ങും' കയ്യൂർ ക്യാമ്പും

ബാലസംഘം എന്ത്? എന്തിന്? എന്ന രേഖയുടെ അടിസ്ഥാനത്തിൽ ചിട്ടപ്പെടുത്തി, എല്ലാ ജില്ലകളിൽനിന്നും വന്നെത്തിയ നൂറുകണക്കിനു കുട്ടികളെ പങ്കെടുപ്പിച്ച് ബാലസംഘം സംഘടിപ്പിച്ച ആദ്യത്തെ സംസ്ഥാന ക്യാമ്പായിരുന്നു 1989 മെയ് മാസത്തിൽ കൊല്ലത്തുവച്ചു നടത്തിയ കളിയരങ്ങ് ക്യാമ്പ്. സ്വാതന്ത്ര്യ സമരത്തിന്റെ ഭാഗമായി കേരളത്തിലും ഇന്ത്യയുടെ മറ്റുഭാഗങ്ങളിലും കുട്ടികൾ ഉൾപ്പെട്ട് നടന്ന സമരങ്ങളുടെ കഥകൾ, ശാസ്ത്രകഥകൾ എന്നിവയെപ്പറ്റി കുട്ടികളും അദ്ധ്യാപകരും നടത്തുന്ന സംവാദങ്ങളുടെ രൂപത്തിൽ ചിട്ടപ്പെടുത്തിയ കളിയരങ്ങു ക്യാമ്പ് ജനാധിപത്യപരമായ വിദ്യാഭ്യാസ രീതിക്ക് ബാലസംഘം നല്കിയ ആദ്യത്തെ സംഭാവനയായിരുന്നു.

തുടർന്ന്, നമുക്ക് ചുറ്റുമുള്ള ലോകം കുട്ടികൾക്ക് പരിചയപ്പെടുത്തിക്കൊടുക്കുന്നതിനുള്ള പാഠക്കുറിപ്പുകൾ തയ്യാറാക്കുന്നതിനുവേണ്ടി എറാണാകുളം ജില്ലയിലെ പറവൂരിൽവച്ച് രക്ഷാധികാരി പ്രവർത്തകരുടെ സംസ്ഥാനതല ശില്പശാല നടന്നു. അവയുടെ അനുഭവങ്ങൾ പ്രായോഗികതലത്തിൽ അവതരിപ്പിക്കുന്നതിനുവേണ്ടി 1993 ഡിസംബറിൽ കയ്യൂരിൽവച്ച് കുട്ടികളെ പങ്കെടുപ്പിച്ച് വിപുലമായ മറ്റൊരു ക്യാമ്പ് കൂടി സംഘടിപ്പിക്കപ്പെട്ടു. ജനാധിപത്യപരമായ വിദ്യാഭ്യാസ രീതി കൂടുതൽ മേഖലകളിലേക്ക് പടർത്തുന്നതിനുള്ള ബോധപൂർവ്വമായ ശ്രമമായിരുന്നു കയ്യൂർ ക്യാമ്പ്. ബാലസംഘം പ്രവർത്തനത്തിന്റെ മേഖലകൾ ആ ക്യാമ്പിലൂടെ വിപുലപ്പെടുത്താൻ കഴിഞ്ഞു. സംവാദം, പാട്ട്, കഥ, അഭിനയം തുടങ്ങിയ പഠനവിഷയങ്ങൾ പഠിതാവിൽ എത്തിക്കുന്നതിന് ഇത് പ്രയോജനപ്പെട്ടു. പഠിതാവിൽ നടത്തേണ്ട മുന്നൊരുക്കങ്ങൾ തിരിച്ചറിഞ്ഞു ചെയ്യുക, പഠനത്തിന്റെ മൂല്യ നിർണ്ണയത്തിനുള്ള മാനദണ്ഡങ്ങൾ കണ്ടെത്തുക തുടങ്ങിയ കാര്യങ്ങളിൽ വിപുലമായ അറിവ് ബാലസംഘം പ്രവർത്തകർക്കു നല്കുന്ന ഒന്നായി മാറി കയ്യൂർ ക്യാമ്പ്.

വട്ടോളി, എടത്തറ ക്യാമ്പുകളും കല്യാശ്ശേരി ക്യാമ്പും

പഠനാനുബന്ധ പ്രവർത്തനങ്ങൾക്ക് ബാലസംഘം മുൻതൂക്കം നല്കണമെന്നും അതു നടത്തുന്നത് യൂണിറ്റുകളിലായിരിക്കണമെന്നുമായിരുന്നു കയ്യൂർ ക്യാമ്പ് നല്കിയ ഏറ്റവും പ്രധാനപ്പെട്ട പാഠം. അതിന്റെ അടിസ്ഥാനത്തിൽ രണ്ടു ശില്പശാലകൾ കയ്യൂർ ക്യാമ്പിന്റെ തുടർ

ച്ചയായി നടന്നു. 1998 ഒക്ടോബറിൽ കോഴിക്കോട് ജില്ലയിലെ വട്ടോളിയിൽ വച്ചും 2000 മേയിൽ പാലക്കാട് ജില്ലയിലെ എടത്തറയിൽ വച്ചും നടന്ന അറിവരങ്ങ് ക്യാമ്പുകളാണവ. ഔപചാരിക വിദ്യാഭ്യാസത്തിന്റെ വിവിധ മേഖലകളിലെ പാഠ്യവിഷയങ്ങൾ അന്വേഷണാത്മകവും പ്രക്രിയാധിഷ്ഠിതവുമായ പ്രവർത്തനങ്ങളിലൂടെ ഉൾക്കൊള്ളുന്നതിനുവേണ്ടി കുട്ടികളെ പ്രാപ്തരാക്കുന്നതിന് നടത്തിയ വിജയകരമായ പരീക്ഷണങ്ങളായിരുന്നു ഈ രണ്ട് ക്യാമ്പുകളും.

മുൻ ക്യാമ്പുകളുടെയെല്ലാം അനിവാര്യഘടകമായിരുന്ന കളികൾക്കൊപ്പം ചിട്ടയായ വാളന്റിയർ പ്രവർത്തനങ്ങളിൽക്കൂടി ബാലസംഘം പ്രവർത്തകർക്ക് പരിശീലനം നല്കുന്നതായിരുന്നു കണ്ണൂർ ജില്ലയിലെ കല്യാശ്ശേരിയിൽ വച്ചത് 2002 മേയ് മാസത്തിൽ നടന്ന വാളന്റിയർ ക്യാമ്പ്. പി ടി, യോഗ, ഡിസ്പ്ലേ എന്നീ വിഷയങ്ങളും ഈ ക്യാമ്പിന്റെ അജണ്ടയിൽ ഉൾപ്പെട്ടിരുന്നു. പക്ഷേ, ഈ ക്യാമ്പിലെ അനുഭവങ്ങൾ മറ്റു ക്യാമ്പിലെ അനുഭവങ്ങളെന്ന പോലെ ബാലസംഘത്തിന്റെ തുടർ പ്രവർത്തനങ്ങളിൽ പ്രയോജനപ്പെടുത്താൻ കഴിഞ്ഞില്ലെന്ന പോരായ്മ ഇവിടെ എടുത്തുപറയേണ്ടതായിട്ടുണ്ട്.

കോട്ടയം, തിരൂർ ശില്പശാലകൾ

യൂണിറ്റ് പ്രവർത്തനത്തിന് സ്ഥിരമായ ഒരു ടൈംടേബിൾ രേഖപ്പെടുത്തുകയും അതനുസരിച്ചുള്ള പാഠമാതൃകകൾ തയ്യാറാക്കുകയും ചെയ്തതാണ് കോട്ടയത്തുവച്ച് 2003 ഫെബ്രുവരിയിലും തിരൂരിലെ തുഞ്ചൻ പറമ്പിൽ വച്ച് 2004 ആഗസ്തിലും രക്ഷാധികാരികൾക്കായി നടന്ന ശില്പശാലകളുടെ നേട്ടം. മുതിർന്ന കുട്ടികൾ കൂടി പങ്കാളികളായ ഈ ശില്പശാലകളിൽ വച്ച് ബാലസംഘത്തിന്റെ ആശയപരമായ അടിത്തറ നൂതനമായ മന:ശാസ്ത്ര തത്ത്വങ്ങളുടെ പശ്ചാത്തലത്തിൽ പുന:പരിശോധിച്ച് രൂപപ്പെടുത്താൻ കഴിഞ്ഞു. പുതിയ പാഠ്യപദ്ധതിയുടെ പശ്ചാത്തലത്തിൽ ബാലസംഘത്തിന്റെ സിലബസ് - കരിക്കുലങ്ങളിൽ കാലാനുസൃതമായ മാറ്റങ്ങൾ വരുത്തി വിവിധ വിഷയങ്ങളിലെ പ്രോജക്ട് പ്രവർത്തനങ്ങൾ ഉൾപ്പെടുത്തുവാനും ഈ ശില്പശാലകളിലൂടെ കഴിഞ്ഞു.

ബാലസംഘത്തിന്റെ ലക്ഷ്യങ്ങളും പരിപാടികളും സാക്ഷാൽക്കരിക്കാൻ സഹായകമായ പഠനാനുഭവങ്ങളാണ് സമാന്തര വിദ്യാഭാസ പ്രവർത്തനങ്ങളിലൂടെ കുട്ടികൾക്ക് ലഭിക്കേണ്ടതെന്ന് കോട്ടയം ശില്പശാലയിലൂടെ പ്രവർത്തകർ തിരിച്ചറിഞ്ഞു.

- ചുറ്റുപാടുകളെ വിമർശനപരമായി വിലയിരുത്തുകയും അവയിൽ ക്രിയാത്മകമായി ഇടപെടാനുള്ള ശേഷി കുട്ടികളിൽ വളർത്തുകയും ചെയ്യുക;
- പ്രശ്നങ്ങളെ നേരിടാനും അവയ്ക്ക് പരിഹാരം തേടാനുമുള്ള സന്നദ്ധത കുട്ടികളിൽ ഉല്പാദിപ്പിക്കുക;

- ലോകത്തുള്ള നാനാ വൈവിദ്ധ്യങ്ങളെ താനുൾപ്പെടെയുള്ള മാനവരാശിയുടെ പൊതുസ്വത്തായി തിരിച്ചറിയാൻ കുട്ടികളെ പ്രേരിപ്പിക്കുക;
- ജനാധിപത്യം, മതേതരത്വം, അവസരസമത്വം, സാമൂഹ്യനീതി എന്നീ മൂല്യങ്ങൾ പുലരുന്ന സമൂഹത്തിന്റെ സൃഷ്ടിക്കായി പ്രവർത്തിക്കാനുള്ള അർപ്പണബുദ്ധി കുട്ടികളിൽ സൃഷ്ടിക്കുക;
- പ്രകൃതിയെ അറിയാനും സ്നേഹിക്കാനും സംരക്ഷിക്കാനുമുള്ള താല്പര്യം കുട്ടികളിൽ വളർത്തുക;
- പ്രകൃതിയും സമൂഹവും നിരന്തരമായി മാറിക്കൊണ്ടിരിക്കുകയാണെന്നും അങ്ങനെ മാറിക്കൊണ്ടിരിക്കുന്ന ചുറ്റുപാടിലാണ് താൻ ഇടപെടേണ്ടതെന്നുമുള്ള ബോധം കുട്ടികളിൽ സൃഷ്ടിക്കുക

എന്നിവയിൽ ഊന്നിയുള്ളവയായിരിക്കണം സമാന്തര വിദ്യാഭ്യാസത്തിലൂടെ ലഭിക്കേണ്ട പഠനാനുഭവങ്ങളെന്ന നിഗമനത്തിലാണ് കോട്ടയം ശില്പശാല എത്തിച്ചേർന്നത്.

ശാസ്ത്രബോധം, ചിരിത്രബോധം, സാമൂഹ്യ ബോധം, ജനാധിപത്യബോധം, മതനിരപേക്ഷതാബോധം, പൗരബോധം, സർഗ്ഗാത്മകത, കായികക്ഷമത, അദ്ധ്വാനത്തിന്റെ മഹത്ത്വം, കുട്ടികളുടെ അവകാശങ്ങൾ സംബന്ധിച്ച ബോധം എന്നിവയിലൂന്നിയ ജീവിതവീക്ഷണത്തോടെ വളരാൻ സഹായകരമായ പഠനാനുഭവങ്ങളാണ് സമാന്തര വിദ്യാഭ്യാസത്തിലൂടെ കുട്ടികൾക്ക് ലഭിക്കേണ്ടതെന്ന വ്യക്തമായ കാഴ്ചപ്പാട് രൂപപ്പെടുത്താൻ കോട്ടയം ശില്പശാലയ്ക്ക് കഴിഞ്ഞു. പഠനം വ്യക്തിഗതമായ ഒരു പ്രക്രിയയല്ല, മറിച്ച് ഒരു സാമൂഹ്യ പ്രക്രിയയാണെന്നും കോട്ടയം ശില്പശാല തറപ്പിച്ചു പറയുകയുണ്ടായി.

കുട്ടികൾക്ക് സജീവ പങ്കാളിത്തമുള്ള യൂണിറ്റ് പ്രവർത്തനങ്ങളിലൂടെ വേണം മേൽപ്പറഞ്ഞ പഠനാനുഭവങ്ങൾ ലഭ്യമാക്കേണ്ടതെന്നായിരുന്നു കോട്ടയം ശില്പശാല എത്തിച്ചർന്ന നിഗമനം. ഇതിന് സഹായകമായ വൈവിദ്ധ്യമാർന്ന പ്രവർത്തനങ്ങൾ പ്രാദേശികമായി കണ്ടെത്താൻ കോട്ടയം ശില്പശാല ബാലസംഘം പ്രവർത്തകരെ ആഹ്വാനം ചെയ്തു. ഓരോ വർഷവും ഈ വഴിക്കുള്ള പുതിയ പ്രവർത്തനങ്ങൾ കണ്ടെത്തണമെന്ന നിർദ്ദേശത്തോടെ യൂണിറ്റ് പ്രവർത്തനങ്ങൾക്ക് മൂന്നു ടേമുകളായി തിരിച്ച ഒരു കലണ്ടറും കോട്ടയം ശില്പശാല തയ്യാറാക്കി.

കോട്ടയം, തിരൂർ ശില്പശാലകളിൽ രൂപം നല്കിയ പ്രോജക്റ്റ് പ്രവർത്തനങ്ങളിൽ ഏറ്റവും പ്രധാനപ്പെട്ടത് പ്രാദേശിക ചരിത്ര നിർമ്മാണ പ്രോജക്റ്റായിരുന്നു. ചരിത്രത്തിൽ രേഖപ്പെടുത്തപ്പെടാത്ത സംഭവങ്ങൾ പുറത്തുകൊണ്ടുവന്ന് അതിലൂടെ സമൂഹമുന്നേറ്റത്തിന്റെ പടവുകൾ കണ്ടെത്തുകയും ചരിത്ര നിർമ്മാണത്തിന് അതായത് പുതിയ സമൂഹത്തിന്റെ നിർമ്മാണത്തിന് കുട്ടികളെ പ്രാപ്തരാക്കുകയുമാണ് ഈ പ്രോജക്റ്റ് ലക്ഷ്യമാക്കിയത്. നൂതനമായ അനുഭവങ്ങളാണ് ഈ പ്രോജക്റ്റ് കുട്ടികൾക്ക് നല്കിയത്.

ചുരുക്കത്തിൽ, പേരൂർക്കട, അരുവിപ്പുറം, കുനിശ്ശേരി ക്യാമ്പുകളിൽ രൂപപ്പെടുത്തിയ സമാന്തര വിദ്യാഭ്യാസ പ്രവർത്തനങ്ങളുടെ ആശയപ

രമായ അടിത്തറ നിരന്തരമായ യൂണിറ്റ് പ്രവർത്തനങ്ങളിൽ കേന്ദ്രീകരിച്ച് വിപുലപ്പെടുത്താനുള്ള ഗൗരവപൂർണ്ണമായ ശ്രമമാണ് കോട്ടയം ക്യാമ്പ് നടത്തിയത്. വിവിധ മണ്ഡലങ്ങളിലെ പഠനാനുഭവങ്ങളിലൂന്നിയ പ്രവർത്തന മോഡ്യൂളുകളുടെ സഹായത്താടെ കോട്ടയം ശില്പശാലയിൽ വിപുലീകരിച്ചെടുത്ത സമാന്തര വിദ്യാഭ്യാസ പ്രവർത്തനങ്ങൾക്ക് പ്രായോഗിക രൂപം നല്കുകയാണ് തിരൂർ തുഞ്ചൻ പറമ്പിൽ ചേർന്ന ശില്പശാല ചെയ്തത്.

യൂണിറ്റുകളുടെ എണ്ണത്തിലും അംഗങ്ങളായ കുട്ടികളുടെ എണ്ണത്തിലും ക്രമാനുഗതമായിട്ടുണ്ടായ വളർച്ചയ്ക്കനുസൃതമായി പുതിയ രക്ഷാധികാരികളെ രംഗത്തെത്തിച്ച് അവർക്ക് യൂണിറ്റ് പ്രവർത്തനങ്ങൾ കൈകാര്യം ചെയ്യുന്നതിനുള്ള ശേഷി കരഗതമാക്കുന്നതിന് വിപുലമായ അടിത്തറയിട്ടതാണ് കോട്ടയം, തിരൂർ ശില്പശാലകൾ സംഘടനയ്ക്ക് നല്കിയ സംഭാവന.

വേനൽത്തുമ്പി കലാജാഥകളും കളിക്കൂടുകളും

സമാന്തര വിദ്യാഭ്യാസ പ്രവർത്തനങ്ങളിൽ ഏർപ്പെടാൻ വേണ്ട കരുത്ത് സംഘടനയ്ക്ക് പകരുന്നതിൽ ബാലസംഘം ശില്പശാലകളും ക്യാമ്പുകളും പഹിച്ച പങ്കു വിലയിരുത്താനാണ് മുകളിൽ ശ്രമിച്ചത്. ഇതിന് സമാന്തരമായി കുട്ടികളുടെ തനതായ സാംസ്കാരിക പ്രവർത്തനങ്ങൾ രൂപപ്പെടുത്തുന്നതിന് ബാലസംഘം നടത്തിയ ദീർഘമായ അന്വേഷണത്തിന്റെ ഫലമായി രൂപംകൊണ്ട വേനൽത്തുമ്പി കലാജാഥകളെയും അവയ്ക്കുവേണ്ടി 1990 മുതൽ വർഷന്തോറും തുടർച്ചയായി സംഘടിപ്പിച്ച ക്യാമ്പുകളിൽ നടന്ന പ്രവർത്തനങ്ങളുംകൂടി നാം വിലയിരുത്തേണ്ടതുണ്ട്. പ്രൊഫ. ജോസഫ് മുണ്ടശ്ശേരി വിദ്യാഭ്യാസമന്ത്രി ആയിരുന്നപ്പോഴാണ് കുട്ടികളുടെ സാംസ്കാരിക പ്രവർത്തനങ്ങൾക്ക് വിദ്യാലയങ്ങളിൽ ആദ്യമായി സ്ഥാനം നല്കിയത്. ഈ പ്രവർത്തനങ്ങൾക്ക് കുട്ടികളുടെ തനിമ നല്കാനുള്ള നിരന്തരമായ അന്വേഷണങ്ങളിലൂടെ കുട്ടികളുടെ യഥാർത്ഥ തിയേറ്റർ എന്തെന്ന് കേരള സമൂഹത്തിനു പരിചയപ്പെടുത്തികൊടുക്കുകയാണ് വേനൽത്തുമ്പി കലാജാഥകളും അവയ്ക്കുവണ്ടി സംസ്ഥാനതലത്തിലും ജില്ലാതലങ്ങളിലും പ്രാദേശികമായും നടത്തിയ ക്യാമ്പുകളും ചെയ്തത്.

അതേസമയം വേനൽത്തുമ്പി കലാജാഥകളെ കേരളത്തിലെ മുഴുവൻ കുട്ടികളുടേതുമായ അവധിക്കാല സാംസ്കാരിക പരിപാടിയാക്കി മാറ്റാൻ ഇനിയും നമുക്ക് കഴിഞ്ഞിട്ടില്ല. ഈ തിരിച്ചറിവിന്റെ ഫലമായാണ് എല്ലാ പ്രദേശത്തും അവധിക്കാലമാകെ നീണ്ടുനില്ക്കുന്ന കളിക്കൂടുകൾ പണിത് വേനൽത്തുമ്പി കലാജാഥകളെ ആ കളിക്കൂടുകളിലേക്ക് കുട്ടികളെ സ്വാഗതം ചെയ്യുന്ന പരിപാടികൾക്ക് 2004 ൽ ബാലസംഘം രൂപകല്പന ചെയ്തത്. സംസ്ഥാനത്തെ മുഴുവൻ കുട്ടികൾക്കും അവധിക്കാലത്ത് നിരന്തരം ഒത്തുചേർന്ന് പ്രവർത്തിക്കാനുള്ള ഇടങ്ങളായി

വേനൽത്തുമ്പികൾ

കളിക്കൂടുകളെയും അവയുടെ പ്രവർത്തനങ്ങളുടെ നായകസ്ഥാനം വഹിക്കുന്ന സാംസ്കാരിക പ്രവർത്തനമായി വേനൽത്തുമ്പികളെയും മാറ്റാൻ നമുക്ക് കഴിയേണ്ടതുണ്ട്.

(2009 നവംബർ 28, 29 തീയതികളിൽ നടന്ന ബാലസംഘം സംസ്ഥാന സമ്മേളനത്തിന്റെ സുവനീറിൽ പ്രസിദ്ധീകരിച്ച ലേഖനം.)

കേരളത്തിലെ കുട്ടികളുടെ നാടകവേദി ഒരന്വേഷണാത്മക പഠനം: വേനൽത്തുമ്പികളുടെ പശ്ചാത്തലത്തിൽ

കേരളത്തിലെ നാടകവേദിക്ക് കൂടിയാട്ടം, ചവിട്ടുനാടകം, മാർഗ്ഗം കളി, പൂരക്കളി, കുമ്മാട്ടിക്കളി, തെയ്യം, തിറ, പൂതൻ കളികൾ തുടങ്ങിയവയുടേതായി ഏറെ പഴക്കം അവകാശപ്പെടാനാവുമെങ്കിലും കുട്ടികളുടെ നാടകവേദി എന്നൊന്ന് പ്രത്യേകമായി ഇവിടെ രൂപപ്പെട്ടിട്ട് കാൽ നൂറ്റാണ്ടിലേറെയായിട്ടില്ല. കുട്ടികളുടേതായ പൊതുസാംസ്കാരിക പ്രവർത്തനങ്ങൾക്കു തന്നെയും വിദ്യാലയങ്ങളിൽ മാന്യമായ സ്ഥാനം ലഭിച്ചത് പ്രൊഫ. ജോസഫ് മുണ്ടശ്ശേരി വിദ്യാഭ്യാസ മന്ത്രി ആയിരുന്നപ്പോഴാണ് (1957–59). അതുവരെയും സ്കൂൾ ക്ലാസ് തല സാഹിത്യ സമാജങ്ങളിൽ ഒതുങ്ങുന്നതായിരുന്നു കുട്ടികളുടെ സാംസ്കാരിക പ്രവർത്തനം. മുതിർന്നവർ ചിട്ടപ്പെടുത്തുന്നതനുസരിച്ച് രൂപം കൊടുക്കുന്നതായിരുന്നു അവ. സ്വാഭാവികമായും കുട്ടികളുടേതായ തനിമയ്ക്ക് അവയിൽ ഒരിടത്തും സ്ഥാനം ഉണ്ടായിരുന്നില്ല. ബ്രിട്ടീഷ് സ്വാധീനത്തോടെ നടപ്പാക്കപ്പെട്ട വിദ്യാഭ്യാസ സമ്പ്രദായം നടപ്പാവുന്നതിനു മുമ്പാകട്ടെ, കുട്ടികളുടെ സാംസ്കാരിക പ്രവർത്തനത്തെപ്പറ്റി ആരും ചിന്തിച്ചതായിത്തന്നെ തോന്നുന്നില്ല. മുണ്ടശ്ശേരി മാഷുടെ കാലത്ത് വിഭാവനം ചെയ്ത് നടപ്പാക്കപ്പെട്ട സ്കൂൾ സാംസ്കാരിക പ്രവർത്തനങ്ങളിലും കുട്ടികളുടെ തനിമയ്ക്ക് സവിശേഷമായ സ്ഥാനമൊന്നും കണ്ടിരുന്നില്ല. മുഖ്യമായും സ്കൂൾ വാർഷികങ്ങൾക്കുവേണ്ടി പടച്ചെടുക്കുന്നവയായിരുന്നു അവ. ഈ കുറവു നികത്തുന്നതിനു വേണ്ടിയുള്ള അന്വേഷണം ഇരുപതാം നൂറ്റാണ്ടിന്റെ അവസാന ദശകങ്ങളിലാണ് നമ്മുടെ നാട്ടിൽ ആരംഭിച്ചതെന്ന് പറയാം.

വിദ്യാലയങ്ങൾക്കു പുറത്ത് കുട്ടികളുടേതായ സാംസ്കാരിക പ്രവർത്തനങ്ങളുടെ ഭാഗമായി സംഘടിപ്പിക്കപ്പെട്ട കൂട്ടായ്മകളുടെ

കൂട്ടത്തിലാണ് അവരുടേതായ രംഗകലാരൂപങ്ങൾ രൂപംകൊണ്ടു തുടങ്ങിയത്. അവയുടെ ചരിത്രം തേടി അവയുടെ വളർച്ചയുടെ പടവുകൾ കണ്ടെത്താൻ ശ്രമിക്കുന്നതിനു മുമ്പ് എന്താണ് കുട്ടികളുടെ നാടകവേദി എന്നു പരിശോധിക്കേണ്ടിയിരിക്കുന്നു.

കുട്ടിക്കാലത്തിന്റെ മുഖമുദ്രയാണല്ലോ കളി. കളിച്ചുകൊണ്ടാണ് കുട്ടികൾ വളരുന്നത്. നിരർത്ഥകമോ ഉദാസീനമായി സമീപിക്കുന്നതോ ആയ ഒന്നല്ല കുട്ടികളെ സംബന്ധിച്ചിടത്താളം കളി. വളരെ ഗൗരവപ്പെട്ടതാണ് അവർക്ക് കളികൾ. സാമൂഹ്യഘടനയിലേക്ക് കുട്ടികളെ കണ്ണിചേർക്കുന്നത് കളികളാണ്. മറ്റൊരു രീതിയിൽ പറഞ്ഞാൽ കുട്ടികളുടെ സാമൂഹ്യവല്ക്കരണത്തിന്റെ മുഖ്യ ഉപാധികളിലൊന്നാണ് കളി.

സ്വന്തം ശരീരാവയവങ്ങൾ തന്റെ നിയന്ത്രണത്തിൽ അല്ലാത്ത ശൈശവത്തിന്റെ ആദ്യ ഘട്ടത്തിൽപ്പോലും കുട്ടികൾ കളികളിൽ ഏർപ്പെടുന്നു. കൈകാലുകൾ ഇളക്കി അവയ്ക്കുമേലുള്ള നിയന്ത്രണം പടിപടിയായി നേടുന്നതിൽ അവരുടെ കളി തുടങ്ങുകയാണ്. കുട്ടി മലർന്നും കമിഴ്ന്നും ഉള്ള കിടപ്പിന്റെ ഘട്ടം പിന്നിട്ട് ഇരിക്കാനും പിച്ചവച്ച് നടക്കാനും തുടങ്ങുന്നതോടെ കളി വളരുന്നു. അതോടെ കളിനടക്കുന്നത് ശരീരത്തിനു പുറത്തായി മാറുകയും ചെയ്യുന്നു. കൈകളാണ് ആ ഘട്ടത്തിൽ പ്രധാനമായും കളികൾക്കായി പ്രയോഗിക്കപ്പെടുന്നത്. കളിപ്പാട്ടങ്ങൾ ഉപയോഗിച്ചു നടത്തുന്ന കളികളിൽ കളി നടക്കുന്നത് ശരീരത്തിനു പുറത്താണെങ്കിലും കുട്ടിയുടെ മനസ്സ് കളികളിൽ പൂർണ്ണമായും ലയിച്ചു ചേരുന്നു.

ശരീരത്തിന്റെ ചലനങ്ങൾ സ്വന്തം നിയന്ത്രണത്തിൽ ആവുന്നതോടെ കുട്ടികളുടെ കളികൾ പുതിയൊരു ഘട്ടത്തിലേക്ക് ഉയരുന്നു. കൈകാലുകളുടെ ചലനത്തിനു പുറമെ ശബ്ദവും കൂടി ഈ ഘട്ടത്തിൽ ഉപയോഗിക്കപ്പെടുന്നു. മനസ്സ് കളികളിൽ പൂർണ്ണമായി ലയിച്ചുതന്നെ ഈ ഘട്ടത്തിലും തുടരുന്നു എന്ന് പ്രത്യേകം പറയേണ്ടതില്ല.

ഏറ്റവും ഒടുവിൽ പറഞ്ഞ ഘട്ടത്തിലെ കളികളെ ശിശുമനശ്ശാസ്ത്രം മൂന്നായാണ് തരം തിരിക്കാറുള്ളത്. ശരീര ചലനത്തിൽ മാത്രം ഊന്നിയുള്ള വെറും കളികൾ, നാടകാംശമുള്ള കളികൾ, നാടകീയതയ്ക്ക് പ്രാധാന്യം കൈവരുന്ന നാടകീയ കളികൾ എന്നിവയാണ് അവ.

തൊട്ടുകളിക്കുക, ഓടിക്കളിക്കുക, പന്തുകളിക്കുക, വെള്ളത്തിൽ മുങ്ങിയും നീന്തിയും കളിക്കുക തുടങ്ങിയവയെ വെറും കളികൾ എന്നു വിളിക്കാം.

'കള്ളനും പോലീസും' കളി, ഒളിച്ചുകളി തുടങ്ങിയവയിൽ ചെറിയ തോതിലാണെങ്കിൽ പോലും നാടകീയതയുടെ അംശമുണ്ടെന്നു കാണാം. കള്ളനും പോലീസുമാകുന്നതും ഒളിച്ചിരിക്കുന്ന കുട്ടിയെ തൊടുന്നതും പോലുള്ള ലഘുവായ നാടകീയത.

മൂന്നാമത്തേതാണ് നാടകീയ കളി. നാടകീയ കളിയിൽ മറ്റു രണ്ടിനം കളികളേക്കാളും നാടകീയത കൂടുതലായുണ്ടാവും. അമ്മയും അച്ഛനു

മായും പഠിക്കുന്ന കുട്ടിയും ടീച്ചറുമായും വീടു വച്ച് അതിലുറങ്ങിയും മണ്ണപ്പം ചുട്ടുതിന്നും കാപ്പിയും ചായയും ഉണ്ടാക്കി കുടിക്കുന്നതായി സങ്കല്പിച്ചും കുട്ടിയെ കുളിപ്പിച്ചും തോർത്തി ഉടുപ്പിടുവിക്കുകയും തൊട്ടിലാട്ടി ഉറക്കുകയും ഉണർന്നു കരയുമ്പോൾ അമ്മിഞ്ഞകൊടുത്ത് ലാളിക്കുകയും ചെയ്തും ചോറും കറിയും ചേർത്തുരുട്ടി ഉരുളകളാക്കി ഉരുട്ടി കാക്കേ പൂച്ചേ എന്നു മാടിവിളിച്ച് കുട്ടിയെ ഊട്ടിയും ക്ലാസ്മുറിയിൽ ടീച്ചറായും കുട്ടിയായും പെരുമാറിയും കുട്ടികൾ നാടകീയ കളികളിൽ ഏർപ്പെടും. ശബ്ദ ചലനങ്ങളോടൊപ്പം അത്യാവശ്യം വേഷസംവിധാനങ്ങളും ഈ കളികളിൽ ഉണ്ടാവും. ഇവയെല്ലാം സഹജമായും തങ്ങളുടെ തന്നെ കണ്ടും കേട്ടുമുള്ള അനുഭവങ്ങൾ അടിസ്ഥാനമാക്കിയും കുട്ടികൾ സ്വയം രൂപം നല്കുന്നവയാണ്. ആരും അവരെ പഠിപ്പിക്കുന്നതല്ല. എന്നാൽ ഈ കളികളിൽ കാണികളില്ല. കളിയിലേർപ്പെടുന്നവർ തന്നെ കളിയുടെ അനുഭവങ്ങൾ പങ്കിടുകയാണ് ചെയ്യുന്നത്. ഈ കളികളുടെ തുടക്കമോ ഒടുക്കമോ നടുക്കുള്ള വളർച്ചയോ നിയതമോ, മുൻകൂട്ടി തിരുമാനിച്ചുറപ്പിച്ച മട്ടിൽ ചിട്ടപ്പെടുത്തിയതോ അല്ല. അവ കളിക്കൊപ്പം വളരുകയാണ് ചെയ്യുന്നത്. എന്നാൽ കൂട്ടായ്മ ഇത്തരം കളികളുടെ ഒരു മുഖ്യ സവിശേഷതയാണ്. ഭാവനയും മനോധർമ്മവും അനുസരിച്ച് വളർന്നു വികസിച്ച് നാടകീയ കളികൾ എന്നു വിശേഷിപ്പിക്കാവുന്ന ഈ കളികൾ അവസാനിക്കുന്നു. സ്വന്തം ജീവിതാനുഭവങ്ങളിൽ നിന്നു സ്വയം സൃഷ്ടിക്കുന്ന ചുറ്റുപാടുകളോടു സ്വകീയമായി പ്രതികരിക്കുന്നതും സ്വന്തം ഭാവനയ്ക്കനുസരിച്ചും മനോധർമ്മങ്ങൾക്കനുസരിച്ചും നാടകീയത ചേർത്തും നിർമ്മിക്കുന്നതുമായ രംഗങ്ങളാണ് ഇങ്ങനെ കുട്ടികളുടെ നാടകീയ കളികളിൽ വിരിയുന്നത്. ഭാവി രൂപപ്പെടുത്തുന്നതിനുള്ള കൂട്ടായ്മയുടെ തയ്യാറെടുപ്പും ഈ ഘട്ടത്തിൽ നടക്കുന്നു. കുട്ടിയുടെ സാമൂഹ്യവല്ക്കരണത്തിന്റെ പ്രഥമഘട്ടം എന്ന് ഇതിനെ വിശേഷിപ്പിക്കാം. നാടകീയ കളിയിൽ നിന്നാണ് കുട്ടികളുടെ നാടകം പിറവിയെടുക്കുന്നത്.

ഭാരതീയ നടനകലയുടെ പ്രാത:സ്മരണീയനായ ആചാര്യനായിരുന്ന ഭരതമുനി നാട്യോല്പത്തിയെക്കുറിച്ച് പറയുമ്പാൾ നാടകത്തെ വിശേഷിപ്പിക്കുന്നത് 'കളിപ്പാട്ടം' എന്നർത്ഥമുള്ള 'ക്രീഡനീയകം' എന്നാണ്. കാണാനും കേൾക്കാനും വകയുള്ള കളിപ്പാട്ടം. ഇംഗ്ലീഷിൽ കളി എന്നർത്ഥമുള്ള play എന്ന് നാടകത്തെ വിളിക്കും. ഈ പേരുകൾ നാടക കലയ്ക്കു നല്കുന്നതിന് ബന്ധപ്പെട്ടവരെ പ്രേരിപ്പിച്ചിട്ടുള്ളത് കുട്ടികളുടെ കളികൾ ആവാം. കുട്ടിക്കാലവും നാടകവുമായുള്ള പൊക്കിൾക്കൊടി ബന്ധത്തെ നാടകകലയുടെ ഈ വിശേഷണങ്ങൾ നിശ്ചയമായും ദ്യോതിപ്പിക്കുന്നുണ്ട്.

ജീവിതാനുഭവങ്ങളുമായി ഇണക്കിച്ചേർക്കുമ്പോഴാണ് അറിവ് നമ്മുടെ ജീവിതത്തിന്റെ ഭാഗമാകുന്നത്. ഇതിനുതകുന്ന ശക്തമായ മാദ്ധ്യമമാണ് നാടകം കളി. കഥാപാത്രങ്ങളും വൈകാരിക പിരിമുറുക്ക

മുള്ള സന്ദർഭങ്ങളും ക്രിയാംശങ്ങളും ഉള്ളതുകൊണ്ടാണ് വെറും കളികളിൽ നിന്നും നാടകീയാംശമുള്ള കളികളിൽ നിന്നും വ്യത്യസ്തമായി കുട്ടികളുടെ നാടകത്തിന്റെ തുടക്കമെന്ന് നാടകീയകളികളെ വിളിക്കുന്നത്. കുട്ടികളുടെ നാടകീയ കളികൾ മുതിർന്നവരുടെ നാടകസങ്കല്പങ്ങളിൽ നിന്ന് ഏറെ ദൂരെയാണ്. മുതിർന്നവരുടെ നാടകത്തിൽ നടന്മാരും കാണികളും വേർതിരിക്കപ്പെട്ടവരാണ്. നടന്മാർ നടിക്കുകയും കാണികൾ അതു കാണുകയും കേൾക്കുകയും ചെയ്യുന്നു. നടന്മാരും കാണികളും അങ്ങനെ അന്യവല്ക്കരിക്കപ്പെട്ടിരിക്കുന്നു മുതിർന്നവരുടെ നാടക സങ്കല്പത്തിൽ. എന്നാൽ കുട്ടികളുടെ നാടകീയ കളിയിൽ ഈ വേർതിരിവില്ല. അവിടെ നടനും കാണിയും ഒന്നാണ്.

മുതിർന്നവരെ സംബന്ധിച്ചിടത്തോളം നാടകമെന്നാൽ ചിട്ടപ്പെടുത്തിയ നാടക സങ്കേതങ്ങളുടെ കൂടിച്ചേരലാണ്. നടിക്കുന്നവർ പകർന്നു നല്കുന്ന വികാരങ്ങളും വിചാരങ്ങളും അവയുടെ സംഘാതമായ അനുഭവങ്ങളും അവരിൽനിന്ന് നാടകം കാണുകയും കേൾക്കുകയും ചെയ്യുന്നവരിലേക്കുള്ള കൈമാറലാണ്.

കുട്ടികളുടെ നാടകീയകളിയെ തുലനം ചെയ്യാവുന്നത് മനുഷ്യരാശിയുടെ ശൈശവം പ്രതിഫലിക്കുന്ന നാടൻ കലാരൂപങ്ങളോടാണ്. നാടൻ കലാരൂപങ്ങളിലെന്ന പോലെ കുട്ടികളുടെ നാടകീയ കളികളിൽ രംഗവേദി എന്നൊന്നില്ല. എവിടെയും വേദിയാണ്, വേദിയാക്കാം. ആർ ആരുടെ മുമ്പിൽ കളിക്കുന്നു എന്ന പ്രശ്നവുമില്ല. എല്ലാവരും ചേർന്ന് കൂട്ടായി അനുഭവങ്ങൾ അവതരിപ്പിക്കുന്നു. പങ്കുവയ്ക്കുന്നു.

കുട്ടികളുടെ ഏതു നാടകംകളിയുടെയും പിന്നിൽ വലിയവരുണ്ടാവും. വലിയവർ ഒരുക്കിക്കൊടുക്കുന്ന സന്ദർഭങ്ങളും പ്രോത്സാഹനവുമുണ്ടാവും. ഇത് കുട്ടികളിലുള്ള മുതിർന്നവരുടെ ഇടപെടലല്ല. ആകരുത്.

കുട്ടികളുടെ ശാരീരികവും മാനസികവുമായ വളർച്ചയ്ക്കുതകുന്ന ഏറ്റവും ഫലപ്രദമായ സർഗ്ഗപ്രക്രിയയായി നാടകംകളിയെ മാറ്റാവുന്നതാണ്. കുട്ടികളുടെ സാമൂഹ്യവല്ക്കരണത്തെ സഹായിക്കുന്ന ഉപകരണവുമാണ് നാടകം കളിയെന്നു പറയുമ്പോൾ അതുകൊണ്ട് അർത്ഥമാക്കുന്നത്, അവരെ ആരോഗ്യകരമായ കൂട്ടായ്മയിലേക്കും വ്യക്തിത്വത്തിന്റെ സാമൂഹ്യ പ്രതിബദ്ധതയോടെയുള്ള പൂർണ്ണമായ വികാസത്തിലേക്കും നയിക്കുന്നതാണ് അതെന്നാണ്. അറിവിന്റെ നാനാ മണ്ഡലങ്ങളെ കുട്ടികളുടെ ചിദാകാശത്തിലേക്ക് എളുപ്പത്തിൽ ആനയിക്കാൻ ഉതകുന്ന മാദ്ധ്യമമാണ് നാടകകളിയെന്നാണ്. കുട്ടികൾ സാധാരണഗതിയിൽ വെറുക്കുന്ന കണക്കും ഭൗതികശാസ്ത്രവും ജീവശാസ്ത്രവും ചരിത്രവുമെല്ലാം പ്രയാസം കൂടാതെയും ആകർഷകമായും കുട്ടികളിലെത്തിക്കാനുള്ള ഒരു മാർഗ്ഗം കൂടിയാണത്.

മുൻകൂട്ടി തയ്യാറാക്കിയ ഒരു രംഗപാഠം കുട്ടികളുടെ നാടകീയ കളിക്ക് ആവശ്യമില്ല. അത്തരമൊരു രംഗപാഠം ഉപയോഗിക്കുന്നുണ്ടെ

ങ്കിൽപ്പോലും അത് ആദ്യമേ കുട്ടികൾക്ക് പകർന്നു കൊടുക്കുന്നതിനു പകരം നാടക സന്ദർഭങ്ങൾ കുട്ടികളുടെ ഉള്ളിൽ തന്മയത്വത്തോടെ നടുകയും അതിനിടയിൽ സ്വാഭാവികമായി ഉണ്ടാവുന്ന സംഭവങ്ങൾ നാടകത്തിലെ സംഭാഷണങ്ങളായി പരിവർത്തിപ്പിക്കുകയും ചെയ്യുന്നതായിരിക്കും കുട്ടികളുടെ നാടകങ്ങൾ രംഗത്തവതരിപ്പിക്കുന്നതിൽ സ്വീകരിക്കാവുന്ന സമീപനം.

നാടകീയകളികളിൽ കഥയ്ക്കുള്ള സ്ഥാനം വലുതാണ്. കുട്ടികൾ സ്വന്തമായി പറയുന്ന കഥയും അവർക്കു നേതൃത്ത്വം നല്കുന്ന മുതിർന്ന ആളും കുട്ടികളുമായി നടക്കുന്ന സംവാദത്തിലൂടെ രൂപം കൊള്ളുന്ന കഥയും നാടകീയ കളിക്കുപയോഗിക്കാം. മരങ്ങളും പക്ഷികളും, കാറ്റും മഴയും, കാടും പുഴയും കടലും, യക്ഷികളും ഗന്ധർവ്വന്മാരും, രാക്ഷസന്മാരും ദേവന്മാരും, മാലാഖമാരും സാത്താന്മാരും, മനുഷ്യരും മൃഗങ്ങളുമെല്ലാം കഥാപാത്രങ്ങളായി വരുന്നതാണ് കുട്ടികൾക്ക് കഥകളും നാടകീയ കളികളും. കുട്ടികൾക്ക്, വിശേഷിച്ചും ചെറിയ കൂട്ടികൾക്ക് അവിശ്വസനീയമായി ഒന്നും തന്നെ ഇല്ല. ഈ സവിശേഷത പ്രയോജനപ്പെടുത്താൻ കുട്ടികളുടെ നാടകവേദിക്കു കഴിയും. ചെറിയ കുട്ടികളെ സംബന്ധിച്ചിടത്തോളം ശ്രദ്ധിക്കേണ്ടത് ശബ്ദത്തിന്റെ ഉയർന്നതും താഴ്ന്നതുമായ സ്ഥായിയുടെ കളികളിലുള്ള പ്രയോഗത്തെക്കുറിച്ചാണ്. അത് ശൈലീവല്ക്കരണത്തിന്റെ തുടക്കമാണെന്ന് അറിയുക. മുതിർന്ന കുട്ടികളുടെ കാര്യത്തിൽ, ശബ്ദത്തിന്റെ സ്ഫുടതയും വ്യക്തതയും ശ്രദ്ധിക്കപ്പെടും. ചെറിയ കുട്ടികളെ സംബന്ധിച്ചിടത്തോളം രംഗവേദി ഏതെന്നത് പ്രശ്നമല്ല. ഏതു സ്ഥലവും ക്ലാസ് മുറിയും മരച്ചുവടും കുളിക്കടവും കളിക്കളവും രംഗവദിയാകാം. മുതിർന്ന കുട്ടികളുടെ പ്രായം സ്ഥലബോധത്തെപ്പറ്റിയും വികാര വിചാരതലങ്ങളെപ്പറ്റിയുള്ള ധാരണകൾ അവരിൽ വിരിയുന്ന വേളയാണെന്നറിയുക. വിദഗ്ദ്ധമായ ഇടപെടലിലൂടെ നാടകരൂപം ചിട്ടപ്പെടുത്താനാണ് ചെറിയകുട്ടികൾക്കിടയിൽ ശ്രദ്ധിക്കേണ്ടതെങ്കിൽ, സ്ഥലം, വികാരവിചാരങ്ങൾ എന്നിവയെപ്പറ്റിയുള്ള ധാരണാമാറ്റങ്ങൾ മുതിർന്ന കുട്ടികളുടെ നാടകം രൂപപ്പെടുത്തുമ്പോൾ അവരെ നയിക്കുന്ന മുതിർന്നയാൾ പ്രത്യേകം ശ്രദ്ധിക്കണം.

കുട്ടികളെ സംബന്ധിച്ചിടത്തോളം, വിശേഷിച്ചും ചെറിയ കുട്ടികളുടെ കാര്യത്തിൽ, കാറ്റും പുഴയും അലറിവരുന്ന ഹിംസ്രമൃഗങ്ങളും ലളിതമായ മുഖാവരണങ്ങളിലൂടെയും ലഘുസൂചനകളിലൂടെയും രംഗത്തു കൊണ്ടുവരുന്നത് എളുപ്പമാണ്. കാറ്റിലാടുന്ന മരച്ചില്ലകളെ കാടായും ഇളകുന്ന രംഗപടങ്ങളെ തിരയടിക്കുന്ന കടലായും കുട്ടിമനസ്സ് നിഷ്പ്രയാസം കാണും. സിംഹത്തിന്റെ മുരൾച്ചയും വണ്ടിന്റെ മൂളലും കടലിരമ്പവും മാനിന്റെയും മുയലിന്റെയും കുതിച്ചുചാട്ടവും പക്ഷികളുടെയും വിമാനങ്ങളുടെയും പറക്കലും അവർക്ക് പ്രതീകമാക്കാൻ ഉചിതമായ ശബ്ദനിയന്ത്രണവും വിവിധ നിറങ്ങളിലുള്ള രംഗവിന്യാസവും മതിയാവും. ഉചിതമായ രീതിയിൽ ഉൾച്ചേർക്കുന്ന ആട്ടവും പാട്ടും

വേനൽത്തുമ്പികൾ

കുട്ടികളുടെ മനസ്സിൽ എളുപ്പത്തിൽ തന്നെ ആഴമുള്ള പ്രതികരണം സൃഷ്ടിക്കുകയും ചെയ്യും.

മേൽവിവരിച്ച മൗലികധാരണകൾ അടിസ്ഥാനമാക്കിയുള്ള കുട്ടികളുടെ നാടകവേദി ചമയ്ക്കുന്നതിനുള്ള അന്വേഷണം കേരളത്തിൽ ആരംഭിച്ചത് ഇരുപതാം നൂറ്റാണ്ടിന്റെ അവസാനദശകങ്ങളിലാണെന്ന് നേരത്തെ തന്നെ പറഞ്ഞുവയ്ക്കുകയുണ്ടായി. ഈ രംഗത്ത് അന്നുതൊട്ട് മൗലികമായ സംഭാവനകൾ ചെയ്തുപോന്നതും ഇന്നും തുടരുന്നതും 'വേനൽത്തുമ്പികൾ' ആണെന്ന് ഉറപ്പിച്ചു പറയാൻ കഴിയും. ഇരുപത്തയ്യായിരത്തിലേറെ യൂണിറ്റുകൾ കേരളത്തിലങ്ങോളമിങ്ങോളം ഉള്ളതും എട്ടുലക്ഷത്തോളം അംഗങ്ങളെ പ്രതിനിധീകരിക്കുന്നതുമായ ബാലസംഘത്തിന്റെ ആഭിമുഖ്യത്തിലാണ് വേനൽത്തുമ്പികൾ ഏറക്കുറെ എല്ലാ മദ്ധ്യവേനലവധിക്കാലങ്ങളിലും കേരളത്തിന്റെ മുക്കിലും മൂലയിലും എത്തിച്ചേർന്ന് കുട്ടികളവതരിപ്പിക്കുന്ന നാനാ രംഗശില്പങ്ങൾ ലക്ഷക്കണക്കിനു വരുന്ന കുട്ടികൾക്കും മുതിർന്നവർക്കും മുമ്പാകെ അവതരിപ്പിച്ചു പോരുന്നത്.

1990 ലാണ് വേനൽത്തുമ്പികൾ എന്ന പേരുള്ള കുട്ടികളുടെ കലാജാഥാ പരിപാടിക്ക് ബാലസംഘം സംസ്ഥാനതലത്തിൽ രൂപം കൊടുത്തത്. അതിനുമുമ്പും ഈ വഴിക്കുള്ള ഒറ്റപ്പെട്ട ശ്രമങ്ങൾ ബാലസംഘത്തിന്റെ ആഭിമുഖ്യത്തിൽ വിവിധ ജില്ലകളിൽ നടക്കാറുണ്ടായിരുന്നു. തിരുവനന്തപുരം ജില്ലയിലെ കിളിക്കൂട്ടം, പാലക്കാട് ജില്ലയിലെ കളിവണ്ടി, കണ്ണൂർ ജില്ലയിലെ കളിവഞ്ചി തുടങ്ങിയ കുട്ടികളുടെ കലാജാഥാ

സംഘങ്ങൾ 1990 നു മുമ്പും ജില്ലാടിസ്ഥാനത്തിൽ കലാജാഥകൾ നടത്താറുണ്ടായിരുന്നു. അവയുടെ തുടർച്ചയെന്നോണമാണ് വേനൽത്തുമ്പികൾ നിലവിൽ വന്നത്. നീണ്ട വേനൽ വറുതിയുടെ അറുതിയിൽ മണ്ണിനു കുളിർമ്മ ചാർത്തുന്ന, മഴക്കാലം വരവായി എന്ന് അറിയിച്ചുകൊണ്ട് ആദ്യത്തെ മഴയ്ക്ക് തൊട്ടുപിന്നാലെ മണ്ണിൽ നിന്നും പറന്നുയരുന്ന തുമ്പികളാണല്ലോ വേനൽത്തുമ്പികൾ. പട്ടിണിയുടെയും ദാരിദ്ര്യത്തിന്റെയും കാലം പിന്നിട്ട് ഇതാ ഒരു നല്ല നാളെ പിറക്കുന്നു എന്നു വിളിച്ചറിയിച്ചുകൊണ്ട് കേരളത്തിലെ നഗരങ്ങളിലും നാട്ടുമ്പുറങ്ങളിലും കലാപരിപാടികൾ അവതരിപ്പിക്കാനെത്തുന്ന കുട്ടികളുടെ ഗ്രൂപ്പുകൾക്ക് വേനൽത്തുമ്പികൾ എന്ന് പേരിട്ടത് നല്ല നാളെയെപ്പറ്റിയുള്ള പുതിയ തലമുറയുടെ ശുഭപ്രതീക്ഷയുടെ കിനാവുകൾ ഉൾക്കൊണ്ടുകൊണ്ടാണ്. അവരുടെ അഭിലാഷങ്ങളും ആകുലതകളും, മോഹങ്ങളും മോഹഭംഗങ്ങളും, ഉൽകണ്ഠകളും ആകാംക്ഷകളും നെഞ്ചേറ്റിക്കൊണ്ടാണ്.

1990 ലെ മദ്ധ്യവേനലവധിക്കാലത്തിനു തൊട്ടുമുമ്പാണ്, കുട്ടികളുടെ നാടക രംഗത്തു പ്രവർത്തിക്കുന്നവർ പങ്കെടുത്തുകൊണ്ട് നിളാ നദിയുടെ തീരത്ത് തൃത്താലയിൽ വച്ച് ആദ്യത്തെ വേനൽത്തുമ്പി കലാജാഥകൾക്കുവേണ്ടിയുള്ള സംസ്ഥാനതല ശില്പശാല നടന്നത്. പ്രൊഫ. പി ഗംഗാധരൻ, ഡി പാണി, എം ശിവശങ്കരൻ, ഡോ. കെ എൻ ഗീത തുടങ്ങിയവർ നേതൃത്വം നല്കിയ ആ ശില്പശാലയിൽ നിന്ന് ഉരുത്തിരിഞ്ഞ അതിമനോഹരമായ ഒരു ദൃശ്യശില്പമായിരുന്നു 'അപ്പമരം.' തെക്കെ മലബാറിലെ കുട്ടികൾ തലമുറകളിലൂടെ മുത്തശ്ശിമാർ പറഞ്ഞുകേട്ട കഥയിൽ നിന്ന് പാണി മാഷ് മെനഞ്ഞെടുത്ത ഒരു ദൃശ്യശില്പമായിരുന്നു അത്. നെൽസൺ മണ്ടേലയെപ്പറ്റി ഭാസുരേന്ദ്രബാബു എഴുതിയ *കറുത്ത പൂവ്* തുടങ്ങിയ ചെറു നാടകങ്ങൾ ഉൾപ്പെടെയുള്ള ദൃശ്യശില്പങ്ങൾ അടങ്ങുന്ന ആദ്യത്തെ വേനൽത്തുമ്പി കലാജാഥയെ സംസ്ഥാനത്തെ ഒട്ടുമിക്ക ജില്ലകളും ആവേശപൂർവ്വം സ്വീകരിക്കുകയുണ്ടായി.

ഇതേത്തുടർന്ന് മിക്കവാറും എല്ലാ മദ്ധ്യവേനലവധിക്കാലത്തും വേനൽത്തുമ്പി കലാജാഥകൾ കേരളത്തിലെ എല്ലാ ജില്ലകളിലും അങ്ങോളമിങ്ങോളം പര്യടനം നടത്തിപ്പോരുന്നു. തുടക്കത്തിൽ ഒരു ജില്ലയിൽ ഒരു ജാഥ എന്നായിരുന്നുവെങ്കിൽ, പിന്നീട് അതുമാറി എല്ലാ ജില്ലകളിലും ഒന്നിലേറെ ജാഥകൾ, ചില ജില്ലകളിൽ പതിനഞ്ചും പതിനെട്ടും ജാഥകൾ ഓരോ വർഷവും കുട്ടികളുടേതായി ചെറുനാടകങ്ങളും നൃത്തശില്പങ്ങളും ചൊൽക്കാഴ്ചകളും അവതരിപ്പിക്കുന്നു. നൂറുകണക്കിനു ജാഥകൾ, ഓരോന്നിലും പന്ത്രണ്ടുമുതൽ ഇരുപതു വരെ കുട്ടികൾ എന്ന നിരക്കിൽ ആയിരക്കണക്കിന് ബാലപ്രതിഭകൾ അവയിൽ പങ്കെടുക്കുന്നു. പതിനായിരക്കണക്കിന് കുട്ടികളും മുതിർന്നവരും അവർ അവതരിപ്പിക്കുന്ന പരിപാടികൾ ഔത്സുക്യത്തോടെ കാണുന്നു. പാട്ടുകളുടെയും താളമേളങ്ങളുടെയും അവതരണത്തിന് സി ഡികൾ പോലുള്ള ആധുനിക സാങ്കേതിക സൗകര്യങ്ങൾ പ്രയോജനപ്പെടു

ത്തുന്നു. 2014 ലെ വേനൽത്തുമ്പി കലാജാഥാ പരിപാടികൾ 317, 617 പേർ കണ്ടെന്നാണ് കണക്കുകൾ സൂചിപ്പിക്കുന്നത്. ഏതെങ്കിലും ഒരു ജില്ലയിലെ രണ്ടോമൂന്നോ കുട്ടികളുടെ കലാഗ്രൂപ്പുകൾക്ക് സംസ്ഥാന പരിശീലകരുടെ ആഭിമുഖ്യത്തിൽ നല്കുന്ന പരിശീലനം സംസ്ഥാന ത്തെ എല്ലാ ജില്ലകളിൽനിന്നും വന്നെത്തുന്ന സംവിധായകരും നൃത്തപരിശീലകരും ചമയക്കാരുമുൾപ്പെടുന്ന മുതിർന്നവർ ഒരാഴ്ച ക്കാലം വീക്ഷിച്ചു പഠിച്ചശേഷം സ്വന്തം ജില്ലകളിൽ ചെന്ന് അവിടത്തെ ഗ്രൂപ്പുകളിലെ കുട്ടികൾക്ക് ഒരാഴ്ചയിലേറെക്കാലം പരിശീലനം നല്കി ജില്ലയിലെ ഗ്രൂപ്പുകളെ അണിനിരത്തുകയാണ് ചെയ്യുന്നത്. ഓരോ ജില്ലയിലും വേനൽത്തുമ്പികൾ പറന്നെത്തും, അവിടെ നടക്കുന്ന ബാലോത്സവ പരിപാടികൾക്കിടയ്ക്ക്-നല്ലൊരു നാളെ കെട്ടിപ്പടുക്കുവാനുള്ള ആവേശത്തോടെ, അതേസമയം തങ്ങളവതരിപ്പിക്കുന്ന രംഗശി ല്പങ്ങളിൽ കുട്ടിത്തം പുലർത്തുന്നതിൽ ജാഗരൂകത പുലർത്തിക്കൊണ്ട്.

വേനൽത്തുമ്പികൾ ഇരുപത്തഞ്ചു വർഷക്കാലംകൊണ്ട് അരങ്ങേറിയിട്ടുണ്ടാവുക കുട്ടികൾക്കുവേണ്ടി രചിക്കപ്പെട്ടിട്ടുള്ള നൂറിലേറെ ലഘു നാടകങ്ങളും അത്രയും തന്നെ ചൊൽക്കാഴ്ചകളും അതിലൊട്ടും കുറയാത്ത നൃത്ത സംഗീതശില്പങ്ങളുമാണ്. ചിരസ്മരണീയനായ മലയാളത്തിന്റെ പ്രിയപ്പെട്ട കവി ഒ എൻ വി കുറുപ്പും ഏഴാച്ചേരി രാമചന്ദ്രനും പ്രഭാവർമ്മയും സി ആർ ദാസും പരേതരായ ശ്രീരേഖയും മുല്ല നേഴിയുമുൾപ്പെടെ ധാരാളം കവികൾ ഈ പരിപാടികൾക്കുവേണ്ടി പാട്ടുകൾ എഴുതിയിരിക്കുന്നു. അവയിൽ പലതും ഇന്നും മലയാളക്കരയിലെ കുട്ടികളുടെ നാവിൻതുമ്പിൽ തത്തിക്കളിക്കുന്നു. അമ്പതിൽ കുറയാതെ എഴുത്തുകാർ കുട്ടികൾക്കുവേണ്ടി രംഗപാഠങ്ങൾ തയ്യാറാക്കിയിരിക്കുന്നു. നൂറുകണക്കിനു സംവിധായകർ കുട്ടികളുടെ നാടകവേദിയിൽ പരിശീലനം നേടി അത് തലമുറകളിലേക്ക് കൈമാറിയിരിക്കുന്നു.

അതിബൃഹത്തായ ഈ വേനൽത്തുമ്പി കലാ ജാഥാ സംവിധാനത്തിനു സമാനമായി മറ്റൊന്നും കേരളത്തിലെന്നല്ല, ലോകത്തിൽ തന്നെ മറ്റൊരിടത്തും ഇന്നോളം പ്രവർത്തിച്ചിട്ടുണ്ടെന്നു തോന്നുന്നില്ല. കുട്ടികളുടെ സാംസ്കാരിക പ്രവർത്തനങ്ങളുടെ രംഗത്ത് വേനൽത്തുമ്പികൾ കാഴ്ചവച്ചതും ഇന്നും കാഴ്ചവച്ചുകൊണ്ടിരിക്കുന്നതുമായ സോദ്ദേശമായ സംഭാവന ഇനിയും ശരിയായി വിലയിരുത്തപ്പെട്ടിട്ടില്ല. അതേസമയം, ഈ സംവിധാനത്തിന്റെ ശില്പികളായ പ്രൊഫ. പി ഗംഗാധരൻ, ആലിന്തറ ജി കൃഷ്ണപിള്ള തുടങ്ങിയ പ്രതിഭാശാലികൾ കുട്ടികളുടെ യഥാർത്ഥ തിയേറ്ററിനുവേണ്ടിയുള്ള തങ്ങളുടെ അന്വേഷണം തുടരുകയാണ്.

കുട്ടികളുടെ നാടകവേദി എന്ന നിലയ്ക്ക് വേനൽത്തുമ്പികൾക്കു മുമ്പ് കേരളത്തിൽ പ്രവർത്തിച്ച ചില പ്രസ്ഥാനങ്ങളുടെയും അവയുടെ ശില്പികളുടെയും പേര് ഇവിടെ സ്മരിക്കാതിരിക്കാനാവില്ല. അതുപോലെതന്നെ ഇപ്പോഴും പ്രവർത്തനം തുടരുന്ന പ്രസ്ഥാനങ്ങളുടെയും

അവ നടത്തുന്നവരുടെയും പേരുകളും എടുത്തുപറയേണ്ടതുണ്ട്. തിരുവനന്തപുരം ജില്ലയിലെ വെഞ്ഞാറമൂട്ടിൽ പതിറ്റാണ്ടുകളായി പ്രവർത്തിച്ചുവരുന്ന 'രംഗപ്രഭാത്' എന്ന കുട്ടികളുടെ നാടക പരിശീലന കേന്ദ്രത്തിലെ കുട്ടികൾക്കുവേണ്ടി നാടകങ്ങളെഴുതി മലയാള ബാലനാടക ശാഖയെ സമ്പുഷ്ടമാക്കിയ പ്രതിഭാധനനായ എഴുത്തുകാരനായിരുന്ന ജി ശങ്കരപ്പിള്ള, രംഗപ്രഭാതിലെ കുട്ടികൾക്കുവേണ്ടി നാടകങ്ങൾ സംവിധാനം ചെയ്ത അതുല്യ പ്രതിഭാശാലിയായിരുന്ന പരതനായ പ്രൊഫ. എസ് രാമാനുജം എന്നിവരുടെ സംഭാവനകൾ ഓർക്കപ്പെടേണ്ടവയാണ്. കൂടാതെ, ഒരു വ്യാഴവട്ടക്കാലമായി ഗോപി കുറ്റിക്കോൽ എന്ന യുവകലാകാരൻ ഡയറക്ടറായി പ്രവർത്തിക്കുന്ന കാസർകോട്ടെ സൺഡേ സ്കൂൾ, തൃശൂരിൽ ഇ ടി വർഗീസ് മാഷും കെ വി ഗണേഷും നയിക്കുന്ന രംഗചേതന, വടകരയിലെ പൂക്കാട് കലാലയം, പ്രശസ്ത ഫോക്ക്ലോർ കലാകാരനായിരുന്ന എം ശിവപ്രസാദിന്റെ ഓർമ്മയ്ക്കായി തിരുവനന്തപുരത്ത് അരദശാബ്ദക്കാലമായി പ്രവർത്തിക്കുന്ന 'പ്രസാദം' ബാലകലാകേന്ദ്രം, കേരള ശാസ്ത്രസാഹിത്യ പരിഷത്തിന്റെ നേതൃത്വത്തിലുള്ള ബാലോത്സവകലാജാഥകൾ തുടങ്ങി ഒട്ടേറെ മറ്റു സ്ഥാപനങ്ങളും പ്രസ്ഥാനങ്ങളും ഇന്ന് കേരളത്തിലെ കുട്ടികളുടെ നാടകവേദിയെ പുഷ്ടിപ്പെടുത്തുന്നവയായുണ്ട്.

ഇരുപത്തഞ്ചുവർഷം പിന്നിടുന്ന വേനൽത്തുമ്പികൾ

പ്രൊഫ. ജോസഫ് മുണ്ടശ്ശേരി വിദ്യാഭ്യാസ മന്ത്രി ആയിരുന്നപ്പോഴാണ് (1957–59) കുട്ടികളുടെ സാംസ്കാരിക പ്രവർത്തനങ്ങൾക്ക് വിദ്യാലയങ്ങളിൽ ആദ്യമായി മാന്യമായ സ്ഥാനം നല്കിയത്. എന്നാൽ അന്ന് ആവിഷ്കരിക്കപ്പെട്ടു നടന്നുവന്ന കുട്ടികളുടേതായ സാംസ്കാരിക പ്രവർത്തനങ്ങളിൽ അവരുടേതായ തനിമ ഒട്ടുംതന്നെ ഇല്ലായിരുന്നു. മുതിർന്നവർ ഉണ്ടാക്കുന്ന ചട്ടങ്ങൾക്കനുസരിച്ച് രൂപം കൊടുത്തവയായിരുന്നു അവ. ഈ കുറവു നികത്തുന്നതിനുവേണ്ടിയുള്ള ബദൽ സാംസ്കാരിക പ്രവർത്തനങ്ങൾക്കായുള്ള അന്വേഷണം 1982 മുതല്ക്കേ ബാലസംഘത്തിന്റെ അജണ്ടയിൽ ഉൾപ്പെട്ടിരുന്നു. തിരുവനന്തപുരം ജില്ലയിലെ കിളിക്കൂട്ടം, പാലക്കാട് ജില്ലയിലെ കളിവണ്ടി, കണ്ണൂർ ജില്ലയിലെ കളിവഞ്ചി തുടങ്ങിയ കുട്ടികളുടെ സാംസ്കാരിക പ്രവർത്തനങ്ങളുടേതായ കൂട്ടായ്മകൾ ബാലസംഘം മുൻകൈയെടുത്ത് ആരംഭിച്ച കുട്ടികളുടെ രംഗകലാപരിപാടികളായിരുന്നു.

ഇവയുടെ തുർച്ചയായാണ് 1990 ൽ വേനൽത്തുമ്പികൾ എന്ന പേരിലുള്ള കുട്ടികളുടെ കലാജാഥാപരിപാടിക്ക് ബാലസംഘം സംസ്ഥാനാടിസ്ഥാനത്തിൽ രൂപം കൊടുത്തത്. കുട്ടികളുടെ മേഖലയിൽ രംഗകലാ പ്രവർത്തനത്തിൽ ഏർപ്പെട്ടിരിക്കുന്നവരെയും അതിലേക്ക് കൊണ്ടുവരാൻ കഴിയുന്നവരെയും സംസ്ഥാനാടിസ്ഥാനത്തിൽ വിളിച്ചുകൂട്ടി അവരുടെ നേതൃത്വത്തിൽ ഒരു ജില്ലയിലെ കുട്ടികളുടെ ഒന്നോ രണ്ടോ ട്രൂപ്പുകൾക്ക് കുട്ടികളുടേതായ തനിമയുള്ള ഏതാനും ദൃശ്യശില്പങ്ങൾ അവതരിപ്പിക്കുന്നതിൽ പരിശീലനം നല്കുകയും അവിടെ നിന്നുകിട്ടുന്ന അനുഭവങ്ങൾ വച്ച് അവർ സ്വന്തം ജില്ലകളിൽച്ചെന്ന് അവിടെയുള്ള ഗ്രൂപ്പുകൾക്ക് പരിശീലനം നല്കി അതതു ജില്ലകളിൽ കലാജാഥകൾ

പര്യടനം നടത്തുകയും - ഈ രീതിയിൽ വേനൽത്തുമ്പി കലാജാഥകൾ രൂപകല്പന ചെയ്ത് 1990 ൽ ആയിരുന്നു.

എത്രനാളത്തെ തലപുകഞ്ഞുള്ള ആലോചനയ്ക്ക് ശേഷമാണ് വേനൽത്തുമ്പികൾ എന്ന പേരിൽ ഈ പരിപാടിയുടെ സംഘാടകരിൽ മുന്നിട്ടുനിന്നവർ എത്തിയതെന്നോ? അങ്ങനെ തലപുകഞ്ഞാലോചിച്ച വരിൽ ഗംഗാധരൻ മാഷും (പ്രൊഫ. പി ഗംഗാധരൻ) ടി കെ നാരായണ ദാസും എം ശിവശങ്കരനും ജി രാധാകൃഷ്ണനും ഈ ലേഖകനും ഉൾപ്പെടുന്നു.

ആദ്യത്തെ വേനൽത്തുമ്പി കലാജാഥകൾക്കുവേണ്ടിയുള്ള സംസ്ഥാനതല ശില്പശാല നടന്നത് 1990 ലെ മദ്ധ്യ വേനലവധിക്കാലത്തിനു തൊട്ടുമുമ്പ്, മുമ്പ് സൂചിപ്പിച്ചതുപോലെ കുട്ടികളുടെ രംഗത്തു പ്രവർത്തിക്കുന്നവർ പങ്കെടുത്ത് തൃശൂർ വച്ചു ചേർന്ന യോഗത്തിനു പിന്നാലെ പാലക്കാട് ജില്ലയിലെ ബാലസംഘം പ്രവർത്തകർ മുൻകൈയെടുത്ത് നിളാനദിയുടെ തീരത്തെ തൃത്താലയിൽ വച്ചായിരുന്നു. പ്രൊഫ. പി ഗംഗാധരൻ, ഡി പാണി, എം ശിവങ്കരൻ, ഡോ. എൻ കെ ഗീത തുടങ്ങിയവർ നേതൃത്വം നല്കിയ ആ ശില്പശാലയിൽനിന്ന് ഉരുത്തിരിഞ്ഞ അതിമനോഹരമായ ഒരു ദൃശ്യശില്പമായിരുന്നു *അപ്പമരം*. തെക്കെ മലബാറിലെ പല തലമുറകളിൽപ്പെട്ട കുട്ടികൾ അവരുടെ മുത്തശ്ശിമാരിൽ നിന്ന് കേട്ട് ഒരേ സമയം പേടിക്കുകയും ആഹ്ലാദിക്കുകയും ചെയ്ത ഒരു നാടൻ കഥയിൽനിന്ന് പാണിമാഷ് മെനഞ്ഞെടുത്ത ദൃശ്യശില്പമായിരുന്നു അത്. തുടർന്ന് സ്കൂൾ യുവജനോത്സവങ്ങളുടെ കണക്കില്ലാത്ത വേദികൾ മുതൽ സംസ്ഥാന സംഗീതനാടക അക്കാദമി സംഘടിപ്പിച്ച ദേശീയ നാടകോത്സവത്തിന്റെ വേദിയിൽവരെ കുട്ടികളും മുതിർന്നവരും ഒരേ താല്പര്യത്തോടെയും കുതൂഹലത്തോടെയും *അപ്പമരം* കണ്ട് ആസ്വദിക്കുകയുണ്ടായി. ഒന്നാമത്തെ വേനൽത്തുമ്പി കലാജാഥാ പരിപാടിയിൽ *അപ്പമര*ത്തിന് പുറമേ ഭാസുരേന്ദ്ര ബാബു രചിച്ച നെൽസൺ മണ്ടേലയെക്കുറിച്ചുള്ള *കറുത്തപൂവ്* തുടങ്ങിയ ചെറു നാടകങ്ങളും ഉൾപ്പെട്ടിരുന്നു. കേരളത്തിലെ ഒട്ടു മിക്ക ജില്ലകളിലും ഒന്നാമത്തെ വേനൽത്തുമ്പി കലാജാഥാ പരിപാടി ആവേശപൂർവ്വം സ്വീകരിക്കപ്പെടുകയുണ്ടായി.

വേനൽത്തുമ്പികൾക്കുവേണ്ടി പാട്ടുകളും നാടകങ്ങളും എഴുതിയ വരിലും പാട്ടുകൾക്ക് ഈണം നല്കിയവരിലും തുമ്പികളുടെ ചുവടുകൾ വിന്യസിച്ചവരിലും കേരളത്തിലെ പ്രശസ്തരായ നിരവധി കവികളും നാടകകൃത്തുക്കളും ദൃശ്യ - ഗാന സംവിധായകരും ഉൾപ്പെടുന്നു.

പാട്ടുകൾ എഴുതിക്കൊടുത്ത് തുമ്പികളെ അനുഗ്രഹിച്ചവരിൽ ചിരസ്മരണീയനായ ഒ എൻ വി കുറുപ്പ്, ഏഴാച്ചേരി രാമചന്ദ്രൻ, പ്രഭാവർമ്മ, പിരപ്പൻകോട് മുരളി, പരേതരായ ശ്രീരേഖ, മുല്ലനേഴി എന്നിവർ ഉൾപ്പെടുന്നു. ഒ എൻ വി എഴുതി നല്കിയ പാട്ടുകളിൽ പുലർവെട്ടം, എത്ര സുന്ദരമെന്റെ മലയാളം, നറുമൊഴി, വേനൽത്തുമ്പികൾ വരവായ്,

തുഞ്ചന്റെ നാട്ടിൽ എന്നിവ പെടുന്നു. ഏഴാച്ചേരിയുടെ നാളത്തെ ലോകം, റാമും മുഹമ്മദും എബ്രഹാമും, ഒരേ ശക്തിയാകാം; പ്രഭാവർമ്മയുടെ കടങ്കഥപ്പാട്ട്, കേരളഗാനം, വൃന്ദഗാനം; പിരപ്പൻകോട് മുരളിയുടെ നമ്മൾ പറയിപെറ്റ മക്കൾ, അ ആ ഇ ഈ, ശ്രീരേഖയുടെ മലയാളം, മലയാളം; മുല്ലനേഴിയുടെ നന്മ, അക്ഷരഗീതം എന്നീ പാട്ടുകളും എടുത്തുപറയേണ്ടതുണ്ട്. ഇവരെക്കൂടാതെ, സി ആർ ദാസ്, ലളിതാ ലെനിൻ, എം എസ് കുമാർ, എം വി മോഹനൻ, ആര്യൻ കണ്ണനൂർ, ആലിന്തറ ജി കൃഷ്ണപിള്ള, എ ആർ ചിദംബരം, ഇ രാമചന്ദ്രൻ, കെ കെ കൃഷ്ണ കുമാർ, ടി പി സ്നേഹചന്ദ്രൻ, ഹരിശങ്കർ മുന്നൂർക്കോട്, കെ കെ കൊച്ച്, ആനന്ദ് വി മോഹൻ തുടങ്ങി പ്രശസ്തരും അത്രയൊന്നും അറിയപ്പെടാത്തവരും ആയ എഴുത്തുകാർ വേനൽത്തുമ്പികൾക്ക് ആടിപ്പാടാനും ദൃശ്യശില്പങ്ങളായി അവതരിപ്പിക്കാനും വേണ്ടി നിരവധി പാട്ടുകൾ എഴുതിക്കൊടുത്തവരിൽ പെടുന്നവരാണ്.

വേനൽത്തുമ്പി പാട്ടുകളിലധികവും ദൃശ്യാവിഷ്കാരവുമായി ബന്ധപ്പെട്ടവയാണ്. നൃത്തം, ചൊൽക്കാഴ്ച എന്നിങ്ങനെ പാട്ടുകൾ വെറും പാട്ടുകളല്ലാതെ പാട്ടരങ്ങുകളായി മാറുകയാണ്. ഒരു തമാശപ്പാട്ടിനുപോലും രംഗാവിഷ്കാരം നടത്തും. പരിപാടിയുടെ സമാപനം അതതു പ്രദേശത്തുള്ള ഏതെങ്കിലും നാടൻ കലയുടെ അവതരണത്തോടുകൂടി ആയിരിക്കും. കാളകളിയോ തിത്തേരക്കുടയോ വട്ടപ്പാട്ടോ പടയണിപ്പാട്ടോ കുമ്മാട്ടിക്കളിയോ പോലെ. പാട്ടുകൾക്ക് ഈണം നല്കുകയും അവയിൽ പലതും ദൃശ്യശില്പങ്ങളായി ചിട്ടപ്പെടുത്തുകയും ചെയ്തവരിൽ പ്രൊഫ. കലാമണ്ഡലം വാസുദേവപ്പണിക്കർ, ഗോപി കണയം, കെ എം ഉദയൻ, കലാമണ്ഡലം ഗോപകുമാർ, ഡോ. എൻ കെ ഗീത എന്നിവർ പേരെടുത്തു പറയേണ്ടവരാണ്.

ഇരുപതിലേറെ പേർ എഴുതിയ നൂറിലേറെ നാടകങ്ങൾ കഴിഞ്ഞ ഇരുപത്തഞ്ചുവർഷക്കാലയളവിൽ വേനൽത്തുമ്പി കലാജാഥകളിൽ അവതരിപ്പിക്കപ്പെട്ടിട്ടുണ്ട്. ലിയോ ടോൾസ്റ്റോയ്, മാക്സിം ഗോർക്കി, ആന്റൺ ചെഖോവ്, ഓസ്കാർ വൈൽഡ്, രബീന്ദ്രനാഥടാഗോർ, സഫ്ദർ ഹഷ്മി, വൈക്കം മുഹമ്മദ് ബഷീർ, ഉറൂബ് തുടങ്ങിയ എഴുത്തുകാരുടെ നാടകങ്ങളും അവരെഴുതിയ കഥകളുടെ നാടകരൂപങ്ങളും അവയിൽപ്പെടുന്നു. സാർവ്വദേശീയരംഗത്തു വ്യക്തിമുദ്ര പതിപ്പിച്ചവരും സ്വാതന്ത്ര്യസമരം നയിക്കുകയും അതിൽ പങ്കാളികളായി വീരചരമമടയുകയും ചെയ്തവരുമായവരുടെ ജീവിതകഥകൾ, ജാതിക്കും വർഗ്ഗീയതയ്ക്കും സമൂഹത്തിലെ അനീതികൾക്കും എതിരെ നടന്ന പോരാട്ടങ്ങളുടെ കഥകൾ, സമൂഹത്തിൽ മാറ്റങ്ങളുണ്ടാക്കിയ ശാസ്ത്ര കണ്ടുപിടുത്തങ്ങൾ, പരിസ്ഥിതിപ്രശ്നങ്ങൾ, വിദ്യാഭ്യാസരംഗത്തെ പ്രശ്നങ്ങളും അവയ്ക്കു പരിഹാരമായുള്ള പുതുവിദ്യാഭ്യാസ സങ്കല്പങ്ങളും, കുട്ടികളുടെ അവകാശങ്ങൾ, കുട്ടികൾക്കെതിരായ പീഡനങ്ങൾ, കുട്ടികളുടെ കളിമ്പങ്ങളും അഭിലാഷങ്ങളും ആകുലതകളും, കുട്ടികൾക്ക്

പഥ്യമായ നാടോടിക്കഥകളും മുത്തശ്ശിക്കഥകളും തുടങ്ങി ബാലസംഘത്തിന്റെ അജണ്ടയിൽ ഉൾപ്പെട്ട നാനാവിഷയങ്ങൾ കുട്ടികളുടെ കണ്ണിൽക്കൂടി കണ്ടുകൊണ്ടുള്ളവയാണ് ഈ രംഗശില്പങ്ങൾ.

അപ്പമരമെന്ന നാടൻമിത്ത് ആധാരമാക്കിയ നാടകം (ഡി പാണി) കൂടാതെ *കറുത്ത പൂവ്* (നെൽസൺ മണ്ടേലയുടെ ജീവിത കഥ, (എം ഭാസുരേന്ദ്ര ബാബു), *രാജാവ് നഗ്നനാണ്* (പി ഗംഗാധരൻ), *ജാലിയൻ വാലാബാഗ്* - ചന്ദ്രശേഖർ ആസാദ് ഒരു ചരിത്രപാഠം റാം മുഹമ്മദ് സിങ്, *നാടിന്റെ ഉശിരുകൾ, മംഗൾ പാണ്ഡെയുടെയും അയ്യങ്കാളിയുടെയും ജീവിതകഥകൾ, ഞങ്ങൾ പാവകളല്ല, അമ്മുവിന്റെ പുള്ളിയുടുപ്പ്, മനുഷ്യന്റെ കഥ, സ്വാതന്ത്ര്യ സ്വപ്നങ്ങൾ മരിക്കുന്നില്ല* (ടി കെ നാരായണ ദാസ്), *കാറ്റുപറഞ്ഞ കഥ, തീണ്ടൽപ്പലക, ഒറ്റമൂലി, ശ്യാമിന്റെ സ്വപ്നം, മൂക്കല്ലേ പോട്ടെ, നുണ, ശങ്കരച്ചാരുടെ വടി, പുഴയും കുട്ടിയും, മാവലി അറസ്റ്റിൽ, ചരിത്രത്തിലെ കള്ളൻ* (എ ആർ ചിദംബരം), *കുടുകുടു കുട്ടിച്ചാത്തൻ. നൂറ്റൊന്നു സ്വർണ്ണക്കുടങ്ങൾ, ദേശാടനപ്പക്ഷികൾ മാജിക് സ്ലേറ്റ്* (എം ശിവപ്രസാദ്), *ശിശിരത്തിലെ ഓക്കുമരം, നൂലിൽ തീർത്ത സ്വപ്നങ്ങൾ. പളുങ്കുമണികൾ* (ബി എസ് ശ്രീകണ്ഠൻ), *ഗോപിയും ബാഘയും, ഭൂമിവർണ്ണങ്ങൾ, ചുവന്നപൂവ്* (സഫ്ദർഹഷ്മി), *ആനച്ചിലന്തികൾ. പൂവൻകോഴി മുട്ടയിട്ടു. തുരു തുരപ്പെരുച്ചാഴി ശൂരമഹാരാജാവ്* (ആലിന്തറ ജി കൃഷ്ണപിള്ള), *പൂതപ്പാട്ടിനുശേഷം, പോസ്റ്റ്മാൻ* (രബീന്ദ്രനാഥ ടാഗോർ - നാടകാവിഷ്കാരം: ഗോപി കുറ്റിക്കോൽ), *വെളുത്ത കുട്ടി* (ഉറൂബ് - നാടകാവിഷ്കാരം: ഡി പാണി.) *കുറുക്കൻ രാജാവ്* (കേലു), *പഴുതുകൾ പഴുതുകൾ സർവ്വത്ര, മിനിക്കുട്ടി പഠിക്കുന്നു* (എം വി മോഹനൻ), *കറുത്തവറ്റ്* (ആര്യൻ കണ്ണനൂർ), *ഒഞ്ചിയം - ഒരു വീരഗാഥ* (ശ്രീജിത് പൊയിൽക്കാവ്), *വൃന്ദാവനം (കെ വി ഗണേഷ്), ഈ ഭൂമി നമുക്ക് സ്വന്തം* (പി പി ലക്ഷ്മണൻ), *ചക്കരമാവും കുട്ടികളും* (കെ പി പ്രിയദർശനൻ) എന്നിവ അവയിൽ ചിലതുമാത്രം. ഇവകൂടാതെ കുട്ടികളുടെ രചനകൾ കോർത്തുള്ള നാടകശില്പങ്ങളും വേനൽത്തുമ്പികളിൽ ദുർല്ലഭമായെങ്കിലും അവതരിപ്പിക്കപ്പെടുകയുണ്ടായിട്ടുണ്ട്.

കുട്ടികളുടെ സാംസ്കാരിക പ്രവർത്തനങ്ങൾക്ക് കുട്ടികളുടേതായ തനിമ നല്കാനുള്ള നിരന്തരമായ അന്വേഷണങ്ങളിലൂടെ കുട്ടികളുടെ തിയേറ്റർ എന്തെന്ന് കേരള സമൂഹത്തിന് പരിചയപ്പെടുത്തിക്കൊടുക്കുകയാണ് വേനൽത്തുമ്പി കലാജാഥകൾ യഥാർത്ഥത്തിൽ ചെയ്തത്.

'നാളത്തെ ലോകം ഞങ്ങളുടെ ലോകം' കുട്ടികൾക്കിണങ്ങുന്ന കേരളത്തിനുവേണ്ടി ഉയർത്തുന്ന മുദ്രാവാക്യം

കുട്ടികളുടെ അവകാശങ്ങളെ മുൻനിർത്തി ഒരുവർഷക്കാലം നടത്തിയ പ്രചാരണ പ്രവർത്തനങ്ങളുടെ സമാപനമായി ഈ ഡിസംബർ 28* ന്റെ ബാലദിനത്തിന് ബാലസംഘത്തിന്റെ ആഭിമുഖ്യത്തിൽ കുട്ടികളുടെ അവകാശ സംഗമങ്ങൾ സംസ്ഥാനത്തെ ജില്ലാ ആസ്ഥാനങ്ങളിലും പ്രാദേശിക കേന്ദ്രങ്ങളിലും നടക്കുകയാണ്. കാസർഗോഡ്, കണ്ണൂർ, കോഴിക്കോട്, വയനാട്, മലപ്പുറം, പാലക്കാട്, തൃശൂർ, ഇടുക്കി, കോട്ടയം, പത്തനംതിട്ട തുടങ്ങി മിക്ക ജില്ലകളിലും ജില്ലകൾ കേന്ദ്രീകരിച്ചാണ് അവകാശ സംഗമങ്ങൾ നടക്കുക. മറ്റു ജില്ലകളിൽ ജില്ലാ ആസ്ഥാനങ്ങൾക്കു പകരം ഏര്യാ കേന്ദ്രങ്ങളും നാളത്തെ ലോകം ഞങ്ങളുടെ ലോകം എന്നു ലക്ഷക്കണക്കിനു കുട്ടികൾ ഉറക്കെ പ്രഖ്യാപിക്കുന്ന വേദികളാവും. ഐക്യരാഷ്ട്ര സംഘടന ലോകരാജ്യങ്ങളോടു നിർദ്ദേശിച്ച രീതിയിൽ കുട്ടികൾക്കിണങ്ങുന്ന കേരളം കെട്ടിപ്പടുക്കുവാൻ ഈ സംഗമങ്ങളിൽ കുട്ടികൾ കൂട്ടായി കേരളീയ സമൂഹത്തോടാവശ്യപ്പെടും.

'കുട്ടികളുടെ അവകാശ ഉടമ്പടി' - കുട്ടികളുടെ മാഗ്നകാർട്ട

1989 നവംബർ 20 ന് ഐക്യരാഷ്ട്ര ജനറൽ അസംബ്ലി അംഗീകരിക്കുകയും ഇന്ത്യയുൾപ്പെടെ 192 ലോകരാജ്യങ്ങൾ ഒപ്പുവയ്ക്കുകയും ചെയ്ത കുട്ടികളുടെ അവകാശ ഉടമ്പടി (Child Rights Convention - CRC) ലോകത്താകമാനമുള്ള കുട്ടികൾക്ക് വിപുലമായ അവകാശങ്ങളാണ് വാഗ്ദാനം ചെയ്യുന്നത്.

54 ഖണ്ഡികകളിലായി ഉൾക്കൊള്ളിച്ചിരിക്കുന്ന അവയിൽ മുഖ്യമായവ താഴെ പറയുന്നവയാണ്.

---

* 2003 ലെ ബാലദിനം

1. ഓരോ കുട്ടിക്കും ജീവിക്കാനുള്ള പ്രകൃതിദത്തമായ അവകാശം.
2. ജനനം മുതൽ പേരിനും ദേശീയതയ്ക്കുമുള്ള അവകാശം.
3. പൗരത്വത്തിനുള്ള അവകാശം
4. മാതാപിതാക്കൾക്കൊപ്പം ജീവിക്കാനും രക്ഷാകർതൃത്ത്വത്തിനുമുള്ള അവകാശം.
5. പോഷകാഹാരം, ആരോഗ്യരക്ഷ എന്നിവയ്ക്കുള്ള അവകാശം.
6. ചിന്ത, ആചാരാനുഷ്ഠാനം, ആശയപ്രകാശനം ഇവയ്ക്കുള്ള അവകാശം
7. സ്വകാര്യതയ്ക്കും കുടുംബം, വീട്, കത്തിടപാടുകൾ എന്നിവയിൽ ഏതുതരത്തിലുള്ള ഇടപെടലിനുമെതിരെയുള്ള അവകാശം.
8. ആരോഗ്യം, വിദ്യാഭ്യാസം, സുരക്ഷിതത്വം ഇവയ്ക്കുള്ള അവകാശം.
9. വിശ്രമം, വിനോദം, കലാസാംസ്കാരിക പ്രവർത്തനങ്ങളിലെ പങ്കാളിത്തം എന്നിവയ്ക്കുള്ള അവകാശം
10. കഠിനജോലി, നിർബ്ബന്ധിത ജോലി, മയക്കുമരുന്ന്, ലൈംഗികവേഴ്ച എന്നിവയിലൂടെയുള്ള ചൂഷണത്തിനെതിരെയുള്ള അവകാശം.

18 വയസ്സുവരെയുള്ളവരെയാണ് കുട്ടികൾ എന്നതുകൊണ്ട് ഉടമ്പടി അർത്ഥമാക്കുന്നത്. മേൽകൊടുത്ത അവകാശങ്ങളിൽ ചിലതിനെപ്പറ്റി ഉടമ്പടി നല്കുന്ന വിശദീകരണങ്ങൾ ഉദ്ധരിക്കേണ്ടതായുണ്ട്. കുട്ടികളുടെ അഭിപ്രായ സ്വാതന്ത്ര്യത്തെപ്പറ്റി ഉടമ്പടിയിൽ ഇങ്ങനെ പറയുന്നു.

'ഏതുവിവരവും അറിയുക, അന്വേഷിക്കുക, ഒരതിരുകളും തടസ്സമാവാതെ എല്ലാത്തരം ആശയങ്ങളും പങ്കിടുക, അതിനായി വാക്ക്, എഴുത്ത്, അച്ചടി, കല തുടങ്ങിയവയിൽ ഇടമനുസരിച്ച് ഏതു മാധ്യമവും തെരഞ്ഞെടുക്കുക എന്നിവ ഈ അവകാശത്തിൽ പെടുന്നു' (വകുപ്പ് 13).

'സംഘടിക്കുന്നതിനും സമാധാനപരമായി കൂട്ടം ചേരുന്നതിനുമുള്ള കുട്ടികളുടെ അവകാശത്തെ അംഗീകരിക്കുന്നു' (വകുപ്പ് 15).

കുട്ടികളുടെ ആരോഗ്യരക്ഷയ്ക്കുള്ള അവകാശത്തെപ്പറ്റി ഉടമ്പടി പറയുന്നതിങ്ങനെയാണ്.

'ഉയർന്ന നിലവാരത്തിലുള്ള ആരോഗ്യ പരിരക്ഷ, ചികിത്സാ സൗകര്യങ്ങൾ, ആരോഗ്യ പുനരധിവാസം എന്നിവ അനുഭവിക്കാനുള്ള കുട്ടികളുടെ അവകാശത്തെ അംഗീകരിക്കുന്നു. ഇത്തരത്തിലുള്ള ആരോഗ്യ സംരക്ഷണ സേവനങ്ങൾ ഒരു കുട്ടിക്കുപോലും നിഷേധിക്കപ്പെടുന്നില്ലെന്ന് ഉറപ്പുനല്കുകയും ചെയ്യുന്നു' (വകുപ്പ് 24).

വിദ്യാഭ്യാസത്തിനുള്ള കുട്ടികളുടെ അവകാശം ഉടമ്പടിയിലെ 28-ാം വകുപ്പ് ഇങ്ങനെ ഉറപ്പു ചെയ്യുന്നു.

'തുല്യമായ അവസരത്തിന്റെ അടിസ്ഥാനത്തിൽ പുരോഗമനപരമായ വിദ്യാഭ്യാസത്തിനുള്ള കുട്ടികളുടെ അവകാശത്തെ അംഗീകരിച്ചുകൊണ്ട് താഴെ പറയുന്ന കാര്യങ്ങളിൽ പ്രത്യേക ശ്രദ്ധ നല്കുന്നതാണ്.

എ) നിർബ്ബന്ധിതവും സൗജന്യവുമായ പ്രാഥമിക വിദ്യാഭ്യാസം എല്ലാവർക്കും ലഭ്യമാക്കുക.

ബി) പൊതുവായതും തൊഴിലധിഷ്ഠിതവുമായ സെക്കന്ററി വിദ്യാഭ്യാസം പ്രോത്സാഹിപ്പിക്കുകയും ഓരോ കുട്ടിക്കും ലഭ്യമാക്കുകയും ചെയ്യുക.'

കുട്ടികളുടെ മാനസികമായ അന്തസ്സും അച്ചടക്കവും സ്കൂളുകളിൽ ഉറപ്പുവരുത്തണമെന്നും ഇതേ വകുപ്പിൽ ഉടമ്പടി നിർദ്ദേശിക്കുന്നുണ്ട്.

'കുട്ടികൾക്കിണങ്ങുന്ന ലോകം'

2002 മേയ് 8 മുതൽ 10 വരെ ന്യൂയോർക്കിൽ ചേർന്ന ഐക്യരാഷ്ട്ര ജനറൽ അസംബ്ലിയുടെ കുട്ടികൾക്കുവേണ്ടിയുള്ള പ്രത്യേക സമ്മേളനം (United Nations General Assembly Special Session - UNGASS) അംഗീകരിച്ച 'കുട്ടികൾക്കിണങ്ങുന്ന ലോകം' (World fit for children) എന്ന പ്രഖ്യാപനം ഭാവിയെക്കുറിച്ച് കുട്ടികളിൽ കേന്ദ്രീകരിച്ചുള്ള ഒരു സങ്കല്പമാണ് ലോകസമക്ഷം അവതരിപ്പിക്കുന്നത്. കുട്ടികൾക്ക് പറയാനുള്ളത് ശ്രദ്ധിക്കുക, അവരുടെ പങ്കാളിത്തം ഉറപ്പുവരുത്തുക എന്ന് ആഹ്വാനം ചെയ്യുന്ന ഈ പ്രഖ്യാപനം അംഗീകരിച്ച ജനറൽ അസംബ്ലി സമ്മേളനത്തിലും അതിനു മുന്നോടിയായി നടന്ന സെക്യൂരിറ്റി കൗൺസിൽ സമ്മേളനത്തിലും നൂറോളം കുട്ടികൾ കൂടി പങ്കെടുത്ത് ശക്തമായ അഭിപ്രായങ്ങൾ പറയുകയുണ്ടായി എന്നുള്ളത് പ്രത്യേകം എടുത്തു പറയേണ്ടതുണ്ട്.

ദാരിദ്ര്യം നിർമ്മാർജ്ജനം ചെയ്യാനും കുട്ടികൾക്കായി പണം മുടക്കാനും ഈ രേഖ ലോകരാജ്യങ്ങളോട് ആവശ്യപ്പെടുന്നുണ്ട്. എല്ലാ കുട്ടികൾക്കും ഗുണനിലവാരമുള്ള വിദ്യാഭ്യാസം നല്കാനും എല്ലാ കുട്ടികൾക്കും ശാരീരികവും മാനസികവുമായ പരിരക്ഷ നല്കുവാനും ലോകരാജ്യങ്ങളോട് ആഹ്വാനം ചെയ്യുന്ന ഈ രേഖ എല്ലാത്തരം ദ്രോഹങ്ങളിൽ നിന്നും ചൂഷണങ്ങളിൽനിന്നും യുദ്ധങ്ങളിൽനിന്നും കുട്ടികളെ സംരക്ഷിക്കാനും ആവശ്യപ്പെടുന്നു.

കുട്ടികൾക്കായുള്ള സാർവ്വദേശീയ സമീപനത്തിന് വിശാലമായ മൗലികമാനദണ്ഡങ്ങൾ മുന്നോട്ടുവയ്ക്കുന്നതാണ് കുട്ടികൾക്കിണങ്ങുന്ന ലോകമെന്ന യു എൻ പ്രഖ്യാപനം. അതേസമയം, യു എസ് എ യുടെ പിടിവാശിമൂലം വളരെയേറെ വിവാദങ്ങൾക്കുശേഷം 1989 ലെ കുട്ടികളുടെ അവകാശ ഉടമ്പടിയെപ്പറ്റിയുള്ള പരാമർശങ്ങൾ ഈ പ്രഖ്യാപനത്തിൽ നിന്ന് നീക്കം ചെയ്യേണ്ടതായിവന്നു എന്നുള്ളത് ആശങ്കയ്ക്കുവകനല്കുന്നു. ഈ പ്രഖ്യാപനം ആഗോളവല്കരണത്തിന്റെ ഗുണമേന്മകൾ വാഴ്ത്തിപ്പാടുന്നതും അവഗണിക്കാനാവില്ല. ഇങ്ങനെയുള്ള എന്തെല്ലാം പരിമിതികൾ ഉണ്ടെങ്കിലും ഇന്ത്യയെപ്പോലുള്ള ഒരു മൂന്നാം ലോകരാജ്യത്ത് കുട്ടികളുടെ അവകാശങ്ങൾ സ്ഥാപിച്ചെടുക്കാനുള്ള ശക്തിപകരുന്ന ഒരു രേഖയാണ് 'കുട്ടികൾക്കിണങ്ങുന്ന ലോകം' എന്നുള്ളതിൽ സംശയമില്ല.

അതുകൊണ്ടുതന്നെ കഴിഞ്ഞ വർഷത്തെ ബാലദിനത്തിന് ബാലസംഘം ഈ രേഖ നിർദ്ദേശിക്കുന്നതനുസരിച്ച് കുട്ടികൾക്കിണങ്ങുന്ന ഇന്ത്യയും കേരളവും കെട്ടിപ്പടുക്കാൻ കേന്ദ്ര സംസ്ഥാന ഗവൺമെന്റുകളോട് ആവശ്യപ്പെടുകയും ചെയ്തു.

കുട്ടികളുടെ അവകാശങ്ങൾ ഇന്ത്യയിൽ - ഭരണഘടനാ വാഗ്ദാനങ്ങളും നിയമങ്ങളും ധാരാളം. പക്ഷേ.....

ഐക്യരാഷ്ട്രസഭ കുട്ടികളുടെ അവകാശ ഉടമ്പടി അംഗീകരിക്കുന്നതിനു നാലുദശകങ്ങൾക്കു മുമ്പുതന്നെ ഇന്ത്യൻ ഭരണഘടന മൗലികാവകാശങ്ങളായും നിർദ്ദേശകതത്ത്വങ്ങളായും കുട്ടികളുടെ അവകാശങ്ങളെപ്പറ്റി വിപുലമായ വാഗ്ദാനങ്ങൾ രാജ്യത്തിനു നല്കുകയുണ്ടായി.

വ്യവസായശാലകളിലും ഖനികളിലും മറ്റും അപായസാദ്ധ്യതയുള്ള തൊഴിലുകളിൽ കുട്ടികളെ ഏർപ്പെടുത്തുന്നതും (അനുച്ഛേദം 24) കുട്ടികളുടെ ഇളംപ്രായം ദുരുപയോഗപ്പെടുത്തുന്നതും (അനുച്ഛേദം 39) തടയുന്നതിനും ഭരണഘടന നിലവിൽ വന്നു പത്തുവർഷത്തിനകം 14 വയസ്സുവരെയുള്ള കുട്ടികൾക്ക് സൗജന്യവും നിർബ്ബന്ധിതവുമായ വിദ്യാഭ്യാസം ഉറപ്പുവരുത്തുന്നതും (അനുച്ഛേദം 45) ആയ വാഗ്ദാനങ്ങൾ അവയിൽപ്പെടുന്നു. 2002 ൽ പാസാക്കിയ ഭരണഘടനാ ഭേദഗതിയിലൂടെ 6 വയസ്സുവരെയുള്ള കുട്ടികളുടെ പരിപാലനത്തിനും 6 മുതൽ 14 വയസ്സുവരെയുള്ള കുട്ടികളുടെ മൗലികാവകാശമാക്കപ്പെട്ട വിദ്യാഭ്യാസം അവർക്കു ലഭ്യമാക്കാനുമുള്ള ബാദ്ധ്യതയിൽ നിന്ന് സ്റ്റേറ്റ് ഫലത്തിൽ ഒഴിവാക്കപ്പെട്ടിരിക്കുകയാണ് (ഈ ബാദ്ധ്യത മുഖ്യമായും രക്ഷാകർത്താക്കൾക്കുള്ളതാണെന്നാണ് ഭരണഘടനാ ഭേദഗതി പറഞ്ഞുവയ്ക്കുന്നത്).

1974 ൽ ഇന്ത്യ അംഗീകരിച്ച കുട്ടികൾക്കുവേണ്ടിയുള്ള ദേശീയനയം ശിശുക്ഷേമ പരിപാടികൾ നടപ്പാക്കുന്നതിന് ഭരണകൂടത്തെ നിർബ്ബന്ധിക്കുന്ന രേഖയാണ്. ജനനത്തിനു മുമ്പും അതിനു ശേഷമുള്ള വളർച്ചയുടെ കാലയളവിലും കുട്ടികൾക്കാവശ്യമായ സേവനം നല്കുന്നതും അവരുടെ മാനസികവും ശാരീരികവും സാമൂഹ്യവുമായ പൂർണ്ണവികാസം ഉറപ്പുവരുത്തുന്നതും രാഷ്ട്രത്തിന്റെ നയമാണെന്നു രേഖ പ്രഖ്യാപിക്കുന്നു.

1976 ൽ ആറുവയസ്സിനു താഴെയുള്ള കുട്ടികളെയും പാലൂട്ടുന്ന അമ്മമാരെയും ഗർഭിണികളെയും ഉദ്ദേശിച്ചുള്ള സംയോജിത ശിശു വികാസപരിപാടി (ഐ സി ഡി എസ്) ആരംഭിക്കുകയും 1979 ൽ ദേശീയ ശിശുനിധി ഉണ്ടാക്കുകയും ചെയ്തു. 1986 ൽ ദേശീയ വിദ്യാഭ്യാസനയം അംഗീകരിക്കുകയും അതേവർഷം തന്നെ കുട്ടികൾക്ക് വേണ്ടി പ്രത്യേകമായി ബാലനീതി നിയമം (ജുവനൈൽ ജസ്റ്റിസ് ആക്ട്) പാസാക്കുകയും ചെയ്തു. 1986 ൽ തന്നെ കുട്ടികളെക്കൊണ്ടു തൊഴിലെടുപ്പിക്കുന്നതിൽ നിയന്ത്രണങ്ങൾ ഏർപ്പെടുത്തുന്ന ബാലാദ്ധ്വാന നിരോധന നിയന്ത്രണ നിയമവും പാസാക്കുകയുണ്ടായി. ബാലനീതിനിയമവും ബാലാദ്ധ്വാന നിരോധന നിയന്ത്രണ നിയമവും 2000 ലും 2002 ലും

ഭേദഗതി ചെയ്തതോടെ കുട്ടികൾക്കെതിരെയുള്ള ശിക്ഷാനടപടികൾ ഒഴിവാക്കുന്നതിലും ബാലവേല നിയന്ത്രിക്കുന്നതിലും ഒരുപടി കൂടി മുന്നോട്ടു പോകാൻ ഭരണകൂടത്തെ സഹായിക്കുന്ന നിയമസംവിധാനം രാജ്യത്തു നിലവിൽ വന്നിട്ടുമുണ്ട്.

പക്ഷേ, ഈ നിയമങ്ങൾ നടപ്പാക്കാനുള്ള ഭരണസംവിധാനം കേരളമുൾപ്പെടെയുള്ള പല സംസ്ഥാനങ്ങളിലും ഇനിയും നിലവിൽ വന്നിട്ടില്ല.*

1989 ലെ കുട്ടികളുടെ അവകാശ ഉടമ്പടിക്കനുസൃതമായി 1974 ലെ കുട്ടികൾക്കുവേണ്ടിയുള്ള ദേശീയനയം ഭേദഗതി ചെയ്യാനുള്ള ശ്രമത്തിന്റെ ഭാഗമായി 2001 ൽ ഒരു പുതിയ ദേശീയനയരേഖയുടെ കരട് പൊതുജനാഭിപ്രായത്തിനായി വിതരണം ചെയ്തെങ്കിലും അത് ഇനിയും അംഗീകരിക്കപ്പെട്ടുകഴിഞ്ഞിട്ടില്ല. പിന്നീട് രേഖ അംഗീകരിക്കപ്പെട്ടു.

കുട്ടികൾക്കുവേണ്ടിയുള്ള നിയമ സംവിധാനങ്ങൾ ഫലപ്രദമായി നടപ്പാക്കപ്പെടുന്നുണ്ടെന്ന് ഉറപ്പുവരുത്തുന്നതിനായി ഐക്യ രാഷ്ട്ര സംഘടനയുടെ നിർബ്ബന്ധംമൂലം ഒരു ദേശീയക്കമീഷൻ രൂപീകരിക്കുന്നതിനെപ്പറ്റി ആലാചിക്കാൻ ഇന്ത്യ നിർബ്ബന്ധിതമാകുകയുണ്ടായി. ജസ്റ്റിസ് വി ആർ കൃഷ്ണയ്യർ ചെയർമാനായുള്ള ഒരു ഉന്നതാധികാര കമ്മിറ്റി ചിൽഡ്രൻസ് കോഡ് ബിൽ 2000 എന്ന പേരിൽ സമഗ്രസ്വഭാവമുള്ള ഒരു കരടുബിൽ തയ്യാറാക്കി 2000 നവംബർ 14 ന് പ്രധാനമന്ത്രിക്കു സമർപ്പിക്കുകയും ചെയ്തു. കുട്ടികളുടെ അവകാശ ഉടമ്പടിയിലെ വ്യവസ്ഥകൾക്കു നിയമപ്രാബല്യം നല്കുന്ന ആ കരടുബിൽ മാറ്റിവച്ചാണ് യാതൊരു ജുഡീഷ്യൽ അധികാരവും ഇല്ലാത്തതും കേവലം ഉപദേശിക്കാൻമാത്രം അധികാരമുള്ളതുമായ ഒരു സംവിധാനം വിഭാവനം ചെയ്യുന്ന ദേശീയ ശിശുക്കമീഷൻ (കരട്) ബിൽ 2001 ൽ കേന്ദ്രം തയ്യാറാക്കിയത്. അതിനെതിരെ വ്യാപകമായ എതിർപ്പ് ഉയർന്നുവന്നിട്ടും യാതൊരു മാറ്റവും വരുത്താതെ ആ ബിൽ തന്നെ ഏതാനും ദിവസം മുമ്പ് മാനവവിഭവശേഷി വകുപ്പുമന്ത്രി മുരളീ മനോഹർ ജോഷി ലോക്സഭയിൽ അവതരിപ്പിച്ചു കഴിഞ്ഞിരിക്കുകയാണ്. (തുടർന്ന് ആ ബിൽ നിയമമാവുകയും ദേശീയതലത്തിലും കേരളമുൾപ്പെടെ വിവിധ സംസ്ഥാനങ്ങളിലും ബാലാവകാശ സംരക്ഷണക്കമീഷൻ നിയമങ്ങൾ പാസാക്കപ്പെടുകയും ഉണ്ടായി).

കുട്ടികളുടെ അവകാശങ്ങൾ സംരക്ഷിക്കാനെന്ന പേരിൽ നിലവിൽ എന്തൊക്കെ നിയമസംവിധാനങ്ങൾ ഉണ്ടായിരുന്നിട്ടും രാജ്യത്തെ കുട്ടികളുടെ നില എന്താണെന്ന് ജസ്റ്റിസ് വി ആർ കൃഷ്ണയ്യരുടേതായ താഴെ കൊടുക്കുന്ന പ്രസ്താവനയിൽനിന്നും ബോദ്ധ്യമാകും.

---

* ബാലനീതി നിയമം നടപ്പാക്കുന്നതിനു വേണ്ടിയുള്ള ജില്ലാ ജുവനൈൽ ജസ്റ്റിസ് ബോർഡ്, ജില്ലാ ശിശുക്ഷേമ കമ്മിറ്റി, ജുവനൈൽ പോലീസ് തുടങ്ങിയ സംവിധാനങ്ങൾ സംസ്ഥാനത്ത് പിന്നീട് നിലവിൽ വന്നു.

'സ്വാതന്ത്ര്യം ലഭിച്ച് അമ്പതുവർഷം കഴിഞ്ഞിട്ടും കുട്ടികളുടെ മേൽ നടത്തപ്പെടുന്ന ക്രൂരവും ഭീകരവുമായ ചൂഷണം, അവർക്കു വിദ്യാഭ്യാസം നിഷേധിക്കപ്പെടുന്നത് ഇവയെല്ലാം നമ്മുടെ രാജ്യത്തെ ഞെട്ടിപ്പിക്കുകയും നമ്മളിലെല്ലാം ലജ്ജയുയർത്തുകയും ചെയ്യേണ്ടതാണ്. പെൺകുട്ടികൾ ഭ്രൂണഹത്യയ്ക്കും സ്തീധനത്തിന്റെ പേരിലുള്ള പീഡനത്തിനും മാന ഭംഗത്തിനും ഇരയാകുന്നു. ഓരോ കുപ്പിവളയും ഓരോ പിത്തളപ്പാത്രവും പരവതാനിയും ചെത്തിമിനുക്കിയ ഓരോ വൈരക്കല്ലും കുഞ്ഞുങ്ങളുടെ കഠിനാദ്ധ്വാനത്തിന്റെ കണ്ണീരിലും അവരുടെ നിഷ്ക്കളങ്കമായ രക്ത ത്തിലും കുതിർന്നതാണ്.'

സ്ഥിതിവിവരക്കണക്കുകളുടെ മായാവിദ്യകൾകൊണ്ട് ഭീതിദമായ ഈ സ്ഥിതിവിശേഷം മൂടിവയ്ക്കാൻ ആർക്കും കഴിയില്ല.

കേരളവും കുട്ടികളുടെ അവകാശങ്ങളും

കേരളത്തിലെ കുട്ടികൾ ഇന്ത്യയിലെ ഇതര സംസ്ഥാനങ്ങളിലെ കുട്ടികളുമായി താരതമ്യപ്പെടുത്തുമ്പോൾ, വിവിധ മേഖലകളിൽ മെച്ച പ്പെട്ട നില അനുഭവിക്കുന്നവരാണ്. ചരിത്രപരമായ കാരണങ്ങളാൽ കേരളം കൈവരിച്ച പൊതുവിലുള്ള ജീവിതഗുണമേന്മ കുട്ടികളുടെ കാര്യത്തിലും ഇവിടെ പ്രതിഫലിച്ചു കാണാൻ കഴിയും. ഉദാഹരണത്തിന് ശിശുമരണ നിരക്ക് ഇന്ത്യയിൽ 1000 സജീവ ജനനങ്ങൾക്ക് 70 ആണെ ങ്കിൽ കേരളത്തിലത് 14 മാത്രമാണ്. 6 വയസ്സുവരെയുള്ള പെൺകുട്ടി കളുടെ ലിംഗാനുപാതം കഴിഞ്ഞ 10 വർങ്ങൾക്കുള്ളിൽ രാജ്യവ്യാപ കമായി 17 പോയിന്റ് കുറഞ്ഞപ്പോൾ കേരളത്തിൽ 5 പോയിന്റ് വർദ്ധി ക്കുകയാണുണ്ടായത്. സ്കൂൾ പ്രവേശനം കേരളത്തിൽ 100% ആണെന്ന് കണക്കാക്കുന്നു. എന്നാൽ ആദിവാസി, മത്സ്യത്തൊഴിലാളി മേഖലകൾ പോലുള്ള ചില മേഖലകൾ പിന്നോക്കാവസ്ഥയുടെ തുരുത്തുകളായി തുടരുകയാണ്.

ആഗോളവല്ക്കരണത്തിനു കീഴടങ്ങിയുള്ള വലതുപക്ഷ രാഷ്ട്രീയ നയങ്ങളുടെ ഫലമായി സംസ്ഥാനത്തെ കുട്ടികൾ ഇതുവരെ അനുഭവിച്ചു പോന്ന അവകാശങ്ങൾ പലതും നഷ്ടപ്പെട്ടുപോകുന്ന പരിതസ്ഥിതി സംജാതമായിരിക്കുകയാണ്. കേരളീയ സമൂഹം ഉൽക്കണ്ഠയോടെയും ജാഗ്രതയോടെയും ഈ സ്ഥിതിവിശേഷം കാണേണ്ടതായുണ്ട്.

വിദ്യാഭ്യാസ രംഗത്തു സംസ്ഥാനം സ്വീകരിക്കുന്ന ആഗോളവല്ക്കര ണനയങ്ങളുടെ ഫലമായി കേരളത്തിലെ കുട്ടികൾ നേരിടുന്ന ഭീഷണി കൾ രണ്ടാണ്.

(i) കച്ചവടവല്ക്കരണവും വർഗ്ഗീയവല്ക്കരണവും
(ii) പുതിയ പാഠ്യപദ്ധതിയുടെ മേലുള്ള അക്രമം.

കച്ചവടവല്ക്കരണവും വർഗ്ഗീയവല്ക്കരണവും

കഴിഞ്ഞവർഷം 2600 ലേറെ വിദ്യാലയങ്ങൾ (കൂടുതലും പ്രൈമറി

വിദ്യാലയങ്ങൾ) അടച്ചുപൂട്ടാൻ തീരുമാനിച്ചു. വ്യാപകമായ എതിർപ്പുകൾ വന്നപ്പോൾ തൽക്കാലത്തേക്ക് 48 സ്കൂളുകൾ അടച്ചുപൂട്ടിയാൽ മതിയെന്നു തീരുമാനിച്ചു. പക്ഷേ, പത്താം പദ്ധതി രേഖയനുസരിച്ച് നഷ്ടത്തിൽ നടക്കുന്ന വിദ്യാലയങ്ങളും നഷ്ടത്തിൽ നടക്കുന്ന ക്ലാസുകളും വേണ്ടെന്നു വയ്ക്കുകതന്നെയാണ് സർക്കാർ നയം. നാടിന്റെ കണ്ണു കുത്തിപ്പൊട്ടിക്കുന്ന സ്കൂൾ അടച്ചുപൂട്ടൽ നയം തുടരുകതന്നെയാണ്.

എല്ലാ പ്രദേശങ്ങളിലും പുതിയ അൺ എയ്ഡഡ് വിദ്യാഭ്യാസ സ്ഥാപനങ്ങൾ തുടങ്ങുന്നു. അൺ എയ്ഡഡ് സ്ഥാപനങ്ങൾക്ക് സർക്കാർ അംഗീകാരം നല്കുന്നു. കോടതി ഇടപെട്ടതുകൊണ്ടുമാത്രമാണ് അഞ്ഞൂറിലേറെ അൺ എയ്ഡഡ് സ്ഥാപനങ്ങൾക്ക് അംഗീകാരം നല്കാനുള്ള നീക്കം പുന:പരിശോധിക്കാൻ സർക്കാർ നിർബ്ബന്ധിതമായത്. അടച്ചുപൂട്ടൽ ലിസ്റ്റിൽ ഉൾപ്പെടുത്തിയിട്ടുള്ള സ്കൂളുകൾ മാത്രമല്ല, എല്ലാ സർക്കാർ എയ്ഡഡ് സ്കൂളുകളും ഈ നയം തുടർന്നാൽ അടച്ചുപൂട്ടേണ്ടതായി വരും.

സാധാരണക്കാരന്റെ കുട്ടിക്ക് അൺ എയ്ഡഡ് സ്കൂളുകളിലെ കനത്ത ഫീസുകൊടുത്തു പഠിക്കാൻ കഴിയാതെ വരുന്നു. നടന്നെത്താൻ കഴിയുന്ന സ്ഥലത്ത് ചെലവുകുറഞ്ഞ സ്കൂൾ ഇല്ലാതാകുന്നു.

സർക്കാർ എയ്ഡഡ് സ്കൂളുകളിലെയും വിദ്യാഭ്യാസച്ചെലവ് വർദ്ധിക്കുന്നു. കമ്പ്യൂട്ടർ പഠിപ്പിക്കുന്നതിന്റെ പേരിൽ ഹൈസ്കൂൾ ക്ലാസുകളിൽ 25 രൂപ പ്രതിമാസം ഫീസേർപ്പെടുത്താനും എസ് എസ് എൽ സി പരീക്ഷാഫീസും എസ് എസ് എൽ സി ബുക്കിന്റെ വിലയും കുത്തനെ കൂട്ടാനുമാണ് സർക്കാർ തീരുമാനിച്ചത്. ശക്തമായ സമരത്തെത്തുടർന്ന് ഫീസ് വർദ്ധനവ് പകുതി കുറയ്ക്കാൻ സർക്കാർ നിർബ്ബന്ധിതമായെങ്കിലും 1957 മുതൽ പടിപടിയായി എസ് എസ് എൽ സി ക്ലാസുവരെ നടപ്പാക്കിയ സൗജന്യ വിദ്യാഭ്യാസം ഇന്ന് മരീചികയായി മാറിയിരിക്കുന്നു.

ഉന്നത വിദ്യാഭ്യാസ രംഗത്ത് സാധാരണ കോളേജ് വിദ്യാഭ്യാസവും പ്രൊഫഷണൽ വിദ്യാഭ്യാസവും കച്ചവടവല്ക്കരിച്ചുകൊണ്ടിരിക്കുന്നു. സ്വാശ്രയകോളേജുകളും ഫ്രാഞ്ചൈസി കോഴ്സുകളും വ്യാപകമാകുന്നു.

അൺ എയ്ഡഡ് സ്ഥാപനങ്ങളുടെ മേൽ ഒരു വിധത്തിലുള്ള നിയന്ത്രണവും സാദ്ധ്യമല്ലാത്ത സ്ഥിതി സംജാതമായിരിക്കുന്നു. അൺഎയ്ഡഡ് പ്രൊഫഷണൽ കോളേജുകളുമായി സർക്കാർ നടത്തിയ ഗൂഢാലോചനയുടെ ഫലമായാണ് സുപ്രീംകോടതിയിൽ നിന്ന് ഇതിനു സഹായകമായ വിധി സമ്പാദിക്കാൻ സ്വകാര്യ വിദ്യാഭ്യാസ കുത്തകകൾക്കു കഴിഞ്ഞത്.

പഠിക്കാനും വളരാനുമുള്ള അവസരതുല്യതയെന്ന അവകാശത്തിന്റെ നിഷേധമാണ് ഇതിന്റെയെല്ലാം ഫലമായുണ്ടാകുന്നത്. അവസരതുല്യത പ്രദാനം ചെയ്യുന്നതിലൂടെ ജനാധിപത്യത്തെ ശക്തിപ്പെടുത്തുന്നതിൽ നമ്മുടെ വിദ്യാഭ്യാസ സംവിധാനം വലിയൊരു പങ്കാണ് വഹി

ച്ചുകൊണ്ടിരുന്നത്. വിദ്യാഭ്യാസത്തിന്റെ കച്ചവടവല്ക്കരണം ഇതിനെ ദുർബ്ബലമാക്കുകയാണ് ചെയ്യുന്നത്.

കേരളത്തിന്റെ മതനിരപേക്ഷ ജീവിതത്തിന്റെ യഥാർത്ഥ പരിച്ഛേദവും സാംസ്കാരികോപാധിയുമായിരുന്നു ഇവിടത്തെ പൊതുവിദ്യാലയങ്ങൾ. അവയുടെ സ്ഥാനത്ത് ജാതിമത പരിഗണനകളിൽ ഊന്നിയുള്ള ഉടമസ്ഥതയിൻ കീഴിലായി മാറുകയാണ് ഇന്ന് ഇവിടത്തെ വിദ്യാഭ്യാസ സ്ഥാപനങ്ങൾ. സംസ്ഥാനത്തിന്റെ മതനിരപേക്ഷതയ്ക്ക് കനത്ത ആഘാതമായിരിക്കും ഇതേല്പിക്കുക.

പുതിയ എൻ സി ഇ ആർ ടി പാഠ്യപദ്ധതി വിദ്യാഭ്യാസത്തെ കാവിവല്ക്കരിക്കുകയാണ്. ചരിത്രത്തെ വളച്ചൊടിച്ച് നമ്മുടെ മതനിരപേക്ഷ ജീവിതത്തിന് കനത്ത ആഘാതമേല്പിക്കുന്ന അസത്യങ്ങൾ ചരിത്രമെന്ന പേരിൽ പാഠപുസ്തകങ്ങളിൽ കുത്തിച്ചെലുത്താനാണ് എൻ സി ഇ ആർ ടിയുടെ ശ്രമം. മതപഠനവും മതത്തെക്കുറിച്ചുള്ള പഠനവും ഒന്നല്ലെന്ന സുപ്രീം കോടതി വിധി പാഠ്യപദ്ധതിയുടെ കാവിവല്ക്കരണത്തിനു കരുത്തു പകർന്നുകൊണ്ടിരിക്കുകയാണ്. കേരളത്തിലെ പാഠപുസ്തകങ്ങളെ എൻ സി ഇ ആർ ടി പാഠ്യപദ്ധതിയും പാഠപുസ്തകങ്ങളും വിഴുങ്ങുന്ന കാലം വിദൂരമല്ല.

പുതിയ പാഠ്യപദ്ധതിയുടെ മേലുള്ള ആക്രമണം

പ്രതിപക്ഷത്തിരുന്നപ്പോൾ പുതിയ പാഠ്യപദ്ധതിക്കെതിരെ ജനവികാരം ഉണർത്തുന്നതിൽ എൽ ഡി എഫിന്റെ തിരഞ്ഞെടുപ്പു പരാജയം മുന്നിൽ കാണുകയും അധികാരത്തിൽ വന്ന ഉടൻ എട്ടാം ക്ലാസിലേക്കു തയ്യാറാക്കിയ പുതിയ പാഠപുസ്തകങ്ങൾ പിൻവലിച്ച് പതിറ്റാണ്ടുകൾ പഴക്കമുള്ള പഴയ പാഠപുസ്തകങ്ങൾ ഒരു തിരുത്തും വരുത്താതെ കുട്ടികളുടെ മേൽ അടിച്ചേല്പിക്കുകയും ചെയ്ത യു ഡി എഫിന് അധികമൊന്നും പുതിയ പാഠ്യപദ്ധതിക്കെതിരായ നിലപാട് തുടരാൻ കഴിഞ്ഞില്ല. പുതിയ പാഠ്യപദ്ധതിക്കെതിരായോ അതനുസരിച്ചുള്ള പാഠപുസ്തകങ്ങൾക്കെതിരായോ ധാർമ്മികവും ദാർശനികവുമായ യാതൊരു ന്യായീകരണവും അവർക്ക് നിരത്താൻ ഉണ്ടായിരുന്നില്ലെന്നതാണ് യാഥാർത്ഥ്യം. പക്ഷേ, പുതിയ പാഠ്യപദ്ധതിയുടെ അടിത്തറ തകർക്കുന്നത് പൊതുവിദ്യാഭ്യാസത്തെ തകർക്കുന്നതുപോലെത്തന്നെ കേരളീയ സമൂഹത്തിന്റെ ജനാധിപത്യവല്ക്കരണം തടസ്സപ്പെടുത്തുന്നതിന് ആവശ്യമായിരുന്നു. ശാസ്ത്രീയമായ മൂല്യനിർണ്ണയ രീതി ഉപേക്ഷിച്ച് പഴയ പരീക്ഷാസമ്പ്രദായം തിരിച്ചുകൊണ്ടുവന്നും അദ്ധ്യാപക പരിശീലനവും പിന്തുണ സംവിധാനവും ദുർബ്ബലപ്പെടുത്തിയും പുതിയ പാഠ്യപദ്ധതിയെ തളർത്തുകയാണ് അവർ അതിന് കണ്ടെത്തിയ മാർഗ്ഗം. അതാണ് ഇന്നു നടപ്പാക്കിക്കൊണ്ടിരിക്കുന്നത്.

മറ്റു രംഗങ്ങളിൽ

ആഗോളവല്ക്കരണത്തിന്റെ ഭാഗമായി ആതുരശുശ്രൂഷാരംഗത്തു ണ്ടാകുന്ന വൻതോതിലുള്ള സ്വകാര്യവല്ക്കരണം, സർക്കാർ ആശു പത്രികളുടെ ശൃംഖലയെ ദുർബ്ബലമാക്കുകയും ചികിത്സാ സൗകര്യങ്ങൾ പണക്കാർക്കു മാത്രമായി ചുരുക്കുകയുമാണ്. ആരോഗ്യരക്ഷയ്ക്കുള്ള കുട്ടികളുടെ അവകാശത്തിന്റെ കടയ്ക്കൽ ഈ നയംമാറ്റം കത്തി വയ്ക്കുകയാണ്.

പെൺകുട്ടികളോടുള്ള വിവേചനം കേരളസമൂഹത്തിൽ വളർന്നു വരികയാണ്. ഭ്രൂണാവസ്ഥയിൽ പെൺകുഞ്ഞുങ്ങളെ നശിപ്പിക്കുന്നതിൽ തുടങ്ങി, ഗാർഹിക ജോലികൾ, കളികൾ, പെരുമാറ്റരീതികളെപ്പറ്റിയുള്ള നിബന്ധനകൾ, സാങ്കേതിക വിദ്യാഭ്യാസ മേഖലയിലേക്കുള്ള പ്രവേശന ത്തിനുള്ള സാദ്ധ്യതകൾ, നയപരമായ തീരുമാനമെടുക്കുന്ന സ്ഥാനങ്ങ ളിലെത്തൽ എന്നിങ്ങനെ നാനാരംഗങ്ങളിൽ ആൺ – പെൺവിവേചനം തുടരുന്നു.

പെൺകുട്ടികളുടെ മേലുള്ള ലൈംഗിക പീഡനവും ലൈംഗികചൂഷ വും ഭയാനകമായ രീതിയിൽ കേരളത്തിൽ വർദ്ധിച്ചുകൊണ്ടിരിക്കുന്നു. വീട്ടിൽ നിന്നാരംഭിച്ച് ഇത് വിദ്യാലയത്തിലും അയൽപക്കത്തും സമൂഹ ത്തിലാകെയും പെൺകുട്ടിയെ വേട്ടയാടുന്നു. ആൺകുട്ടികളും ലൈംഗിക പീഡന ചൂഷണങ്ങളിൽ നിന്നു മുക്തരല്ല.

കുട്ടികൾക്ക് അവരർഹിക്കുന്ന ആദരവും പരിഗണനയും നമ്മുടെ കുടുംബ സാമൂഹ്യചട്ടക്കൂടുകൾ നല്കുന്നില്ല. മുതിർന്നവരുടെ ഇച്ഛകളും ഇഷ്ടാനിഷ്ടങ്ങളും കുട്ടികളുടെ മേൽ വ്യാപകമായി അടിച്ചേല്പിക്ക പ്പെടുകയാണ്. മുതിർന്നവരുടെ പൊങ്ങച്ചങ്ങളും ആഗ്രഹങ്ങളും വിശ്വാ സങ്ങളും ആചാരങ്ങളും കുട്ടികൾ പേറേണ്ടിവരുന്നു.

ദൃശ്യശ്രാവ്യഅച്ചടി മാധ്യമങ്ങളുടെ സർവ്വതലസ്പർശിയായ വല ക്കെട്ട് കേരളത്തിൽ കുട്ടികളെ കണക്കറ്റു സ്വാധീനിക്കുന്നുണ്ട്. എന്നാൽ കുട്ടികളുടെ താല്പര്യങ്ങൾക്കും ആവശ്യങ്ങൾക്കും മാധ്യമങ്ങൾ പരിഗ ണന നല്കുന്നില്ല, കുട്ടികളുടെ വ്യക്തിത്വ രൂപീകരണത്തിലും വികാസ ത്തിലും പ്രതിലോമഫലങ്ങൾ ഉളവാക്കുന്ന സാംസ്കാരികാന്തരീക്ഷ മാണ് മാധ്യമങ്ങൾ പൊതുവിൽ ഇവിടെ രൂപപ്പെടുത്തുന്നത്.

പരിസ്ഥിതിത്തകർച്ച, കുടുംബബന്ധങ്ങളിലെ ശൈഥില്യം തുടങ്ങി കുട്ടികളുടെ സ്വതന്ത്രവും സ്വച്ഛന്ദവുമായ വളർച്ചയെ തടസ്സപ്പെടുത്തുന്ന ഒട്ടേറെ ഘടകങ്ങൾ കേരളത്തിൽ വളർന്നുവരികയാണ്.

'നാളത്തെ ലോകം ഞങ്ങളുടെ ലോകം' എന്ന മുദ്രാവാക്യത്തിന്റെ പൊരുൾ:

ഈ സാഹചര്യത്തിൽ, കുട്ടികളുടെ അവകാശങ്ങൾ എന്തൊക്കെ യാണെന്നും അവ സാക്ഷാൽക്കരിക്കാനുള്ള മാർഗ്ഗങ്ങളേതൊക്കെയാണെ

ന്നുമുള്ള ചർച്ച കുട്ടികൾക്കും മുതിർന്നവർക്കുമിടയിൽ ഒരുപോലെ നടക്കേണ്ടതായുണ്ട്. ചുറ്റുപാടിൽ ക്രിയാത്മകമായി ഇടപെടാനുള്ള കഴിവ് വളർത്തിയെടുക്കലാണ് വിദ്യാഭ്യാസത്ത് ന്റെ ലക്ഷ്യമെന്ന ധാരണ സമൂഹത്തിൽ വളർത്തുക, വളർന്നുവരുന്ന ലിംഗവിവേചനത്തിനും ലൈംഗികചൂഷണങ്ങൾക്കും എതിരായും ലിംഗസമത്വബോധം വളർത്തുന്നതിനുവേണ്ടിയും പ്രവർത്തിക്കുക, ദൃശ്യശ്രാവ്യഅച്ചടി മാധ്യമപരിപാടികളെ വിശകലനം ചെയ്യാനും അവയോട് വിമർശനാത്മകമായി പ്രതികരിക്കാനുമുള്ള കഴിവ് കുട്ടികളിൽ വികസിപ്പിക്കുക— ഇവയെല്ലാം കുട്ടികളുടെ അവകാശങ്ങൾ സാക്ഷാൽക്കരിക്കുന്നതിന് അനിവാര്യമാണ്. 'നാളത്തെ ലോകം ഞങ്ങളുടെ ലോകം' എന്ന മുദ്രാവാക്യമുയർത്തി കുട്ടികൾക്കിണങ്ങിയ കേരളം കെട്ടിപ്പടുക്കുവാൻ ഡിസംബർ 28 ന്റെ അവകാശ സംഗമങ്ങളിൽ ബാലസംഘം മുതിർന്നവരോടു നടത്തുന്ന അഭ്യർത്ഥന കുട്ടികളുടെ അവകാശങ്ങൾ കേരളത്തിൽ സാക്ഷാല്ക്കരിക്കുന്നതിനുള്ള പരിശ്രമം മാത്രമല്ല, ആഗാളവല്ക്കരണ നീക്കങ്ങൾക്കെതിരായുള്ള കുട്ടികളുടെ രംഗത്തെ ചെറുത്തുനില്പുശ്രമം കൂടിയാണെന്നു കാണേണ്ടതായുണ്ട്.

(2003 ലെ ബാലദിനത്തോടനുബന്ധിച്ച് എഴുതിയ ലേഖനം)

യുദ്ധങ്ങളിൽ ബലിയാടുകളാക്കപ്പെടുന്ന കുട്ടികൾ

സഡാക്കോ സുസുക്കിയെന്ന ജപ്പാൻ പെൺകിടാവിനെ ഓർക്കുന്നോ? മനുഷ്യചരിത്രത്തിലെ ഏറ്റവും ഭയാനകവും ക്രൂരവുമായ നരഹത്യകളിലൊന്നു നടന്നത് രണ്ടാം ലോകമഹായുദ്ധത്തിന്റെ അവസാനനാളുകളിൽ 1945 ആഗസ്ത് 6 ന് ജപ്പാനിലെ ഹിരോഷിമയിലായിരുന്നു. അമേരിക്കൻ സാമ്രാജ്യത്വത്തിന്റെ ഒരു യുദ്ധവിമാനം ആ ദിവസം ഹിരോഷിമയിൽ അണുബോംബിട്ടപ്പോൾ അതിന്റെ മാരകമായ അണുപ്രസരണത്തിനിരയായ ആയിരങ്ങളിൽ ഒരുവളായിരുന്നു സഡാക്കോ സുസുക്കി. 1943 ൽ ജനിച്ച അവൾക്ക് അന്നു പ്രായം രണ്ടു വയസ്സുമാത്രം. ബോംബു വീണ സ്ഥലത്തുനിന്നും രണ്ടരകിലോമീറ്റർ അകലെയായിരുന്നു അവളുടെ വീട്. പ്രത്യക്ഷത്തിൽ അവൾക്ക് ആ ബോംബാക്രമണത്തിൽ പരിക്കൊന്നും പറ്റിയിരുന്നില്ല. ഒരു ദശകം പിന്നിട്ടു. അവൾ ഏഴാം ക്ലാസിൽ എത്തി. നല്ല ഓട്ടക്കാരിയായിരുന്നു അവൾ. ഒരു ദിവസം ഓട്ടത്തിനിടയിൽ കുഴഞ്ഞുവീണ അവളെ പരിശോധിച്ച ഡോക്ടർമാർ ഹിരോഷിമയിൽ വീണ അണുബോംബ് വിതറിയ മാരകരശ്മികളിൽ നിന്ന് അവളുടെ ശരീരത്തിൽ കുടിയേറിയ രക്താർബ്ബുദം അവളെ കാർന്നു തിന്നുകയാണെന്നു കണ്ടെത്തി. ആസ്പത്രിയിൽ മരണത്തോട് മല്ലിട്ടുകൊണ്ട് കിടക്കുമ്പോൾ ജപ്പാൻകാരുടെ ഒരു വിശ്വാസം ആ പെൺകുട്ടിക്ക് ആശ്വാസം നല്കി. ആയിരം വെള്ളക്കൊക്കുകളെ നിർമ്മിച്ചാൽ മരണം കടന്നുവരില്ല പോലും! അവളും അവളെ സ്നേഹിക്കുന്ന കൂട്ടുകാരികളും ചേർന്ന് കടലാസുകൊണ്ട് കൊക്കുകളെ ഉണ്ടാക്കാൻ തുടങ്ങി. ആയിരം കൊക്കുകളെ നിർമ്മിച്ചു തീരുംമുമ്പ് അവൾ ഈ ലോകത്തോടു വിട പറഞ്ഞു. അവളുടെ ഓർമ്മയ്ക്കായി ഹിരോഷിമാ നഗരത്തിൽ

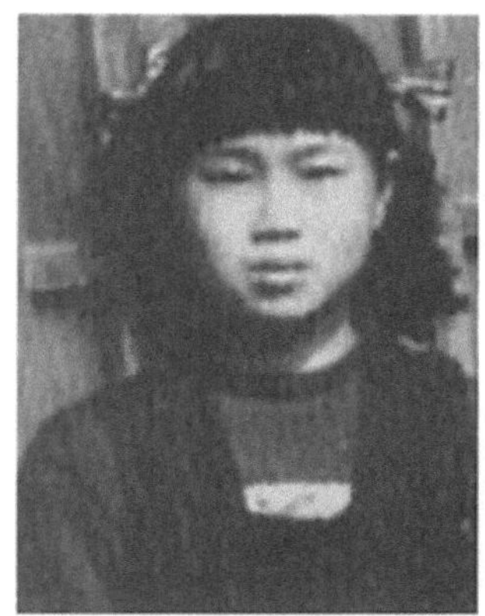

സുഡാക്കോ സുസുകി
ഹിരോഷിമയിലെ രക്തസാക്ഷി

നിർമ്മിച്ചിരിക്കുന്ന സ്മാരകത്തിൽ അവളുടെ കൂട്ടുകാരികൾ മുൻകൈയെടുത്ത് ഇങ്ങനെ എഴുതിവച്ചിരിക്കുന്നു: "ഇതാണ് ഞങ്ങളുടെ നിലവിളി. ഇതാണ് ഞങ്ങളുടെ പ്രാർത്ഥന. ഈ ലോകത്ത് സമാധാനം ഉണ്ടാവട്ടെ."

രണ്ടാം ലോകമഹായുദ്ധകാലത്ത് കൊലയാളിയായ ഹിറ്റ്ലറുടെ തടങ്കൽപ്പാളയങ്ങളിൽ അരുംകൊലയ്ക്കിരയാക്കപ്പെട്ടത് ആയിരക്കണക്കിന് ആളുകളായിരുന്നു. അവളിൽ ഒരുവളായിരുന്നു ആൻഫ്രാങ്ക് എന്ന ജൂതപ്പെൺകുട്ടി. ഹിറ്റ്ലറുടെ ഭടന്മാരാൽ പിടികൂടപ്പെട്ട് തടങ്കൽപ്പാളയത്തിലയയ്ക്കപ്പെടാതിരിക്കാനായി തങ്ങളുടെ വീടുകളിലും തെരുവോരങ്ങളിലും നിലവറകൾ തീർത്ത് ഒളിച്ചു താമസിക്കാൻ ശ്രമിച്ചു, ആൻഫ്രാങ്കും വീട്ടുകാരും അയൽക്കാരും ഉറ്റവരും. പക്ഷേ, ഹിറ്റ്ലറുടെ ജൂത വിരുദ്ധ ഭ്രാന്തിൽ നിന്നും രക്ഷപ്പെടാൻ അവർക്കാർക്കുമായില്ല. ഒരുനാൾ ആൻഫ്രാങ്കും പിടികൂടപ്പെട്ടു. ഒളിവുകേന്ദ്രത്തിൽവച്ചും അവിടെനിന്നും പിടികൂടപ്പെട്ട് തടങ്കൽപ്പാളയത്തിലടയ്ക്കപ്പെട്ടതിൽ പിന്നീടും തന്റെയും ഉറ്റവരുടെയും ദുരന്തകഥ അവൾ തന്റെ കൈയിൽ ഒളിച്ചു സൂക്ഷിച്ച ഡയറിയിൽ രഹസ്യമായി എഴുതിവച്ചു. ഭക്ഷണവും വെള്ളവും കിട്ടാതെ നരകിച്ച്

ആൻഫ്രാങ്ക്
ഹിറ്റ്ലറുടെ തടങ്കൽ
പാളയത്തിൽ എരിഞ്ഞമർന്ന
കുഞ്ഞുജീവിതം

അവളും ഇഞ്ചിഞ്ചായി മരിച്ചു. എന്നാൽ മരിക്കുന്നതിനു തലേന്നുവരെ അവൾ ഡയറിക്കുറിപ്പുകളെഴുതി. ആ ഡയറി ഹിറ്റ്ലറുടെ പടയാളികളുടെ കണ്ണിൽപ്പെടാതെ കാലത്തെ അതിജീവിച്ചു. ആൻ ഫ്രാങ്കിന്റെ ഡയറിക്കുറിപ്പുകൾ അവൾ മരിച്ച് മാസങ്ങൾക്കു ശേഷം വീണ്ടെടുക്കപ്പെട്ടു. രണ്ടാം ലോകമഹായുദ്ധമെന്ന മഹാദുരന്തത്തിന്റെ ഒരു നേർസാക്ഷ്യമായി ആ കുറിപ്പുകൾ ലോകത്തെ വിവിധ ഭാഷകളിൽ ഇന്നും ജീവിക്കുന്നു.

തീജ്വാലകളെ അതിജീവിച്ച കിം ഫുക്ക്

1972 വിയറ്റ്നാമിൽ അമേരിക്ക രാസായുധങ്ങൾ പ്രയോഗിച്ച് അവിടത്തെ ജനതയുടെ സ്വാതന്ത്ര്യപ്പോരാട്ടത്തെ നേരിടുന്ന കാലം. ജൂൺ 8 ന് ട്രാങ്ബാങ് എന്ന ഗ്രാമത്തിൽ അമേരിക്കൻ പോർവിമാനങ്ങൾ വർഷിച്ച നാപ്പാം ബോംബിന്റെ ഇരകളായ കുട്ടികളുടെ ചിത്രം നിക്ക്ഉത് എന്ന ഫോട്ടോഗ്രാഫർ പകർത്തിയത് ലോകം മുഴുവൻ ആകുലതയോടെ കണ്ടു. ഉടുവസ്ത്രങ്ങൾ കത്തിയെരിഞ്ഞ്, ശരീരമാകെ തീപടർന്ന്, നിലവിളിച്ചോടുന്ന കുട്ടികൾ. ചിത്രത്തിൽ മറ്റു കുട്ടികൾക്കൊപ്പം പൂർണ്ണ നഗ്നയായി നിലവിളിച്ചോടുന്ന കുട്ടിയായിരുന്നു ഫാൻ തി കിം ഫുക്ക്. അവൾക്ക് അന്നു വയസ്സ് ഒമ്പത്. യു എസ് വിമാനം വർഷിച്ച ബോംബിൽ നിന്നു ചിതറിത്തെറിച്ച, തൊട്ടതെല്ലാം കത്തിക്കുന്ന ഗ്യാസൊലിൻ എന്ന രാസവസ്തു അവളുടെ ശരീരത്തിലും വീണിരുന്നു. 'നോങ് ക്വാ, നോങ് ക്വാ' (ചുട്ടുപൊള്ളുന്നേ .... ചുട്ടുപൊള്ളുന്നേ ....) എന്ന് ആർത്തുവിളിച്ചുകൊണ്ട് അവൾ തെരുവിലൂടെ ഓടി. ഭാഗ്യംകൊണ്ട് അവൾ മരി

ച്ചില്ല. ജീവിതത്തിലേക്ക് തിരിച്ചു വന്നു. താൻ അനുഭവിച്ച നൊമ്പരങ്ങളുടെ കഥ പറയാൻ.

സർബത്ത് ഗുല
അഫ്ഖാന് യുദ്ധത്തിന്റെ ഇര

1985 ൽ *നാഷണൽ ജിയോഗ്രാഫി* മാസികയുടെ കവർ ചിത്രമായി പ്രസിദ്ധീകരിക്കപ്പെട്ടത് സർബത്ത് ഗുല എന്ന ആസന്നയൗവനയായ ഒരു അഫ്ഗാൻ പെൺകുട്ടിയുടേതായിരുന്നു. അഫ്ഗാൻ അതിർത്തിയോടു ചേർന്ന പാകിസ്ഥാനിലെ ഒരു അഭയാർത്ഥി ക്യാമ്പിൽ നിന്ന് സ്റ്റീവ് മക് കറി എന്ന ഫോട്ടോഗ്രാഫറാണ് സർബത്ത് ഗുലയുടെ ഭയവിഹ്വലമായ മുഖത്തിന്റെ ചിത്രം പകർത്തിയത്. അഫ്ഗാനിസ്ഥാനിൽ നടമാടിയ താലിബാൻ കലാപത്തിന്റെ ഇരയായിരുന്നു അവൾ. പതിനേഴ് വർഷത്തിനു ശേഷം മക് കറി അവളെ നീണ്ട അന്വേഷണത്തിനൊടുവിൽ വീണ്ടും കണ്ടെത്തി. യൗവനം കവർന്നെടുക്കപ്പെട്ട, ദുരിതത്തിന്റെ ആൾരൂപമായി മാറിക്കഴിഞ്ഞിരുന്ന അവളുടെ രണ്ടാമത്തെ ചിത്രം ലോക മനസ്സാക്ഷിയെ ഞെട്ടിച്ചു.

അലി ഇസ്മായിൽ അബ്ബാസ്, വികലാംഗരുടെ ഫുട്ബോൾ ടീമംഗം. കാൽകൊണ്ട് അലി വരച്ച ചിത്രങ്ങളുടെ പ്രദർശനം ലോകത്തെത്തന്നെ

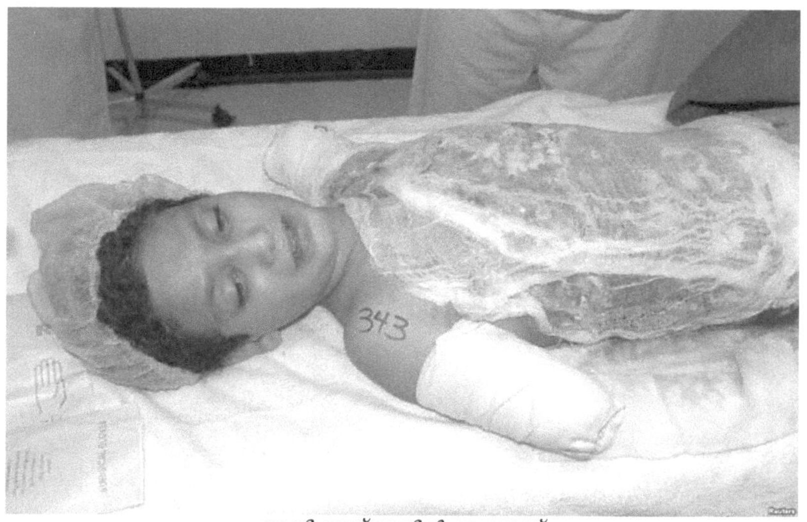

അലി ഇസ്മായിൽ അബ്ബാസ്
കൈകൾ രണ്ടും നഷ്ടപ്പെട്ട് ബാഗ്ദാദിൽ

വിസ്മയിപ്പിച്ചു. 2003 ഏപ്രിൽ ആറ്. അമേരിക്കൻ സേന ബാഗ്ദാദ് നഗരത്തിനു മുകളിൽ അന്നും ബോംബുകൾ വർഷിച്ചു. സദ്ദാം ഹുസൈനിനെതിരായ ആക്രമണത്തിന്റെ ഭാഗമായി അലിയുടെ വീടിനുമുകളിലും വീണു ബോംബുകൾ. അലിയുടെ അച്ഛനും അമ്മയും സഹോദരനും മരിച്ചു, ആ കുടുംബത്തിലെ മറ്റു പത്തുപേർക്കൊപ്പം. ഉറങ്ങിക്കിടന്ന പന്ത്രണ്ടുകാരൻ അലി ഉണർന്നത് ആസ്പത്രിക്കിടക്കയിൽ. ഇരുകൈകളും നഷ്ടപ്പെട്ട്, ശരീരമാസകലം പൊള്ളലേറ്റ് ദീനമായ മുഖവുമായി അലി ലോകത്തെ സഹാതാപാർദ്രമാക്കി. പക്ഷേ, ദുരിതങ്ങൾക്ക് അവനെ തോല്പിക്കാനായില്ല. ഫുട്ബോൾ കളിക്കാരനായി. കൈയില്ലെങ്കിലെന്താ കാൽകൊണ്ട് നന്നായി ചിത്രം വരയ്ക്കാൻ പഠിച്ച് അറിയപ്പെടുന്ന ചിത്രകാരനുമായി.

കത്തിക്കാളുന്ന വിശപ്പകറ്റാൻ ഒരുകിലോമീറ്റർ അകലെയുള്ള ഐക്യരാഷ്ട്രസഭയുടെ ഭക്ഷണക്യാമ്പിലേക്ക് ആഭ്യന്തരയുദ്ധം നാശം വിതച്ച സുഡാന്റെ മരുപ്രദേശത്തുകൂടെ ഇഴഞ്ഞുനീങ്ങുന്ന പേരറിയാത്ത ഒരു കുഞ്ഞ്. വഴിയിൽ വീണുപോയിട്ടും വിശപ്പിന്റെ വിളിമൂലം വീണ്ടും മുന്നോട്ട് ഇഴയുന്ന ആ കുട്ടിയുടെ ചിത്രത്തിൽ മരിച്ചെന്നുറപ്പായാൽ അവനെ കൊന്നു തിന്നാൻ വേണ്ടി ആർത്തിയോടെ അവനെ പിന്തുടരുന്ന ഒരു കഴുകനുമുണ്ട്. കെവിൻ കാർട്ടർ എന്ന ഫോട്ടാഗ്രാഫർ എടുത്ത ആ ചിത്രം *ന്യൂയോർക്ക് ടൈംസ്* പ്രസിദ്ധീകരിക്കുകയുണ്ടായി. (ആ

ഭക്ഷണം തേടി ഇഴഞ്ഞു നീങ്ങുന്ന പേരറിയാത്ത കുട്ടി.
സുഡാനിലെ യുദ്ധഭൂമിയിൽ നിന്ന്

ഫോട്ടോഗ്രാഫർക്ക് അവനെ രക്ഷിക്കണമെന്നല്ല തോന്നിയത്. അവന്റെ പടമെടുത്ത് തന്റെ വീമ്പ് ലോകത്തെ താനെടുത്ത ചിത്രത്തിലൂടെ അറിയിക്കണമെന്നാണ്!)

പാലസ്തീന്റെ കൈവശമുള്ള ഗാസ ചീന്തിനെ കൈപ്പിടിയിൽ ഒതുക്കാൻ വേണ്ടി ഇസ്രയേൽ നടത്തിയ മനുഷ്യത്വരഹിതമായ ആക്രമണത്തിൽ തകർന്നടിഞ്ഞ കെട്ടിടക്കൂമ്പാരങ്ങൾക്കിടയിൽ നിന്നു കണ്ടെത്തിയ പേരറിയാത്ത കുഞ്ഞിന്റെ പാതി കൂമ്പിയ കണ്ണുകളും ചോരപ്പാടുമായാത്ത ചുണ്ടുകളും മീഡിയകളിൽ കണ്ടത് ഇന്നും പലരും ഓർക്കുന്നുണ്ടാവും.

ഇസ്രയേൽ സേനയുടെ ക്രൂരതയുടെ നേർസാക്ഷ്യം

കഴിഞ്ഞ വർഷമാണ് തുർക്കിയുടെ കടൽ തീരത്ത് മണലിൽ മുഖം ചായ്ച്ച് കിടക്കുന്ന ഒരു മൂന്നു വയസ്സുകാരന്റെ ചേതനയറ്റ ശരീരത്തിന്റെ ചിത്രം പത്രങ്ങളിലും നവമാധ്യമങ്ങളിലും വന്നത്. അയ്‌ലാൻ കുർദി എന്ന ആ മൂന്നു വയസ്സുകാരൻ മരിച്ചതല്ല, അവൻ കൊല്ലപ്പെട്ടു എന്നാണ് പറയേണ്ടത്. അവന്റേത് സിറിയയിലെ കൊബാനി എന്ന ചെറുപട്ടണത്തിലുള്ള ആയിരക്കണക്കിന് അഭയാർത്ഥി കുടുംബങ്ങളിൽ ഒന്നായിരുന്നു. ഒരു വശത്ത് ഐ എസ് തീവ്രവാദികളുടെ അതിരില്ലാത്ത ക്രൂരത. മറുവശത്ത് തങ്ങളുടെ ചൊൽപ്പടിക്കു നില്ക്കാത്ത അസ്സാദ് ഗവൺമെന്റിനെ പുറത്താക്കാനായി നിർത്താതെ തുടരുന്ന അമേരിക്കൻ ബോംബാക്രമണം. ഇതിനിടയിൽപ്പെട്ട് നട്ടംതിരിയുന്ന സിറിയയിലെയും ഇറാഖിലെയും ജനങ്ങൾ സർവ്വവും ഉപേക്ഷിച്ച് ജീവനുംകൊണ്ട് ഓടുകയാണ്.

*മെഡിറ്ററേറിയൻ കടലിൽ തുർക്കി തീരത്ത്
തിരമാലകൾ എത്തിച്ച അയ്‌ലാൻ കുർദി*

സ്വസ്ഥമായി ജീവിക്കാമെന്ന പ്രതീക്ഷയിൽ മെഡിറ്ററേനിയൻ കടൽ കടന്ന് യൂറോപ്പിലേക്ക് രക്ഷപ്പെടാൻ ശ്രമിക്കുന്നതിനിടെ അവരിൽ പലരും മെഡിറ്ററേനിയന്റെ ആഴങ്ങളിൽ ഒടുങ്ങി. അത്തരം കുടുംബങ്ങളിലൊന്നിലെ അംഗമാണ് അയ്‌ലാൻ കുർദി. അവന്റെ അഞ്ചുവയസ്സുകാരനായ സഹോദരന്റെയും അമ്മയുടെയും ശരീരം അലയാഴിയിൽ എവിടെയോ മുങ്ങിത്താഴ്ന്നപ്പോൾ അവന്റെ പിഞ്ചുദേഹം തുർക്കി തീരത്ത് അടിഞ്ഞു. സിറിയയെ കൂടാതെ അഫ്ഗാനിസ്ഥാൻ, ഇറാഖ്, ലിബിയ, സുഡാൻ, മാലി, സൊമാലിയ, എറിത്രിയ തുടങ്ങിയ രാജ്യങ്ങളിൽനിന്നുള്ള ജനങ്ങളാണ് ഇങ്ങനെ അഭയംതേടി യൂറോപ്പിലേക്ക് കടക്കാൻ ശ്രമിക്കുന്നത്. 2014 ൽ ഇങ്ങനെ അഭയാർത്ഥികളായി യൂറോപ്പിലെത്തിപ്പെട്ടത് 595 ലക്ഷം പേരാണ്. അവരിൽ കുട്ടികൾ 51 ശതമാനം. ഐക്യരാഷ്ട്രസഭ പ്രസിദ്ധീകരിച്ച Global Trends Report: World at War എന്ന രേഖ പുറത്തുവിട്ടതാണ് ഈ വിവരങ്ങൾ. ഭീകരതയ്ക്കെതിരായ യുദ്ധം, 'ജനാധിപത്യം' സ്ഥാപിക്കാനുള്ള യുദ്ധം, മനുഷ്യാവകാശങ്ങൾ സംരക്ഷിക്കാനുള്ള മാനുഷികമായ ഇടപെടൽ എന്നിങ്ങനെ പല പേരിൽ 2001 മുതൽ യുറോപ്യൻ രാജ്യങ്ങളുടെ പിന്തുണയോടെ എണ്ണക്കൊതിമൂത്ത് അമേരിക്ക പശ്ചിമേഷ്യയിൽ നടത്തിവരുന്ന കടന്നാക്രമണങ്ങളുടെയും ഈ രാജ്യങ്ങളിൽ അവർതന്നെ വളർത്തിയെടുത്തതും ഇന്ന് അവർക്കെതിരെ തിരിഞ്ഞിരിക്കുന്നതുമായ മതതീവ്രവാദ പ്രസ്ഥാനങ്ങളുടെയും ഇരകളാണ് ഈ ലക്ഷങ്ങൾ. അയ്‌ലാൻ കുർദി അവരിലൊരുവൻ മാത്രം.

പേരറിയാവുന്നവരും പേരറിയാത്തവരുമായി യുദ്ധങ്ങളിൽ ബലിയാടുകളാക്കപ്പെട്ട കുട്ടികൾ ആയിരങ്ങളാണ് ചരിത്രത്തിന്റെ ഏടുകളിലുള്ളത്. പട്ടിണിയും വേദനയും യാതനയുമാണ് യുദ്ധങ്ങൾ എന്നും എവിടെയും വാരി വിതറിയിട്ടുള്ളത്. ഇതിന്റെയെല്ലാം ആഘാതം താങ്ങാൻ കഴിയാതെ തകർന്നുപോകുന്നത് മറ്റു മുതിർന്നവർക്കൊപ്പം, അവരേക്കാളേറെ സ്ത്രീകളും കുട്ടികളുമാണ്. വിശേഷിച്ചും കുട്ടികൾ.

സാമ്രാജ്യത്വക്കഴുകന്മാരുടെയും ലോകത്തെ നാനാ നാടുകളിൽ അവർ വളർത്തിയെടുത്ത തീവ്രവാദികളുടെയും ദുർമ്മോഹങ്ങൾക്ക് ഇരകളാക്കപ്പെടുകമാത്രമല്ല ഇന്നു കുട്ടികൾ, നിഷ്കളങ്കരായ അവർ ഇന്ന് യുദ്ധക്കൊതിയുടെ ആയുധങ്ങളായി മാറ്റപ്പെടുകയും ചെയ്യുന്നു. അവരെ ശത്രുക്കൾക്കുനേരെ തിരയൊഴിക്കാൻ പരിശീലിപ്പിക്കുന്നു. അതിനിടെ അവരും യുദ്ധക്കളത്തിൽ ഞെട്ടറ്റ ചോരപ്പൂക്കളായി അടർന്നു വീഴുന്നു.

യുദ്ധങ്ങളിൽ ബലിയാടുകളാക്കപ്പെടുന്ന കുട്ടികളും ഇങ്ങനെ മാനവചരിത്രത്തിന്റെ അനിവാര്യവും ദുർഭഗവുമായ ഭാഗമായിത്തീരുന്നു. ജപ്പാനിലും അഫ്ഗാനിസ്ഥാനിലും വിയറ്റ്നാമിലും സുഡാനിലും മാത്രമല്ല നമ്മുടെ കാശ്മീരിലും അസമിലും നാഗാക്കുന്നുകളിലും ഉൾപ്പെടെ.

ആർതെക്കിന്റെ ഓർമ്മകൾ

ബാലസംഘത്തെ പ്രതിനിധീകരിച്ച് മൂന്നു കുട്ടികളുമൊന്നിച്ച് പഴയ സോവിയറ്റ് യൂണിയനിലെ ആർതെക്ക് ക്യാമ്പിൽ ലോകത്തെ 64 രാജ്യങ്ങളിലെയും അന്നത്തെ സോവിയറ്റ് യൂണിയനിലെയും നാലായിരത്തോളം കുട്ടികൾക്കും അവരെ അനുഗമിച്ചെത്തിയ മുതിർന്ന വർക്കുമൊപ്പം 1988 ൽ ഉല്ലാസപൂർവ്വം കഴിച്ചുകൂട്ടിയ ഏതാണ്ട് ഒരു മാസക്കാലത്തെക്കുറിച്ചുള്ള മധുരിക്കുന്ന ഓർമ്മകൾ ഇന്നും എന്റെ മനസ്സിൽനിന്നും മാഞ്ഞിട്ടില്ല. ബാലസംഘം രക്ഷാധികാരി ഏകോ പനസമിതി അംഗം എന്ന നിലയിൽ തിരുവനന്തപുരം ജില്ലയിലെ പി ഷാജി (12), പാലക്കാട് ജില്ലയിലെ പി ബാലകൃഷ്ണൻ (12), കണ്ണൂർ ജില്ലയിലെ പി എം പ്രശാന്ത് രാജ് (13) എന്നീ ബാലസംഘാംഗങ്ങളെ അനുയാത്ര ചെയ്യാനാണ് ഞാൻ നിയുക്തനായത്. ഷാജി ഇന്ന് കോട്ടയം മെഡിക്കൽ കോളേജിലെ പ്രഗത്ഭനായ സർജനാണ്. ബാലകൃഷ്ണൻ തന്റെ നാട്ടിൽ ഒരു ആയുർവ്വേദ വൈദ്യശാലയുടെ ഉടമയാണ്. പ്രശാന്ത് രാജ് മുംബൈയിൽ അദ്ധ്യാപകനായി ജോലി ചെയ്യുന്നു

1925 ൽ വളരെ എളിയ തോതിലാണ് കരിങ്കടൽ തീരത്തുള്ള ആർ തെക്ക് എന്ന സ്ഥലത്ത് കുട്ടികൾക്കുവണ്ടിയുള്ള ക്യാമ്പ് സഖാവ് ലെനിന്റെ ഓർമ്മയ്ക്കായി സ്ഥാപിക്കപ്പെട്ടത്. ഒക്ടോബർ വിപ്ലവത്തി ന്റെയും അതിനുശേഷം സാർ ചക്രവർത്തിക്കുവേണ്ടി പതിനാല് മുത ലാളിത്തരാജ്യങ്ങൾ മുൻകൈയെടുത്ത് സോവിയറ്റ് യൂണിയനെതിരെ നടത്തിയ ഇടപെടൽ യുദ്ധത്തിന്റെയും യാതന നിറഞ്ഞ നാളുകൾ. സോവിയറ്റ് യൂണിയൻ അന്ന് സാമ്പത്തികമായി വളരെ ദുർബ്ബലമായ

നിലയിലായിരുന്നു. ക്ഷാമവും രോഗവും ജനങ്ങളെ തളർത്തി. കുട്ടികളുൾപ്പെടെ എണ്ണാൻ കഴിയാത്തത്ര ജനങ്ങൾ, പറഞ്ഞാലൊടുങ്ങാത്ത ദുരിതങ്ങളെയാണ് അന്നു നേരിട്ടത്. അവശേഷിച്ച റൊട്ടിക്കഷണങ്ങളും പഞ്ചസാരത്തരികളും കുട്ടികൾക്കുവണ്ടി രാജ്യം മാറ്റിവയ്ക്കുകയായിരുന്നു.

അന്നും കുട്ടികൾക്ക് ശുദ്ധവായുവും സൂര്യപ്രകാശവും ലഭ്യമാക്കണമെന്ന് സോവിയറ്റ് ഭരണം നിഷ്കർഷിച്ചു. ഏതാനും ദിവസങ്ങളിലേക്കെങ്കിലും ദുരിതങ്ങളറിയാത്ത ഒരു ലോകത്ത് അവരെ എത്തിക്കാനുള്ള സോവിയറ്റ് യൂണിയന്റെ ആഗ്രഹത്തിന്റെ ഫലമായാണ് ആർതെക്ക് ക്യാമ്പ് സ്ഥാപിക്കപ്പെട്ടത്. ആരോഗ്യ വിശ്രമകേന്ദ്രമെന്ന് ശ്രുതിപ്പെട്ട കരിങ്കടലിന്റെ തീരത്ത് ആരോഗ്യം കുറഞ്ഞ 80 കുട്ടികൾ വീതമുള്ള കുട്ടികളുടെ നാല് ഗ്രൂപ്പുകളാണ് 1925 ൽ ആദ്യത്തെ ആർതെക്ക് ക്യാമ്പിൽ പങ്കെടുത്തത്. മോസ്കോയിൽനിന്നും രാജ്യത്തെ മറ്റു നഗരങ്ങളിൽ നിന്നും വന്നവർ. ആർതെക്കിലേക്കുള്ള യാത്രയിൽ തങ്ങിയ പട്ടണങ്ങളുടെയും നാട്ടിൻപുറങ്ങളുടെയും വൈവിദ്ധ്യമാർന്ന ഭൂവിഭാഗങ്ങളുടെയും കാഴ്ചതന്നെ അവരെ വ്യാമുഗ്ദ്ധരാക്കി. ഒരു മാസത്തെ ക്യാമ്പ് ജീവിതത്തിനുശേഷം അവരെഴുതിയ കത്തുകൾ അവരുടെ കൃതാർത്ഥത വെളിപ്പെടുത്തുന്നു.

തുടർന്നുള്ള വർഷങ്ങളിൽ ആർതെക്ക് വിപുലീകരിക്കപ്പെട്ടു. ഓരോ വർഷവും 25000 കുട്ടികൾ ആർതെക്ക് സന്ദർശിക്കാൻ തുടങ്ങി. നാലായിരം കുട്ടികളെ ഒരേ സമയം താമസിപ്പിക്കാൻ കഴിയുന്ന ഒരു ക്യാമ്പായി ആർതെക്ക് മാറി.

Quail (പ്രാവ്) എന്നർത്ഥമുള്ള ഒരു ഗ്രീക്ക് പദത്തിൽ നിന്നാണ് ആർതെക്ക് എന്ന വാക്ക് ഉത്ഭവിച്ചതത്രെ. കരിങ്കടലിനോട് ചേർന്നു നില്ക്കുന്ന പ്രാവിൻനിറമുള്ള മേദ്വെദ് (Medved) മലകളുടെ മുകളിൽ ദേശാടനപ്പക്ഷികൾ പണ്ടുമുതല്ക്കേ പറന്നെത്തി വിശ്രമിച്ചു തിരിച്ചുപോകാറുണ്ടായിരുന്നു. 1925 നുശേഷമുള്ള ദശകങ്ങളിൽ ഓരോവർഷവും പക്ഷികളുടെ മാത്രമല്ല, ലോകത്തിന്റെ നാനാഭാഗത്തുനിന്നുമുള്ള ആയിരക്കണക്കിനു കുട്ടികളുടെ കൂടി വിശ്രമകേന്ദ്രമായി 'ആർതെക്ക്.'

സോവിയറ്റ് യൂണിയനിലെ ആർതെക്ക് എന്ന സ്ഥലത്ത് 1988 ജൂലൈ 20 മുതൽ ആഗസ്ത് 14 വരെ നടന്ന കുട്ടികളുടെ സാർവ്വദേശീയ മേളയിൽ ഇന്ത്യയിൽനിന്നുള്ള കുട്ടികളെ പ്രതിനിധീകരിച്ചുകൊണ്ട് കേരളത്തിൽ നിന്ന് മൂന്നു ബാലസംഘം പ്രവർത്തകർ പങ്കെടുത്തു.

മേളയിൽ പങ്കെടുക്കുന്നതിന് മൂന്ന് കുട്ടികളെയും അവർക്ക് നേതൃത്വം നല്കുന്നതിന് മുതിർന്ന ഒരാളെയും അയക്കാൻ ജൂൺ 6 ന് അയച്ച ഒരു കത്തിലാണ് സോവിയറ്റ് യൂണിയനിലെ യുവജനസംഘട

ആർതെക്കിൽ നിന്ന് തിരിച്ചെത്തിയ ശേഷം ബാലസംഘാംഗങ്ങൾ ഇ എം എസിനോടൊപ്പം (കൂടെ സംസ്ഥാന രക്ഷാധികാരി ടി നാരായണൻ)

നകളുടെ കമ്മിറ്റി (സി വൈ ഒ) ഡി വൈ എഫ് ഐയോട് ആവശ്യപ്പെട്ടത്. സി പി ഐ (എം) ന്റെ കേന്ദ്ര നേതൃത്വവുമായി കൂടിയാലോചിച്ചശേഷം ഒരേ ഭാഷ സംസാരിക്കുന്ന ഒരു സംസ്ഥാനത്തിൽ നിന്നുള്ള കുട്ടികളെ ത്തന്നെ അയക്കാൻ പ്രായോഗിക സൗകര്യം മുൻനിർത്തി തീരുമാനമായി. ദീർഘകാലമായി ബാലസംഘം പ്രവർത്തിക്കുന്ന സംസ്ഥാനമെന്ന നിലയ്ക്ക് മേളയിലേക്ക് കുട്ടികളെ അയക്കുക എന്ന ബഹുമതിക്ക് കേരളം അർഹമായി. ബാലസംഘം മെച്ചപ്പെട്ട നിലയിൽ പ്രവർത്തി ക്കുന്ന തിരുവനന്തപുരം, പാലക്കാട്, കണ്ണൂർ എന്നീ ജില്ലകളിൽനിന്ന് ഒരു കുട്ടിയെ വീതം അയക്കാൻ തുടർന്ന് സംസ്ഥാനനേതൃത്വം തീരുമാ നിച്ചു. പി ഷാജി തിരുവനന്തപുരം ജില്ലയിൽനിന്നും പി ബാലകൃഷ്ണൻ പാലക്കാട് ജില്ലയിൽനിന്നും പി എം പ്രശാന്ത് രാജ് കണ്ണൂർ ജില്ലയിൽ നിന്നും മേളയിലേക്ക് നിയോഗിക്കപ്പെട്ടത് ഈ തീരുമാനത്തിന്റെ അടിസ്ഥാനത്തിലാണ്. മൂന്നു പേരും ബാലസംഘത്തിന്റെ പ്രവർത്തകർ. 1987 ൽ തൃശൂരിൽവച്ച് കേരള ശാസ്ത്രസാഹിത്യപരിഷത്ത് നടത്തിയ

അഖിലേന്ത്യാ ബാലോത്സവത്തിൽ പങ്കെടുത്ത കുട്ടിയാണ് ഷാജി. ബാലകൃഷ്ണൻ പാലക്കാട് ജില്ലയിൽ ബാലസംഘം സംഘടിപ്പിച്ചിട്ടുള്ള നാടക ട്രൂപ്പിലെ അംഗമാണ്. മേയ് മാസത്തിൽ പാലക്കാട് ജില്ലയിൽ പര്യടനം നടത്തിയ 'കളിവണ്ടി' അവതരിപ്പിച്ച കലാപരിപാടികളിലൊന്നായ *അപ്പമരം* എന്ന നാടകത്തിൽ ബാലകൃഷ്ണൻ അഭിനയിക്കുകയുണ്ടായി. പ്രശാന്ത് രാജ് ശാസ്ത്രസാഹിത്യ പരിഷത്ത് 1987 ൽ കൊല്ലത്തുവച്ചു നടത്തിയ കുട്ടികളുടെ സംസ്ഥാന ക്യാമ്പിൽ പങ്കെടുത്തിട്ടുണ്ട്. ബാലസംഘം സംസ്ഥാന കോ-ഓർഡിനേഷൻ കമ്മിറ്റി അംഗമായ ഈ ലേഖകൻ കുട്ടികളുടെ ടീമിനെ നയിച്ച് സോവിയറ്റ് യൂണിയനിൽ പോകണമെന്നും തീരുമാനിക്കപ്പെട്ടു.

ഡി വൈ എഫ് ഐ ആദ്യമായാണ് ഇത്തരമൊരു മേളയിൽ പങ്കെടുക്കുന്നതിന് ക്ഷണിക്കപ്പെടുന്നത്. ക്ഷണക്കത്തിൽ മേളയുടെ സ്വഭാവത്തെക്കുറിച്ച് പരിമിതമായ വിവരങ്ങളേ ഉണ്ടായിരുന്നുള്ളു. ഏതാനും ചില വിവരങ്ങൾ ലഭിച്ചത് 1979 ൽ നടന്ന മേളയെക്കുറിച്ച് മോസ്കോയിലെ പ്രോഗ്രസ് പബ്ലിഷേഴ്സ് പുറത്തിറക്കിയ ഒരു ലഘുഗ്രന്ഥത്തിൽനിന്നാണ്. അതുകൊണ്ട് ഏറെ അങ്കലാപ്പോടെയും പരിഭ്രാന്തിയോടെയും ആണ് പ്രതിനിധിസംഘം യാത്ര പുറപ്പെട്ടത്. പരിമിതമായ സമയത്തിനകം ഏതാനും ഗാനങ്ങളും നാടകങ്ങളും അവതരിപ്പിക്കുന്നതിന് കുട്ടികളെ തയ്യാറാക്കാൻ കഴിഞ്ഞു എന്നത് ആശ്വാസകരമായിരുന്നു. ജൂലൈ 11-ാം തീയതി രാത്രിയിൽ തിരുവനന്തപുരത്തു നിന്ന് യാത്രതിരിച്ച പ്രതിനിധിസംഘം ജൂലൈ 18 ന് രാത്രിയിൽ ഡൽഹിയിൽ നിന്ന് പുറപ്പെട്ട എയ്റോ ഫ്ളോട്ട് വിമാനത്തിൽ സോവിയറ്റ് യൂണിയനിലേക്ക് യാത്രയായി. മോസ്കോയിൽ 19-ാം തീയതി എത്തിയ ഞങ്ങൾ ഒരു ദിവസം അവിടെ ചെലവഴിച്ചശേഷം 20-ാം തീയതി മറ്റൊരു വിമാനത്തിൽ 1700 കിലോമീറ്റർ അകലെ ഉക്രൈയിൻ റിപ്പബ്ലിക്കിലെ ഒരു ജില്ലയായ ക്രിമിയയുടെ തലസ്ഥാനമായ സിംഫറോപോളിലേക്ക് യാത്ര തിരിച്ചു. അവിടെ നിന്ന് രണ്ടുമണിക്കൂർ ബസിൽ യാത്രചെയ്ത് ആർതെക്കിൽ എത്തിച്ചേർന്നു.

ലോകമാകമാനമുള്ള കുട്ടികളുടെ ഏറ്റവും വലുതും മികച്ചതുമായ സംഗമവേദി എന്നു പേരുകേട്ട സ്ഥലമാണ് ആർതെക്ക്. കരിങ്കടലിന്റെ തീരത്ത് പർവ്വതനിരകളുടെ മടിത്തട്ടിലുള്ള വനഭൂമിയിലാണ് ആർതെക്ക് സ്ഥിതിചെയ്യുന്നത്. കടൽത്തീരത്തുള്ള ചെങ്കുത്തായ മലയുടെ ഓരങ്ങളിൽ ഏതാണ്ട് 5 കിലോമീറ്ററോളം നീളത്തിൽ 320 ഹെക്ടർ സ്ഥലത്ത് ക്യാമ്പ് പരന്നുകിടക്കുന്നു. അവിടെ പ്രതിവർഷം 25,000 കുട്ടികൾ ലോകത്തിന്റെ നാനാഭാഗങ്ങളിൽനിന്ന് വിശ്രമത്തിനും പഠനത്തിനുമായി എത്തിച്ചേരുന്നു. ജൂലൈ-ആഗസ്ത് മാസങ്ങളിലാണ് ഏതാണ്ട് ഒരു

മാസം നീണ്ടുനില്ക്കുന്ന സാർവ്വദേശീയ മേള അവിടെ നടക്കുന്നത്. ആ സമയത്താണ് സോവിയറ്റ് കുട്ടികൾക്ക് വേനല്ക്കാല അവധി. സോവിയറ്റ് കുട്ടികൾക്കു മാത്രമല്ല, ലോകത്തെ പല രാജ്യങ്ങളിലെ കുട്ടികൾക്കും. ഈ വർഷത്തെ മേളയിൽ സോവിയറ്റ് യൂണിയനുൾപ്പെടെ 64 രാജ്യങ്ങളിൽ നിന്നായി 3,977 കുട്ടികൾ പങ്കെടുത്തു. അവരിൽ 2000 ഓളം കുട്ടികൾ സോവിയറ്റ് യൂണിയനിലെ വിവിധ റിപ്പബ്ലിക്കുകളിൽനിന്നുള്ളവരും ബാക്കിയുള്ളവർ വിദേശരാജ്യങ്ങളിൽനിന്നുള്ളവരും. സോഷ്യലിസ്റ്റ് രാജ്യങ്ങളിൽനിന്നും മൂന്നാം ലോകരാജ്യങ്ങളിൽനിന്നും മാത്രമല്ല യു എസ് എ, ബ്രിട്ടൻ, ഫ്രാൻസ്, പശ്ചിമജർമ്മനി തുടങ്ങിയ മുതലാളിത്ത രാജ്യങ്ങളിൽനിന്നുപോലും പ്രതിനിധികൾ വന്നെത്തിയിരുന്നു. നാനാ രാജ്യങ്ങളിലെ കമ്യൂണിസ്റ്റ് പാർട്ടികളുമായി മാത്രമല്ല സോഷ്യലിസ്റ്റ് പാർട്ടികളുമായും ജനാധിപത്യപാർട്ടികളുമായും ബന്ധപ്പെട്ട് പ്രവർത്തിക്കുന്ന പയനീർ (യുവജന) സംഘടനകളെ മേളയിലേക്ക് പ്രതിനിധികളെ അയക്കാൻ സി വൈ ഒ ക്ഷണിച്ചിട്ടുണ്ടായിരുന്നു. ഇന്ത്യയിൽനിന്ന് ഞങ്ങളെ കൂടാതെ എ ഐ വൈ എഫിനെയും യൂത്ത് കോൺഗ്രസ് (ഐ) യെയും പ്രതിനിധീകരിച്ച് മൂന്നു കുട്ടികളും ഓരോ നേതാവും വീതം മേളയിൽ പങ്കെടുത്തു. കൂടാതെ ഇന്ത്യാ ഗവൺമെന്റിനെ പ്രതിനിധീകരിച്ച് ഒരു നേതാവും രണ്ടുകുട്ടികളും പങ്കെടുത്തു.

ഈ വർഷത്തെ മേളയുടെ മുഖ്യപ്രമേയങ്ങൾ പരിസ്ഥിതി, സമാധാനം, വികസനം എന്നിവ ആയിരുന്നു. ഈ പ്രശ്നങ്ങളുമായി ബന്ധപ്പെട്ട് യങ് പയനീർ സംഘടനകളുടെ പ്രവർത്തനാനുഭവങ്ങൾ മേളയിൽ വിശദമായി വിലയിരുത്തി. ഈ പ്രശ്നങ്ങൾ മുൻനിർത്തി കുട്ടികളുടെ വട്ടമേശസമ്മേളനങ്ങൾ, സെമിനാറുകൾ, മാധ്യമങ്ങളുടെ വക്താക്കളുമായുള്ള അഭിമുഖസംഭാഷണങ്ങൾ, സാംസ്കാരിക പരിപാടികൾ, മത്സരങ്ങൾ തുടങ്ങിയവ മേളയിൽ നടന്നു. ഭൂമിയിൽ പരിസ്ഥിതിസന്തുലനം കാത്തുരക്ഷിക്കാനും ന്യൂക്ലിയർ യുദ്ധം ഒഴിവാക്കാനും നിരായുധീകരണം പൂർണ്ണമായി നടപ്പാക്കാനും ലാറ്റിൻ അമേരിക്കയിലും ദക്ഷിണാഫ്രിക്കയിലും തെളിഞ്ഞും മറ്റ് പലേടത്തും ഒളിഞ്ഞും പ്രവർത്തിക്കുന്ന ഫാസിസ്റ്റ് ഗ്രൂപ്പുകളെ ഒറ്റപ്പെടുത്താനുമുള്ള അഭ്യർത്ഥനയടങ്ങുന്ന ഒരു കത്ത് മേളയിൽ പങ്കെടുത്തവർ ഒപ്പിട്ട് യു എൻ ഒ യ്ക്ക് അയക്കാൻ തീരുമാനിച്ചു. ഹിറ്റ്ലറും അദ്ദേഹത്തിന്റെ നാസി അനുകൂലികളും ചേർന്ന് നടത്തിയ ക്രൂരനടപടികൾ മേള വിലയിരുത്തുകയും ഫാസിസത്തെ പ്രതിനിധീകരിച്ച് ഫാസിസ്റ്റ് ജർമ്മനിയുടെ സ്വസ്തികപതാകയും ഹിറ്റ്ലറുടെ ആത്മകഥയായ *മെയിൻകാഫും* തീയിട്ടു ചുടുകയും ചെയ്തു. മേളയിൽ പങ്കെടുക്കുന്ന ഓരോ രാജ്യത്തിന്റെയും സവിശേഷങ്ങളായ കളികൾ അവതരിക്കപ്പെട്ടു. അവ മറ്റ് രാജ്യങ്ങളിലെ പ്രതിനിധികൾ

പ്രശാന്ത് രാജ് (കണ്ണൂർ), പി ഷാജി(തിരുവനന്തപുരം), പി ബാലകൃഷ്ണൻ (പാലക്കാട്) എന്നീ ബാലസംഘം പ്രതിനിധികൾ സംസ്ഥാന രക്ഷാധികാരി സെക്രട്ടറി ടി നാരായണനോടും ദ്വിഭാഷി തോല്യയോടുമൊപ്പം. ആർതെക്ക് ക്യാമ്പിൽ

ഉത്സാഹപൂർവ്വം പഠിക്കുകയുമുണ്ടായി. മേളയുടെ ഭാഗമായി സംഘടിപ്പിക്കപ്പെട്ട മിനി ഒളിമ്പിക്സ് കായികമേള ഭാവിയുടെ വാഗ്ദാനങ്ങളെ കണ്ടുപിടിക്കുന്നതിന് അവസരം നല്കി. മേളയിൽ സംഘടിപ്പിക്കപ്പെട്ട സൗഹൃദസംഘങ്ങൾ രാജ്യങ്ങൾ തമ്മിലുള്ള ബന്ധം അരക്കിട്ടുറപ്പിക്കുകയും കുട്ടികൾക്ക് പരസ്പരം അറിയുന്നതിന് അവസരം നല്കുകയും ചെയ്തു. ഇക്കോളജി ബ്രിഗേഡുകൾ ആർതെക്കിലും ചുറ്റിലുമുള്ള പരിസ്ഥിതി പ്രശ്നങ്ങൾ പഠിക്കുകയും പരിഹാരമാർഗ്ഗങ്ങൾ നിർദ്ദേശിക്കുകയും ചെയ്തു. നാനാരാജ്യങ്ങൾ സംഘടിപ്പിച്ച ദേശീയദിനാചരണത്തിന്റെ ഭാഗമായി ഓരോ രാജ്യത്തിന്റെയും പാരമ്പര്യവും സംസ്കാരവും സമകാലീന പ്രശ്നങ്ങളും പ്രതിഫലിക്കുന്ന പ്രദർശനങ്ങളും കലാപരിപാടികളും നടന്നു.

രാവിലെ 8 മണിക്ക് ആർതെക്കിനെ പുകഴ്ത്തുന്ന പ്രഭാതഭേരി കേട്ട് കുട്ടികൾ നിത്യവും ഉണർന്നെണീറ്റു. ക്യാമ്പ് ഹൗസിനകവും പുറവും വൃത്തിയാക്കിയ ശേഷം അവർ ഒരു മണിക്കൂർ വ്യായാമത്തിൽ ഏർപ്പെടും. 800 കുട്ടികൾക്കും 200 മുതിർന്നവർക്കും ഒന്നിച്ചിരുന്ന് ഭക്ഷണം കഴിക്കാവുന്ന ഭക്ഷണശാലയിലിരുന്ന് സമൃദ്ധമായ ലഘുഭക്ഷണം കഴിച്ച ശേഷം ഒരു മണിക്കൂർ നേരം കുട്ടികൾ വിവിധ കർമ്മപരിപാടികളിൽ ഏർപ്പെടും. പ്രത്യേക വിഷയങ്ങളെപ്പറ്റിയുള്ള ചർച്ച, വൈകുന്നേരം നടക്കുന്ന കലാകായിക പരിപാടികൾക്കുള്ള തയ്യാറെടുപ്പ് എന്നിവയാണ്

ഈ സമയത്ത് അവർ ചെയ്യുക. 11 മണി മുതൽ ഉച്ചയ്ക്ക് ഒരു മണി വരെ അവർ കടൽത്തീരത്തും കടലിലുമായി കഴിച്ചുകൂട്ടും. ഉച്ചഭക്ഷണം കഴിഞ്ഞ് രണ്ടുമണിക്കൂർ അവർ ഉറങ്ങണമെന്ന് നിർബ്ബന്ധമാണ്. അങ്ങനെ ഉറങ്ങിയില്ലെങ്കിൽ 'ആർതെക്ക്' ക്യാമ്പിനോട് ചേർന്ന് 'മെദ്വെദ്' മലയിൽ പാർക്കുന്ന കരടി വന്ന് പിടികൂടുമത്രെ! ('മെദ്വെദ്' എന്ന വാക്കിന്റെ അർത്ഥം തന്നെ കരടി എന്നാണ്.) രാത്രി വളരെ വൈകുന്ന തുവരെ കുട്ടികൾ വിവിധ കലാകായിക പരിപാടികളിലും മത്സരങ്ങളിലും ഏർപ്പെടും. 11 മണിക്ക് ഉറങ്ങണമെന്നാണ് നിയമമെങ്കിലും ഫിലിംഷോയും ഡിസ്കോ നൃത്തവും ഉള്ള രാത്രികളിൽ ഉറങ്ങുന്നതിന് പിന്നെയും വൈകും. ഈ പരിപാടികളിലെല്ലാം കുട്ടികളെ സഹായിക്കുന്ന മുതിർ ന്നവർ പലപ്പോഴും തങ്ങളുടെ ചർച്ചകൾ അവസാനിപ്പിച്ച് ഉറങ്ങാൻ പോകുന്നത് നേരം പുലരാറാവുമ്പോൾ ആയെന്നുവരും.

നാനാ രാജ്യങ്ങളിൽനിന്ന് കുട്ടികളോടൊപ്പം എത്തിയ മുതിർന്നവർ പങ്കെടുത്ത് കുട്ടികളുടെ സംഘടനകൾ കെട്ടിപ്പടുക്കുന്നതിനെക്കുറിച്ച് സെമിനാറുകൾ സംഘടിപ്പിക്കുകയുണ്ടായി. പരിസ്ഥിതി, സമാധാനം, വികസനം എന്നീ പ്രശ്നങ്ങൾ മുൻനിർത്തി വിപുലമായ ഒരു കോൺ ഫറൻസും നടന്നു. സോവിയറ്റ് യൂണിയനിലെ യുവജന സംഘടനകളുടെ കേന്ദ്രസമിതിയുടെ വൈസ് ചെയർപേഴ്സൺ എൻ മൊറോസ്കിനോ യുടെ അദ്ധ്യക്ഷതയിലാണ് ഈ കോൺഫറൻസ് നടന്നത്. സാർവ്വ ദേശീയ യുവജന സംഘടനയുടെ (CIMEA) ജനറൽ സെക്രട്ടറിയും ഹംഗറിക്കാരനുമായ സാന്ദ്രാമോവിറെ ഈ കോൺഫറൻസിനെ അഭി വാദ്യം ചെയ്തുസംസാരിക്കുകയുണ്ടായി. കുട്ടികളുടെ സംഘടനകൾ പരിസ്ഥിതി സംരക്ഷണത്തിന്റെയും ലോകസമാധാനത്തിന്റെയും വിക സനത്തിന്റെയും രംഗത്ത് വഹിക്കേണ്ട പങ്കിനെപ്പറ്റിയാണ് അവരിരുവരും ഊന്നി സംസാരിച്ചത്. ഈ പ്രശ്നങ്ങളെപ്പറ്റി സമഗ്രമായ ഒരു കാഴ്ച പ്പാടുണ്ടാവേണ്ടതിന്റെ ആവശ്യകത, ചർച്ചയിൽ പങ്കെടുത്തുകൊണ്ട്, ഇതെഴുന്നയാൾ എടുത്തുകാട്ടി. ഏതെങ്കിലുമൊരു പ്രശ്നത്തിന് മറ്റൊ ന്നിനേക്കാൾ പ്രാധാന്യം കൊടുത്തുകൊണ്ടുള്ള സമീപനം അപാ യകരമായിരിക്കുമെന്ന് ഈ ലേഖകൻ ചൂണ്ടിക്കാണിച്ചു. എംഗൽസിനെ ഉദ്ധരിച്ചുകൊണ്ട് മനുഷ്യന്റെ ഓരോ പ്രവർത്തനവും പ്രകൃതിയുടെ മേൽ ആഘാതമേല്പിക്കുന്നുവെന്ന് വ്യക്തമാക്കുകയും വികസനത്തിന് ലോക സമാധാനം അനിവാര്യമാണെന്ന് സൂചിപ്പിക്കുകയും ചെയ്തു. സമാധാന ത്തിനുണ്ടാകുന്ന ഉലച്ചിൽ വികസനത്തെയും പരിസ്ഥിതിയെയും ഒരു പോലെ പ്രതികൂലമായി ബാധിക്കുന്നു.

ആർതെക്കിൽ 400 ഓളം പേർ വീതമുള്ള 10 ക്യാമ്പുകളിലായാണ് കുട്ടികൾ താമസിച്ചത്. ഓരോ ക്യാമ്പിനെയും മുപ്പതുമുതൽ നാല്പതു

വരെ കുട്ടികളുൾക്കൊള്ളുന്ന ഗ്രൂപ്പുകളായി തിരിച്ചിരുന്നു. ഓരോ ഗ്രൂപ്പിലും ഒരു വിദേശരാജ്യത്തുനിന്നുള്ള കുട്ടികളും ബാക്കി സോവിയറ്റ് കുട്ടികളും ആയിരുന്നു. ഞങ്ങളുടെ പ്രതിനിധിസംഘം 'ദ്റുസീന ലിസ്നായ' (കാട് ക്യാമ്പ്) എന്ന ക്യാമ്പിലെ 14-ാമത് ഗ്രൂപ്പിന്റെ ഭാഗമായിരുന്നു. മറ്റ് ചില ക്യാമ്പുകളുടെ പേരുകൾ തടാകം, പർവ്വതം, നദി, സമുദ്രം എന്നിങ്ങനെയാണ്. മൂന്നുനിലയുള്ള കെട്ടിടങ്ങളിലാണ് ക്യാമ്പുകൾ പ്രവർത്തിക്കുന്നത്. ആദ്യത്തെ നിലയിൽ ആൺകുട്ടികൾ. രണ്ടാം നിലയിൽ പെൺകുട്ടികൾ, മുകളിലത്തെ നിലയിൽ ചർച്ചയ്ക്കും റിഹേഴ്സലിനുമുള്ള സൗകര്യമുണ്ട്. ഓരോ ഗ്രൂപ്പിനോടുമൊപ്പം ഗ്രൂപ്പിലെ കുട്ടികൾ ഉറങ്ങുന്നതുവരെ പയനീർ നേതാക്കൾ ഉണ്ടാകും, കളിക്കളത്തിലും സമുദ്രതീരത്തും ആശുപത്രിയിലും ഭക്ഷണശാലയിലും. എല്ലാവരും വിദേശങ്ങളിൽ നിന്നെത്തിയ നേതാക്കളും ഉറങ്ങുന്നത് കുട്ടികളുടെ വിശ്രമകേന്ദ്രത്തിൽ നിന്നകലെയല്ല.

'ദ്റുസീന ലിസ്നായ' എന്ന ഞങ്ങളുടെ ക്യാമ്പിൽ സോവിയറ്റ് കുട്ടികൾക്കു പുറമെ യുഗോസ്ലേവിയ, ഇന്ത്യ, സിറിയ, കാനഡ, അർജന്റീന, വടക്കൻ കൊറിയ, ദക്ഷിണാഫ്രിക്കൻ നാഷണൽ കോൺഗ്രസ്, പശ്ചിമജർമ്മനി, സെയ്ഷെൽസ്, യു എസ് എ എന്നീ വിദേശരാജ്യങ്ങളിൽ നിന്നുള്ള കുട്ടികളാണുണ്ടായിരുന്നത്. ജൂലൈ 22 ന് വൈകിട്ടാണ് ഞങ്ങളുടെ ക്യാമ്പ് ഔപചാരികമായി ഉദ്ഘാടനം ചെയ്യപ്പെട്ടത്. മാർച്ച് പാസ്റ്റ്, ഗാർഡ് ഓഫ് ഓണർ തുടങ്ങിയ ഔപചാരികമായ ചടങ്ങുകളോടെ ആയിരുന്നു ഉദ്ഘാടനം. ക്യാമ്പിന്റെയും ക്യാമ്പിലെ അംഗങ്ങളായ 10 വിദേശരാജ്യങ്ങളുടെയും സോവിയറ്റ് യൂണിയന്റെയും കൊടികൾ ദേശീയഗാനാലാപത്തിനിടയിൽ ഉയർത്തപ്പെട്ടു.

ആഗസ്ത് 6 ന് 4000 കുട്ടികളും പങ്കെടുത്ത് 30 കിലോമീറ്റർ ദൂരെയുള്ള യാൾത്താ നഗരത്തിൽ ഒരു വമ്പിച്ച പ്രകടനം നടന്നു. പ്രകടനത്തിനു മുമ്പായി കുട്ടികളും മുതിർന്നവരും നഗരത്തിലെ ഒരു കുന്നിൻ മുകളിൽ സ്ഥിതിചെയ്യുന്ന രക്തസാക്ഷി മണ്ഡപത്തിലെത്തി ഒക്ടോബർ വിപ്ലവത്തിൽ വീരചരമമടഞ്ഞ ധീര രക്തസാക്ഷികൾക്ക് ആദരാഞ്ജലികൾ അർപ്പിച്ചു. ആഗസ്ത് 9 ന് സിംഫറോ പൊളിനടുത്തുള്ള ഒരു കൂട്ടുകൃഷിയിടത്തിലേക്ക് വിദേശരാജ്യങ്ങളിൽ നിന്നെത്തിയ നേതാക്കന്മാർ ആനീതരായി. അവിടെ ഞങ്ങൾക്ക് കൂട്ടുകൃഷിയിടത്തിന്റെ ഭരണ സമിതിയുടെ ചെയർമാൻ, കോംസമാളിന്റെ ജില്ലാ സെക്രട്ടറി, ട്രേഡ് യൂണിയന്റെ ജില്ലാ സെക്രട്ടറി, ഹൈസ്കൂൾ ഡയറക്ടർ എന്നിവരുമായി സോവിയറ്റ് ജീവിതത്തിന്റെ വിവിധ വശങ്ങളെക്കുറിച്ച് ചർച്ചചെയ്യാൻ അവസരം ലഭിച്ചു. വിപ്ലവത്തിനുമുമ്പ് ഒരു നാടുവാഴിയുടെ കൊട്ടാരമായിരുന്നിടത്ത് സ്ഥാപിച്ചിട്ടുള്ള വലിയൊരു മ്യൂസിയം, യാൾത്തയിൽ

തന്നെയുള്ള 'നാടോടിക്കഥകളുടെ പൂന്തോപ്പ്' എന്നിവ സന്ദർശിക്കാനും ഒരു സ്റ്റീം ബോട്ടിൽ കയറി ഒരു മണിക്കൂർ നേരം കരിങ്കടലിലൂടെ സഞ്ചരിക്കാനും കുട്ടികളടക്കം ഞങ്ങൾക്കെല്ലാം അവസരം ലഭിക്കുകയുണ്ടായി. ആഗസ്ത് 13 ന് വർണ്ണശബളമായ റാലിയോടും വെടിക്കെട്ടോടും കൂടിയാണ് ക്യാമ്പ് സമാപിച്ചത്. 14 ന് വൈകുന്നേരം തുടക്കത്തിലുയർത്തിയ കൊടികൾ ഔപചാരികമായി താഴ്ത്തുകയും റഷ്യൻ ആചാരമനുസരിച്ച് തേയില സൽക്കാരം നല്കി ക്യാമ്പ് അധികൃതർ ഞങ്ങൾക്ക് വിട നല്കുകയും ചെയ്തു.

ഭാഷ കൈകാര്യം ചെയ്യുന്നതിലുള്ള പ്രയാസം നിലനില്ക്കെത്തന്നെ നമ്മുടെ കുട്ടികൾ ക്യാമ്പ് ജീവിതത്തിലെ ഓരോ പരിപാടിയിലും സജീവമായി പങ്കെടുത്തു. സോവിയറ്റ് കുട്ടികളുടെയും പയനീർ നേതാക്കന്മാരുടെയും ക്യാമ്പ് അധികൃതരുടെയും സ്നേഹവാത്സല്യങ്ങൾക്ക് പാത്രങ്ങളാകത്തക്ക രീതിയിൽ ഉയർന്ന നിലവാരം പുലർത്തുന്നതായിരുന്നു അവരുടെ പെരുമാറ്റം. നമ്മുടെ രാജ്യത്തിന്റെയും പാർട്ടിയുടെയും പ്രസ്ഥാനത്തിന്റെയും അഭിമാനം അവർ ഉയർത്തിപ്പിടിച്ചു. സോവിയറ്റ് കുട്ടികൾ അവരുടെമേൽ ചൊരിഞ്ഞ സ്നേഹവായ്പ് വിവരിക്കാൻ വാക്കുകളില്ല. ഞങ്ങൾ യാത്ര പറയുമ്പോൾ അവർ ഒന്നാകെ ഞങ്ങളെ കെട്ടിപ്പുണർന്ന് ഏങ്ങലടിച്ചുകരയുകയായിരുന്നെന്നു പറഞ്ഞാൽ അത് വിശ്വസിക്കുക പ്രയാസമാകും. പക്ഷേ, അതാണ് സത്യം. സോവിയറ്റ് യൂണിയനുൾപ്പെടെ വിവിധ രാജ്യങ്ങളിലെ കുട്ടികളും മുതിർന്നവരുമായി ഇഴുകിച്ചേർന്ന് കഴിഞ്ഞ നാളുകളിൽ ഞങ്ങൾ നേടിയ അനുഭവങ്ങൾ അതുല്യങ്ങളാണെന്നു മാത്രമേ ഇവിടെ വിശേഷിപ്പിക്കാൻ കഴിയൂ. മനുഷ്യമൈത്രിയുടെയും സാഹോദര്യത്തിന്റെയും ലോകസമാധാനത്തിന്റെയും സന്ദേശം ഹൃദയങ്ങളിലാവാഹിച്ചാണ് ഞങ്ങൾ പിരിഞ്ഞത്. മേളയിലെ അനുഭവപാഠങ്ങൾ ബാലസംഘം പ്രവർത്തനങ്ങൾ മെച്ചപ്പെടുത്തുന്നതിന് നിശ്ചയമായും ഉപകരിക്കും. 'ആർതെക്, മീർ, ദ്റുഷ്ബ' (ആർതെക്ക്, സമാധാനം, മൈത്രി) എന്ന മുദ്രാവാക്യം ഇപ്പോഴും ഞങ്ങളുടെ കാതുകളിൽ മുഴങ്ങുന്നു.

യാൾത്തയിൽ മൂന്നാഴ്ചത്തെ വിശ്രമത്തിനെത്തിയിരുന്ന സി പി ഐ (എം) ജനറൽ സെക്രട്ടറി ഇ എം എസ് നമ്പൂതിരിപ്പാടിനെ ആർതെക്കിൽ വച്ച് കാണാൻ കഴിഞ്ഞതാണ് ഈ യാത്രയിലെ അവിസ്മരണീയമായ ഒരനുഭവം. യാൾത്തയിലെ താമസം കഴിഞ്ഞ് മോസ്കോയിലേക്കു പോകുന്ന വഴിക്കാണ് ജൂലൈ 26 ന് ഞങ്ങൾക്ക് ഇ എം എസിനെ കാണാൻ സാധിച്ചത്. കുട്ടികൾ അദ്ദേഹത്തിനും പത്നിക്കും ഉടുപ്പിൽ ആർതെക് ബാഡ്ജുകൾ കുത്തിക്കൊടുത്തു.

മറക്കാനാവാത്ത മറ്റൊരനുഭവം തിരിച്ചുള്ള യാത്രയിൽ ആഗസ്ത്

16 ന് ലെനിന്റെ ശവകുടീരം സന്ദർശിച്ചതാണ്. ലക്ഷക്കണക്കിനാളുകളുടെ അഭിവാദനങ്ങൾ ഏറ്റുവാങ്ങിക്കൊണ്ട് കഴിഞ്ഞ 65 വർഷമായി ക്രെംലിൻ ഭിത്തിക്കുപുറത്ത് ഭൂമിയുടെ അന്തർഭാഗത്ത് കൃഷ്ണവർണ്ണത്തിലുള്ള മാർബിൾകൊണ്ട് തീർത്ത മന്ദിരത്തിനുള്ളിൽ അന്ത്യവിശ്രമം കൊള്ളുന്ന ലെനിന്റെ മുഖം ഇപ്പോഴും ഞാൻ കൺമുന്നിൽ കാണുന്നു.

(1988 സെപ്തംബർ 2 ന്റെ ചിന്ത വാരികയിൽ പ്രസിദ്ധീകരിച്ച ലേഖനം)

ആസ്വാദനം: ജീവചരിത്രം, ഓർമ്മ

ഞാനറിയുന്ന കടമ്പേരി മാസ്റ്റർ

പി വി കെ കടമ്പേരി
കുട്ടികളുടെ കളിക്കൂട്ടുകാരൻ

ഈയിടെ അന്തരിച്ച ശ്രീ. പി വി കെ കടമ്പേരിയുടെ ജീവചരിത്രക്കുറിപ്പെഴുതാൻ എന്തുകൊണ്ടും അർഹനാണ് അദ്ദേഹത്തിന്റെ ഉറ്റ സുഹൃത്തും വശ്യവചസ്സുമായ ശ്രീ. പയ്യന്നൂർ കുഞ്ഞിരാമൻ. അതിനു മുതിർന്നതിന് ഞാനദ്ദേഹത്തെ അഭിനന്ദിക്കുന്നു.

1985 ലാണ് പി വി കെ എന്നും കടമ്പേരി മാസ്റ്റർ എന്നും മുതിർന്നവരും കുട്ടികളുമായ നൂറുകണക്കിന് ബാലസംഘം പ്രവർത്തകർ പിന്നീട് സ്നേഹപൂർവ്വം വിളിക്കാൻ തുടങ്ങിയ പി വി കെ കടമ്പേരിയുമായി ഞാൻ പരിചയപ്പെടുന്നത്. “ജാതിഭേദം, മതദ്വേഷം ഏതുമില്ലാതെ സർവ്വരും / സോദരത്വേന വാഴുന്ന മാതൃകാസ്ഥാനമാണിത്” എന്ന് ശ്രീനാരായണഗുരു സ്വന്തം കൈകളാൽ കുറിച്ചിട്ടു പവിത്രമാക്കിയ തിരുവനന്തപുരം ജില്ലയിലെ അരുവിപ്പുറത്തെ ആശ്രമഭൂമിയിലും പരിസരപ്രദേശത്തുമായി വരും തലമുറകളിലെ കുട്ടികൾക്കു നേരായ വഴികാട്ടുന്നതിനെപ്പറ്റി ആലോചിക്കുന്നതിനായി കേരളത്തിലെ വിവിധ സ്ഥലങ്ങളിൽ നിന്നെത്തിയ കുട്ടികളെ സ്നേഹിക്കുന്ന കുറേ പ്രവർത്തകർ ഒന്നിച്ചു ചേർന്നിരിക്കുകയായിരുന്നു. എസ് ആർ പി എന്നു വിളിക്കുന്ന എസ് രാമചന്ദ്രൻപിള്ള (ഇപ്പോൾ സി പി ഐ (എം) പോളിറ്റ് ബ്യൂറോ അംഗം)

മുൻകൈയെടുത്തു വിളിച്ചുചേർത്ത് അവിടെ എത്തിയവരായിരുന്നു അവിടെ കൂടിയ ഞങ്ങളെല്ലാവരും. ശാസ്ത്രസാഹിത്യ പരിഷത് നേതാക്കളും നൂതനമായ ആശയങ്ങളുടെ ഉറവ വറ്റാത്ത സ്രോതസ്സുകളുമായ ഡോ. എം പി പരമേശ്വരൻ, കെ കെ കൃഷ്ണകുമാർ തുടങ്ങിയവർ ഞങ്ങളെ സഹായിക്കുവാനായി അവിടെയുണ്ടായിരുന്നു. അവിടെ വച്ചാണ് കണ്ണൂരിൽനിന്നെത്തിയ വിനയാന്വിതനും വശ്യവാക്കും കുട്ടികളെപ്പോലെ നിഷ്കളങ്കതയാർന്നവനുമായ കടമ്പേരി മാഷെ ഞാൻ ആദ്യമായി കാണുന്നത്.

കുട്ടികളുടെ വിദ്യാഭ്യാസത്തിലും സർഗ്ഗാത്മക പ്രവർത്തനങ്ങളിലും ശിശുസൗഹൃദപരമായി ഇടപെട്ട് പുത്തൻ തലമുറകളെ യുക്തിചിന്തയുടെയും ശാസ്ത്രീയമായ ജീവിതവീക്ഷണത്തിന്റെയും ഉടമകളാക്കാനും ശരിയല്ലെന്ന് തോന്നുന്ന എന്തിനെയും ചോദ്യം ചെയ്യാനുള്ള ശേഷി അവരിൽ വളർത്താനും എങ്ങനെ കഴിയുമെന്ന അന്വേഷണവുമായിരുന്നു അരുവിപ്പുറത്ത് നടന്നത്. അവിടെ കൂടിയവരിൽ ഞങ്ങൾ ഏതാനും ചിലർ 1983 ൽ തിരുവനന്തപുരം ജില്ലയിലെ തന്നെ പേരൂർക്കടയിൽ അതിനു മുമ്പേ ഒത്തുകൂടിയിരുന്നു. ഇതേ ലക്ഷ്യം വച്ച് അവിടെ വച്ച് സമാഹരിച്ച ആശയങ്ങൾ വിപുലപ്പെടുത്താനും അവ പ്രായോഗികമാക്കാനുമുള്ള വഴികൾ തേടാനും സംസ്ഥാനവ്യാപകമായി അന്വേഷണം ആരംഭിക്കുന്നത് തുടർന്നു ചേർന്ന അരുവിപ്പുറം ക്യാമ്പിൽ വച്ചായിരുന്നു.

പേരൂർക്കട ക്യാമ്പിൽ കടമ്പേരി മാഷുണ്ടായിരുന്നില്ല എന്നാണ് എന്റെ ഓർമ്മ. ഏതായാലും അരുവിപ്പുറം ക്യാമ്പ് കടമ്പേരി മാസ്റ്ററെ ആവേശഭരിതനാക്കി. തുടർന്നദ്ദേഹം ബാലസംഘത്തിന്റെ സജീവ പ്രവർത്തകനും നേതാവുമായി. അരുവിപ്പുറത്തുംനിന്നും തുടങ്ങി മൂന്നര പതിറ്റാണ്ടു കാലത്തോളം കടമ്പേരി മാഷോടൊപ്പം ബാലസംഘം രംഗത്ത് പ്രവർത്തിക്കാനുള്ള സൗഭാഗ്യം എനിക്കുണ്ടായി. ബാലസംഘത്തിൽ മാത്രമല്ല അഞ്ചാറുകൊല്ലം കുട്ടികളുടെ മാസികയായ 'തത്തമ്മ'യുടെ പത്രാധിപസമിതിയിലും ഞങ്ങൾ ഒന്നിച്ചു പ്രവർത്തിച്ചു. രണ്ട് അവസരങ്ങളിലായി സംസ്ഥാന ബാലസാഹിത്യ ഇൻസ്റ്റിറ്റ്യൂട്ടിന്റെ ഡയറക്ടർ ബോർഡിലും മൂന്നു വർഷത്തിലേറെക്കാലം സംസ്ഥാന ശിശുക്ഷേമ സമിതിയിലും ഞങ്ങൾ ഒന്നിച്ചുണ്ടായിരുന്നു. അവിടെയെല്ലാം ഞങ്ങളെ നയിച്ചത് അരുവിപ്പുറം ക്യാമ്പിൽനിന്നും ഞങ്ങൾക്കു ലഭിച്ച നിസ്തുലങ്ങളായ അനുഭവങ്ങളായിരുന്നു.

അരുവിപ്പുറം ക്യാമ്പ് തന്നെ എങ്ങനെ മാറ്റിമറിച്ചെന്ന് കടമ്പേരി മാഷ് വർഷങ്ങൾക്കുശേഷം പറയുകയുണ്ടായി. സാധാരണ അദ്ധ്യാപകനായിരുന്ന താൻ മറ്റു മിക്കവാറും അദ്ധ്യാപകരെപ്പോലെ അതുവരെ ക്ലാസ് മുറികളിൽ കുട്ടികളുടെമേൽ സമൃദ്ധമായി ചൂരൽ ഉപയോഗിക്കുമായി

രുന്നു. പക്ഷേ അരുവിപ്പുറം ക്യാമ്പിലെ അനുഭവങ്ങൾ തന്നിലെ അദ്ധ്യാപകനെ മറ്റൊരാളാക്കി മാറ്റി. അതിൽ പിന്നെ താൻ ചൂരൽ കൈകൊണ്ടു തൊട്ടില്ല. അദ്ധ്യാപകവൃത്തിയിൽ നിന്നു വിരമിക്കുന്നതുവരെയും നീണ്ടു നിന്ന ആ മാറ്റത്തെ കടമ്പേരി മാഷ് വിശദീകരിച്ചത് ഇങ്ങനെയായിരുന്നു.

അരുവിപ്പുറം ക്യാമ്പിനുശേഷം സംസ്ഥാനത്തെ കുട്ടികളുടെ ഏറ്റവും വലിയ സംഘടനയായി ബാലസംഘം വളർന്നുവന്ന മുപ്പതുവർഷ കാലയളവിൽ അതിനെ നയിച്ചുകൊണ്ട് കടമ്പേരി മാഷുണ്ടായിരുന്നു. ഇരുപതു വർഷത്തിലേറെ ബാലസംഘം സംസ്ഥാന രക്ഷാധികാരി ഏകോപനസമിതി പ്രസിഡന്റായി. തുടർന്ന് ആ സംഘടനയുടെ ഏറ്റവും മുതിർന്ന എക്സിക്യൂട്ടീവ് കമ്മിറ്റി അംഗമെന്ന നിലയ്ക്ക് മരിക്കുന്നതു വരെയും.

സംസ്ഥാനത്തു നിലനിന്ന അദ്ധ്യാപകകേന്ദ്രിതവും കുട്ടികളുടെ സർഗ്ഗശേഷി തല്ലിക്കെടുത്തുന്നതുമായ അതിവിരസമായ പാഠ്യസമ്പ്രദായത്തിന്റെ സ്ഥാനത്ത് ശിശുകേന്ദ്രിതവും സർഗ്ഗാത്മകവുമായ അദ്ധ്യയന പദ്ധതി രൂപപ്പെടുത്തുന്നതിനുള്ള നിശ്ചയദാർഢ്യത്തോടെയുള്ള അന്വേഷണമായിരുന്നു ദീർഘമായ ഈ വർഷങ്ങളിൽ ബാലസംഘം നടത്തിയത്. ഈ നൂറ്റാണ്ടിന്റെ തുടക്കത്തിൽ സംസ്ഥാനത്ത് പ്രാവർത്തികമാക്കിയ പുതിയ പാഠ്യപദ്ധതിയുടെ നിർമ്മാണത്തിൽ ഈ അന്വേഷണത്തിന്റെ ഫലങ്ങൾ എളുതല്ലാത്ത രീതിയിൽ പ്രതിഫലിക്കുകയുണ്ടായി. ബാലസംഘം നടത്തിയ ബൃഹത്തായ ഈ അന്വേഷണത്തിന്റെ ഭാഗമായി സംസ്ഥാനത്തിന്റെ നാനാ ഭാഗങ്ങളിൽനിന്നുള്ള കുട്ടികളെയും മുതിർന്നവരെയും പങ്കെടുപ്പിച്ച് അരുവിപ്പുറം ക്യാമ്പിനുശേഷം നടത്തിയ നിരവധി പഠനക്യാമ്പുകളിൽ, ആ ക്യാമ്പുകളിൽ നടത്തേണ്ട പ്രവർത്തനങ്ങൾക്കു വഴിയൊരുക്കാൻ വേണ്ടി നടന്ന ഒട്ടനേകം ശില്പശാലകളിൽ, കുട്ടികളുടെ സർഗ്ഗചേതന ഉണർത്തി അവരുടേതായ തീയേറ്റർ രൂപപ്പെടുത്തുന്നതിനുള്ള അന്വേഷണങ്ങളായി സംഘടിപ്പിച്ച വേനൽത്തുമ്പി ക്യാമ്പുകളിൽ അവയ്ക്കെല്ലാം വഴികാട്ടുന്നവരിൽ പ്രധാനിയായി, അവിടെയെല്ലാം നടന്ന പ്രവർത്തനങ്ങളുടെ ഓരോ സൂക്ഷ്മാംശത്തിലും ശ്രദ്ധ പതിപ്പിച്ച്, തന്റെ അഭിപ്രായങ്ങൾ പതിവുശീലുകളിൽനിന്നും എത്ര വ്യത്യസ്തങ്ങളായിരുന്നാലും ആരുടെ മുമ്പിലും തുറന്നു പറയാനുള്ള ചങ്കൂറ്റം പ്രകടിപ്പിച്ച് കടമ്പേരി മാഷുണ്ടായിരുന്നു. കുട്ടികളുടെ കളിത്തോഴനായി, മുതിർന്നവർക്ക് സ്നേഹമയനായ ജ്യേഷ്ഠസഹോദരനായി, സംഘടനാ പ്രവർത്തനങ്ങളിൽ ജാഗരൂകനായി കടമ്പേരി മാഷ് സംസ്ഥാനത്താകെ നിറഞ്ഞുനിന്നു പ്രവർത്തിച്ചു.

നല്ലോരദ്ധ്യാപകൻ, അദ്ധ്യാപക സംഘടനാരംഗത്തെ ഊർജ്ജസ്വലനായ നേതാവ്, കടമ്പേരി ഗ്രാമത്തിലെ മികവുറ്റ ഗ്രന്ഥശാലയുടെ

സ്ഥാപകൻ, ഗ്രന്ഥശാലാ സംഘത്തിന്റെ സജീവ പ്രവർത്തകൻ, തളിപ്പറമ്പ് മുനിസിപ്പാലിറ്റിയിലെ കർമ്മകുശലനായ കൗൺസിലർ എന്നിങ്ങനെ വിവിധങ്ങളായ മറ്റു രംഗങ്ങളിലും സ്വന്തം വ്യക്തിമുദ്ര പതിപ്പിച്ചു കടമ്പേരി മാഷെന്ന് അദ്ദേഹത്തെ പരിചയമുള്ള എല്ലാവർക്കും അറിവുള്ളതാണ്. എന്നാൽ ഈ രംഗങ്ങളെക്കാളെല്ലാം വിലപ്പെട്ടതായി അദ്ദേഹം കണ്ടത് ബാലസംഘത്തിലെ പ്രവർത്തനത്തെയായിരുന്നു. ബാലസംഘം പ്രവർത്തനങ്ങളിൽ അദ്ദേഹം തന്റേതായ ഇടം കണ്ടെത്തുകയായിരുന്നു.

കടമ്പേരി മാഷുടെ വേർപാട് സംസ്ഥാനത്ത് കുട്ടികളുടെ രംഗത്തു പ്രവർത്തിക്കുന്ന ഏവർക്കും വേദനാജനകമാണ്. മൂന്നു പതിറ്റാണ്ട് അദ്ദേഹത്തോടൊപ്പം പ്രവർത്തിച്ച എനിക്ക് വിശേഷിച്ചും.

സംസ്ഥാന ശിശു നയരേഖ - ഒരു വിമർശനാത്മക വിലയിരുത്തൽ

സംസ്ഥാന സർക്കാരിന്റെ ശിശുനയം സംബന്ധിച്ച് കഴിഞ്ഞ ഒക്ടോബറിൽ പൊതുജനാഭിപ്രായം ക്ഷണിച്ചുകൊണ്ട് വെബ്സൈറ്റിൽ പ്രസിദ്ധപ്പെടുത്തിയ കരടുനയ രേഖയ്ക്ക് അന്തിമരൂപം നല്കപ്പെട്ടിരിക്കുന്നു. ജനുവരി 23 ന് സാമൂഹ്യനീതി വകുപ്പ് പുറപ്പെടുവിച്ച ഉത്തരവിലാണ് (G.O.(MS) No. 8/2016/SJD) അന്തിമരൂപത്തിലുള്ള ശിശു നയരേഖ പുറത്തുവന്നിരിക്കുന്നത്. സംസ്ഥാന ബാലാവകാശ സംരക്ഷണ കമ്മീഷന്റെ നിർദ്ദേശങ്ങളുടെയും ഒക്ടോബർ 21 ന് സംസ്ഥാനത്തെ പതിനാലു ജില്ലകളിലും വിളിച്ചുകൂട്ടിയതായി അവകാശപ്പെടുന്ന കുട്ടികളുടെ യോഗങ്ങളിൽ ഉയർന്നുവന്നതായി പറയുന്ന പ്രതികരണങ്ങളുടെയും അടിസ്ഥാനത്തിലാണ് രേഖയ്ക്ക് അന്തിമരൂപം നല്കിയിരിക്കുന്നതെന്നാണ് ജനുവരി 23 ന്റെ ഉത്തരവിൽ സാമൂഹ്യനീതി വകുപ്പ് സെക്രട്ടറി അവകാശപ്പെടുന്നത്. എന്നാൽ കരടു നയരേഖയിൽ വരുത്തിയ ചില മുഖംമിനുക്കലുകൾ ഒഴിച്ചാൽ മറ്റൊരുമാറ്റവും അന്തിമരൂപത്തിലുള്ള രേഖയിൽ വരുത്തിയിട്ടില്ലെന്നുള്ളതാണ് വാസ്തവം. കുട്ടികളുടെ യോഗങ്ങളിൽ ഉയർന്നുവന്നതെന്ന പേരിൽ അറുപതോളം നിർദ്ദേശങ്ങൾ രേഖയ്ക്ക് അനുബന്ധമായി കൊടുത്തിട്ടുണ്ട്. എന്നാൽ അവയിൽ കൊള്ളാൻ കഴിയുന്നവകൊണ്ട് രേഖയിൽ ചേർക്കാൻ എന്തുകൊണ്ടോ സർക്കാർ തയ്യാറായിട്ടില്ല.

കുട്ടികളുടെ പ്രശ്നങ്ങൾക്കു മാത്രമായി പരിഹാരമുണ്ടാക്കാനോ കുട്ടികളുടെ രംഗത്തു മാത്രമായി സമഗ്രമായ ക്ഷേമം സാക്ഷാൽക്കരിക്കാനോ ആവില്ല. സംസ്ഥാനഭരണത്തിന്റെ പരിമിതികൾക്കകത്തു നിന്നുകൊണ്ട് സമൂഹത്തിനു മൊത്തത്തിൽ നേടാൻ ലക്ഷ്യമിടുന്ന നേട്ടങ്ങളുടെ ഭാഗമായി മാത്രമേ കുട്ടികളുടെ രംഗത്തു ചെയ്യേണ്ട കാര്യ

ങ്ങളെപ്പറ്റി നമുക്ക് വിഭാവനം ചെയ്യാൻ കഴിയൂ. കേരളം ഇന്നോളം കൈവരിച്ച വികസനക്ഷേമ നേട്ടങ്ങളുടെ പിൻബലത്തിൽ കുട്ടികളുടെ അവകാശങ്ങൾ ഉയർത്തിക്കാട്ടുന്നതിനും തുടർന്നുള്ള വികസന ക്ഷേമ പ്രവർത്തനങ്ങളിൽ കുട്ടികൾക്ക് അവരർഹിക്കുന്ന പരിഗണന ലഭിക്കുന്ന കാഴ്ചപ്പാടും പരിപാടിയും മുന്നോട്ടു വയ്ക്കുന്നതിനും സംസ്ഥാനം രൂപം കൊടുക്കുന്ന ശിശു നയരേഖയ്ക്ക് കഴിയേണ്ടതുണ്ട്. അതുപോലെ തന്നെ ഇന്ത്യൻ ഭരണഘടന ഉയർത്തിപ്പിടിക്കുന്ന മതേതരത്വം, ജനാധിപത്യം, സോഷ്യലിസം, സാമൂഹ്യനീതി, അവസര സമത്വം, ജെന്റർ തുല്യത എന്നീ അടിസ്ഥാന മൂല്യങ്ങൾക്കനുസരിച്ചുള്ളതായിരിക്കണം സംസ്ഥാന ശിശു നയരേഖ.

രാജ്യത്ത് പൊതുവിലും സംസ്ഥാനത്ത് വിശേഷിച്ചും കുട്ടികളുടെ ഇന്നത്തെ സ്ഥിതിയും അവർ നേരിടുന്ന പ്രശ്നങ്ങളും അവ പരിഹരിക്കാനായി ദേശീയ തലത്തിലും സംസ്ഥാനതലത്തിലും സ്വീകരിച്ചിട്ടുള്ള നടപടികളും സാമാന്യം വിപുലമായി പരിശോധിക്കുന്നതാണ് സംസ്ഥാന സർക്കാർ തയ്യാറാക്കിയിട്ടുള്ള ശിശു നയരേഖ. സാർവ്വദേശീയ മാനദണ്ഡങ്ങളുടെ പശ്ചാത്തലത്തിലാണ് ഈ പരിശോധന നടത്തുന്നതെന്ന തോന്നലുണ്ടാക്കാനും രേഖയിൽ ശ്രമിച്ചിട്ടുണ്ട്. പക്ഷേ, രാജ്യത്തെയും അതുപോലെ തന്നെ സംസ്ഥാനത്തെയും കുട്ടികളുടെ യഥാർത്ഥ അവസ്ഥ ശരിയായി പ്രതിഫലിപ്പിക്കുന്നതിൽ രേഖ വിജയിച്ചിട്ടുണ്ടെന്നു പറയാനാവില്ല. ഒട്ടും തന്നെ തൃപ്തികരമല്ലാത്ത ഈ അവസ്ഥയുടെ കാരണങ്ങളിലേക്ക് കടന്നുചെല്ലാനും രേഖയ്ക്ക് കഴിഞ്ഞിട്ടില്ല. പ്രശ്നങ്ങൾ പരിഹരിക്കുന്നതിനായി ഒട്ടേറെ നടപടികൾ സ്വീകരിച്ചിട്ടും അവ എന്തുകൊണ്ട് പരിഹരിക്കപ്പെടാതെ തുടരുന്നു എന്ന് കണ്ടെത്താനും രേഖയ്ക്ക് കഴിഞ്ഞിട്ടില്ല. സമീപനത്തിലുള്ള ശരിമ കൊണ്ടോ ആ സമീപനം നടപ്പാക്കാൻ നിയമങ്ങൾ നിർമ്മിച്ചതുകൊണ്ടോ അവയനുസരിച്ചുള്ള നിർവ്വഹണസംവിധാനങ്ങൾ ഏർപ്പെടുത്തിയതുകൊണ്ടോ മാത്രം പ്രശ്നങ്ങൾ പരിഹരിക്കാൻ കഴിയില്ല. യഥാർത്ഥത്തിലുള്ള കുറവ് രാഷ്ട്രീയതലത്തിലും ഉദ്യോഗസ്ഥ തലത്തിലും അവ കാര്യക്ഷമമായി നടപ്പാക്കാനുള്ള ഇച്ഛാശക്തിയില്ലായ്മയുടേതാണ്. അതിനു പശ്ചാത്തലമാകേണ്ട സാമൂഹ്യമാറ്റങ്ങൾ സൃഷ്ടിക്കാൻ കഴിഞ്ഞിട്ടില്ല എന്നുള്ളതാണ്.

1974 ലെ ദേശീയ നയരേഖ പുതുക്കി 2013 ൽ കേന്ദ്ര വനിതാ- ശിശു മന്ത്രാലയം പുറപ്പെടുവിച്ച ദേശീയ ശിശു നയത്തിന്റെ തുടർച്ചയായാണ് സംസ്ഥാന ശിശുനയത്തിന് രൂപം നല്കിയിട്ടുള്ളത്. ദേശീയ രേഖയേക്കാൾ പേജെണ്ണത്തിൽ വലുതും സംസ്ഥാനത്തെ സ്ഥിതിഗതികൾ വിശദമായി വിലയിരുത്തി തയ്യാറാക്കിയിട്ടുള്ളതുമാണ് പതിനാല് അദ്ധ്യായങ്ങളിലായി 24 പേജ് വരുന്ന സംസ്ഥാന രേഖ. (ദേശീയ രേഖ കേവലം ആറ് പേജിൽ ഒതുങ്ങുന്നു.) എങ്കിൽപ്പോലും സംസ്ഥാന രേഖയിൽ

സ്പർശിക്കപ്പെടാതെ പോകുന്ന ഒട്ടേറെ കാര്യങ്ങളുണ്ട്/തിരുത്തപ്പെടേണ്ട പല നിലപാടുകളുമുണ്ട്.

കാഴ്ചപ്പാടും ലക്ഷ്യവും

വളരെ ഹ്രസ്വങ്ങളായ ഒന്നും രണ്ടും അദ്ധ്യായങ്ങളിൽ രേഖയുടെ കാഴ്ചപ്പാടും ലക്ഷ്യവും ചുരുക്കം വാക്കുകളിൽ പ്രസ്താവിക്കുന്നു. ഓരോ കുട്ടിക്കും തുല്യനീതിയും അവസരസമത്വവും ലഭിക്കുന്നതും സ്വന്തം ശേഷികൾ പരമാവധി വികസിപ്പിക്കുവാൻ സഹായിക്കുന്നതുമായ സംസ്ഥാനമാകണം കേരളം എന്നതാണ് രേഖ മുന്നാട്ടു വയ്ക്കുന്ന കാഴ്ചപ്പാട്. സംസ്ഥാനത്തെ എല്ലാ കുട്ടികൾക്കും നീതിപൂർണ്ണവും സുരക്ഷിതവുമായ ചുറ്റുപാട് ഉറപ്പുവരുത്തുന്നതും അവരെ എല്ലാ തരത്തിലുമുള്ള അതിക്രമങ്ങളിൽനിന്നും സംരക്ഷിക്കുന്നതും അവരുടെ വികസനത്തിന് ആവശ്യമായ എല്ലാ അവസരങ്ങളും അനുവദിക്കുന്നതും അവർക്ക് ഉചിതമായ പങ്കാളിത്തം നല്കുന്നതിനുള്ള വേദികൾ ഒരുക്കുന്നതുമായ ഒരു സംസ്ഥാനമാണ് രേഖ ലക്ഷ്യമിടുന്നത്. കാഴ്ചപ്പാടും ലക്ഷ്യവും സംബന്ധിച്ച ഈ പ്രസ്താവങ്ങളിൽ ആർക്കും ഒരു കുറ്റവും പറയാനാവില്ല.

രേഖയുടെ പശ്ചാത്തലം

പശ്ചാത്തലവും ആമുഖവുമെന്ന മൂന്നാം അദ്ധ്യായത്തിൽ സംസ്ഥാനത്തെ ജനസംഖ്യയുടെ മുപ്പതു ശതമാനത്തോളം വരുന്ന 18 വയസ്സുവരെ പ്രായമുള്ള കുട്ടികളുടെ(അവരിൽ ആറുവയസ്സിനു താഴെയുള്ളവർ 10 ശതമാനം.) ആരോഗ്യം, വിദ്യാഭ്യാസം, പരിചരണം, സുരക്ഷ എന്നിവ ഉറപ്പാക്കണമെന്നും സ്വന്തം അവകാശങ്ങൾ പൂർണ്ണമായും സ്വായത്തമാക്കാൻ അവരെ പ്രാപ്തരാക്കുന്ന ചുറ്റുപാടുകൾ സൃഷ്ടിക്കണമെന്നും രേഖ ആവശ്യപ്പെടുന്നു.

തുടർന്ന്, സാർവ്വദേശീയ - ദേശീയ തലങ്ങളിൽ ബാലാവകാശ സങ്കല്പനങ്ങളിൽ ഉണ്ടായിട്ടുള്ള വളർച്ച രേഖ പരിശോധനയ്ക്ക് വിധേയമാക്കുന്നു. കുട്ടികൾക്കു പ്രത്യേകമായ സംരക്ഷണം നല്കേണ്ടതിന്റെ ആവശ്യകതയെപ്പറ്റിയുള്ള പരാമർശം അടങ്ങുന്ന ഐക്യരാഷ്ട്രസഭയുടെ 1948 ലെ സാർവ്വദേശീയ മനുഷ്യാവകാശ പ്രഖ്യാപനത്തിൽ തുടങ്ങി, അതിജീവനം, കഴിവുകളുടെ വികസനം, സുരക്ഷ, പൊതുകാര്യങ്ങളിലെ പങ്കാളിത്തം എന്നീ നാലിനങ്ങളിലൂന്നി കുട്ടികളുടെ അവകാശങ്ങൾ സുവ്യക്തമായി നിർണ്ണയിച്ച 1989 ലെ ബാലാവകാശ പ്രമാണം (UN Convention on Child Rights - CRC) വരെയുള്ള ബാലാവകാശ സങ്കല്പനങ്ങളിലെ അനുക്രമമായ വികാസം രേഖ വിലയിരുത്തുന്നു. 1992 ൽ ഇന്ത്യ ഔപചാരികമായി 1989 ലെ ബാലാവകാശ പ്രമാണത്തെ പിന്തുണയ്ക്കുകയുണ്ടായി. എന്നാൽ 1921 ലെ സാർവ്വദേശീയ മനുഷ്യാ

വകാശരേഖ തന്നെയും കുട്ടികളുടെ അവകാശങ്ങളെപ്പറ്റി പ്രസ്താവിച്ചിട്ടുള്ളതും കുട്ടികൾകൂടി പങ്കെടുത്ത് 2002 ൽ ന്യൂയോർക്കിലെ യു എൻ ആസ്ഥാനത്തു വച്ചു ചേർന്ന ഐക്യരാഷ്ട്ര ജനറൽ അസംബ്ലി 1989 ലെ ബാലാവകാശ പ്രമാണം നടപ്പിലാക്കുന്നതിനുവേണ്ടി അതിലൊപ്പുവച്ച അംഗരാജ്യങ്ങൾ സ്വീകരിക്കേണ്ട നടപടികളെപ്പറ്റി 'കുട്ടികൾക്കിണങ്ങിയ ലോകം' എന്ന രേഖയിൽ വിശദീകരിച്ചതും സംസ്ഥാന നയരേഖ വിട്ടുകളഞ്ഞിരിക്കുകയാണ്. അതുപോലെ തന്നെ 1989 ലെ ബാലാവകാശ പ്രമാണം വാഗ്ദാനം ചെയ്യുന്ന അവകാശങ്ങൾ ലംഘിക്കപ്പെടുമ്പോൾ അതിനെതിരെ നീതിന്യായ കോടതിയെ സമീപിക്കാൻ കുട്ടികൾക്കുള്ളതായി അതേ പ്രമാണം ഉറപ്പു നല്കുന്ന അവകാശവും രേഖ വിട്ടുകളഞ്ഞിരിക്കുന്നു.

ഐക്യരാഷ്ട്രസഭ ബാലാവകാശ പ്രമാണം അംഗീകരിക്കുന്നതിനു ദശകങ്ങൾക്കു മുമ്പുതന്നെ ഇന്ത്യൻ ഭരണഘടന ഇന്ത്യയിലെ കുട്ടികളുടെ അവകാശങ്ങൾ വ്യക്തമായി നിർണ്ണയിക്കുകയുണ്ടായി. മാത്രവുമല്ല, ബാലാവകാശ പ്രമാണത്തിൽ 1992 ൽ ഒപ്പു വച്ചതിനു ശേഷമുള്ള വർഷങ്ങളിൽ ആ പ്രമാണത്തിനനുസൃതമായി ഇന്ത്യ നിരവധി നിയമങ്ങൾ ഭേദഗതി ചെയ്യുകയും പുതിയ നിയമ നിർമ്മാണങ്ങൾ നടത്തുകയും ചെയ്തു. കുട്ടികൾ രാഷ്ട്രത്തിന്റെ ഏറ്റവും വിലപ്പെട്ട മൂലധനമാണെന്ന് 1974 ലെ ദേശീയ ശിശുനയം അംഗീകരിക്കുകയുണ്ടായി. 2000 ൽ ഇന്ത്യ അംഗീകരിച്ച സഹസ്രാബ്ദ വികസന ലക്ഷ്യങ്ങളിൽ (Millennium Development Goals) കുട്ടികളുടെ പദവിയും അവകാശങ്ങളും സംബന്ധിച്ച ഒട്ടേറെ കാര്യങ്ങൾ ഉൾപ്പെടുത്തുകയും ചെയ്തു. 2013 ൽ രാജ്യം പുറത്തിറക്കിയ പുതുക്കിയ ദേശീയ ശിശുനയരേഖയിൽ കുട്ടികളുടെ അവകാശങ്ങൾ സാക്ഷാൽക്കരിക്കേണ്ടതിന്റെ ആവശ്യകത വ്യക്തമായി പ്രതിപാദിക്കുന്നുണ്ട്. വിവിധ പഞ്ചവത്സര പദ്ധതികളിൽ ഇതനുസരിച്ചുള്ള നാനാ പരിപാടികൾ ഉൾപ്പെടുത്തിയതായും കരട് സംസ്ഥാന ശിശു നയരേഖ അവകാശപ്പെടുന്നു.

രേഖ കാണാതെ പോകുന്ന വീഴ്ചകൾ

എന്നാൽ, ഈ അവകാശവാദങ്ങൾക്കിടയിൽ ചില മുഖ്യവിഷയങ്ങളിൽ കേന്ദ്രം വരുത്തിയ വീഴ്ചകൾ എടുത്തു പറയാൻ രേഖ വിട്ടുപോയിരിക്കുന്നു. നിയന്ത്രണസംവിധാനങ്ങളുടെ കാര്യത്തിൽ വളരെ ദുർബ്ബലവും സ്വകാര്യമേഖലയ്ക്ക് ചൂഷണത്തിനുള്ള അവസരങ്ങൾ അളവില്ലാതെ നല്കുന്നതും ബാലാവകാശ സങ്കല്പങ്ങൾ പുഷ്ടിപ്പെടുന്നതിനുമുമ്പ് 1960 ൽ രൂപപ്പെടുത്തിയതുമായ കേന്ദ്ര അനാഥാലയ നിയമം കാലാനുസൃതമായി ഭേദഗതി ചെയ്യപ്പെട്ടിട്ടില്ല. ജനാധിപത്യപരമായ നിയന്ത്രണ സംവിധാനങ്ങളോടെ, സ്വകാര്യ വ്യക്തികൾക്ക് ചൂഷണത്തിനുള്ള പഴുതുകൾ പൂർണ്ണമായി അടച്ചുകൊണ്ടും മതേതര സ്വഭാവം

പുലർത്തിക്കൊണ്ടും ഈ നിയമം അടിമുടി മാറ്റേണ്ടതുണ്ട്. കുട്ടികൾക്കു മാത്രം വേണ്ടിയുള്ള അനാഥാലയങ്ങൾ പൊതു അനാഥാലയങ്ങളിൽനിന്ന് വേർപെടുത്തുകയും അവയെ ബാലനീതിനിയമത്തിന്റെ പരിധിക്കുള്ളിൽ കൊണ്ടുവരുകയും ചെയ്യുന്ന നിയമനിർമ്മാണം ആവശ്യമാണ്.

അതുപോലെതന്നെയാണ് 1986 ലെ ബാലാദ്ധ്വാന നിരോധന നിയന്ത്രണ നിയമത്തിന്റെ സ്ഥിതിയും. 18 വയസ്സുവരെയുള്ളവരാണ് ഇന്ത്യ കൂടി അംഗീകരിച്ചതും 2000-ാമാണ്ടിൽ പാസാക്കിയ ബാലനീതി നിയമത്തിലൂടെ നിയമപരമായ സാധുത നല്കിയതുമായ കുട്ടികളെ പ്പറ്റി യുള്ള സങ്കല്പനമെങ്കിൽ ഇന്നും 14 വയസ്സുവരെയുള്ളവരെ മാത്രമാണ് ബാലാദ്ധ്വാന നിരോധന നിയന്ത്രണനിയമം കുട്ടികളായി അംഗീകരി ക്കുന്നത്. 2009 ലെ വിദ്യാഭ്യാസാവകാശ നിയമമനുസരിച്ച് 14 വയ സ്സുവരെയുള്ള കുട്ടികൾക്ക് സൗജന്യവും സാർവ്വത്രികവുമായ വിദ്യാഭ്യാ സത്തിന് ഭരണഘടനാദത്തമായ മൗലികാവകാശമെന്ന നിലയ്ക്കുതന്നെ അർഹതയുള്ളപ്പോൾ, ഈ പ്രായത്തിലുള്ള കുട്ടികളെക്കൊണ്ട് ഖനി കളിലെയും ക്വാറികളിലെയുംപോലെ കഠിനാദ്ധ്വാനം എന്ന് വിശേ ഷിപ്പിക്കുന്നവയല്ലാത്ത ജോലികൾ ചില നിയന്ത്രണങ്ങൾക്ക് വിധേയമായി ചെയ്യിക്കാൻ അനുവദിക്കുന്നുണ്ട്, പ്രസ്തുത നിയമം. മാത്രവുമല്ല, ഈ നിയമത്തിൽ വീണ്ടും വെള്ളം ചേർക്കാനും ഗാർഹികജോലികളും വിനോ ദസഞ്ചാരവുമായി ബന്ധപ്പെട്ട ജോലികളും നിരോധിക്കുകയോ നിയ ന്ത്രിക്കുകയോ ചെയ്യേണ്ട ബാലാദ്ധ്വാനങ്ങളുടെ പട്ടികയിൽനിന്ന് എടു ത്തുകളയാനുമുള്ള കേന്ദ്രത്തിന്റെ നീക്കത്തെയും രേഖ കണ്ടില്ലെന്ന് നടിക്കുകയാണ്. ഇതു സംബന്ധിച്ച ഭേദഗതി ബിൽ രാജ്യസഭയുടെ പരിഗണനയിലാണിപ്പോൾ. (പാർലമെന്റ് അംഗീകരിക്കുകയും രാഷ്ട്ര പതി ഒപ്പുവയ്ക്കുകയും ചെയ്ത്, ഭേദഗതി ചെയ്യപ്പെട്ട രൂപത്തിലുള്ള നിയമം രാജ്യത്തെ നിയമങ്ങളുടെ പട്ടികയിൽ ഇടം പിടിച്ചു കഴിഞ്ഞു.)

കൂടാതെ, 2000 ലെ ബാലനീതി നിയമം ഭേദഗതി ചെയ്ത് കൊല പാതകം, ബലാത്സംഗം തുടങ്ങിയ ഗുരുതരമായ കുറ്റകൃത്യങ്ങൾ ചെയ് തതായി ആരോപിക്കപ്പെടുന്ന 16 വയസ്സിനും 18 വയസ്സിനും ഇടയ്ക്കുള്ള കുട്ടികളെ ബാലനീതി നിയമത്തിലെ അവരുടെ പ്രായം അനുവദിക്കുന്ന മൃദുവായ ശിക്ഷാനടപടികൾക്കുപകരം (പരമാവധി മൂന്നു വർഷം സൂപ്പർവിഷൻ ഹോമിൽ പാർപ്പിക്കൽ), മുതിർന്നവർക്കു ബാധകമായ പീനൽ കോഡുകളിലെ വ്യവസ്ഥകൾക്കനുസരിച്ച് അവരെ വിചാരണ ചെയ്യാനും മുതിർന്നവരുടെ ജയിലുകളിൽ കടുത്ത ശിക്ഷകൾ നല്കി അവരെ അടയ്ക്കാനും വ്യവസ്ഥ ചെയ്യുന്ന വിവേചനപരമായ നിയമം ലോക്സഭയും രാജ്യസഭയും പാസാക്കിയിരിക്കുകയാണ്. ഈ നിയമ ത്തിനും രാഷ്ട്രപതിയുടെ അംഗീകാരം ഇതിനകം ലഭിച്ചു കഴിഞ്ഞു. അത് ബാലാവകാശങ്ങൾ സാക്ഷാൽക്കരിക്കുന്നതിൽ രാജ്യത്താകെ ഒരു വൻതിരിച്ചടിക്ക് കാരണമാവുമെന്നതിൽ ഒരു സംശയവും വേണ്ട.

ഇക്കാര്യം രേഖയിൽ ശക്തമായ ഭാഷയിൽ ഉൾപ്പെടുത്തേണ്ടിയിരിക്കുന്നു. മുൻ പാർലമെന്റ് അംഗവും പ്രശസ്ത അഭിഭാഷകനുമായ ഡോ. സെബാസ്റ്റ്യൻ പോൾ പറയുന്നതുപാലെ കുറ്റം ചെയ്ത കുട്ടികൾക്ക് വേണ്ടത് ശിക്ഷയല്ല. ശാരീരികവും മാനസികവുമായ പുനരധിവാസത്തിനു സഹായകമായ അന്തരീക്ഷമാണ് അവർക്ക് നല്കേണ്ടത്. കുറ്റകൃത്യങ്ങളുടെ കൗമാരത്തിൽ നിന്നു അധമജീവിതത്തിന്റെ യൗവനത്തിലേക്കല്ല കുട്ടികളെ എത്തിക്കേണ്ടത് (*ദേശാഭിമാനി* വാരിക 31 ആഗസ്ത് 2014).

18 വയസ്സുവരെയുള്ള മുഴുവൻ കുട്ടികളെയും അവർ കുട്ടികളാന്നെ വസ്തുത പൂർണ്ണമായി അംഗീകരിച്ചുകൊണ്ട് കുറ്റകൃത്യങ്ങളുടെ കാര്യത്തിലും വിവേചനമില്ലാതെ സമീപിക്കുന്ന 2000 ലെ ബാലാവകാശ നിയമ വ്യവസ്ഥകൾ പഴയപടി നിലനിർത്താനും വിദ്യാഭ്യാസം മൗലികാവകാശമാക്കിയ ഭരണഘടനാഭേദഗതിയുടെ പശ്ചാത്തലത്തിൽ, അപായകരമെന്നും അപായകരമല്ലാത്തതെന്നും വിശേഷിപ്പിക്കപ്പെടുന്ന എല്ലാ ബാലാദ്ധ്വാനങ്ങളും 18 വയസ്സുവരെയുള്ളവരുടെ കാര്യത്തിൽ പൂർണ്ണമായി നിരോധിക്കാനും അങ്ങനെ ഭരണഘടനാദത്തമായ വിദ്യാഭ്യാസമെന്ന മൗലികാവകാശം കുട്ടികൾക്കു അതിന്റെ പൂർണ്ണമായ അർത്ഥത്തിൽ ലഭ്യമാക്കാനും അതിനുവേണ്ടി 1986 ലെ ബാലാദ്ധ്വാന നിയമവും ആവശ്യമെങ്കിൽ ഭരണഘടനതന്നെയും ഭേദഗതി ചെയ്യാനും രാഷ്ട്രം തയ്യാറാകണമെന്ന് ശിശു നയരേഖ ആവശ്യപ്പെടേണ്ടിയിരിക്കുന്നു.

സംസ്ഥാന തലത്തിൽ

കഴിഞ്ഞ അഞ്ചു പതിറ്റാണ്ടുകാലത്ത് സംസ്ഥാനത്ത് നടപ്പാക്കപ്പെട്ട പഞ്ചവത്സര പദ്ധതികളിലും 1995 ലും 2004 ലും ആവിഷ്ക്കരിക്കപ്പെട്ട സംസ്ഥാന പ്രവർത്തന പരിപാടികളിലും (State Plans of Action - SPAC) കൂടി സംസ്ഥാനം നേടിയിട്ടുള്ള പുരോഗതിയിൽനിന്ന് കുട്ടികളുടെ അവകാശങ്ങൾ സംരക്ഷിക്കുന്നതിനും അവരുടെ വികസനത്തിനും സംസ്ഥാനം നല്കിയിട്ടുള്ള പ്രാധാന്യം വ്യക്തമാവുമെന്നാണ് രേഖ അഭിപ്രായപ്പെടുന്നത്. സാമൂഹ്യനീതി പുലർത്തുന്നതിനുതകുന്ന അവകാശാധിഷ്ഠിത സമീപനം സ്വീകരിക്കുന്ന സംസ്ഥാന സർക്കാരിന്റെ 2011 ലെ പ്രഖ്യാപനം കുട്ടികളോടു തികച്ചും നീതി പുലർത്തുന്നതാണെന്നും രേഖ അഭിപ്രായപ്പെടുന്നു.

സംസ്ഥാനത്തെ പതിനാലു ജില്ലകളിലും 2000 ലെ ബാലനീതി നിയമം അനുശാസിക്കുന്ന തരത്തിലുള്ള ബാലനീതി ബോർഡുകളും (Juvenile Justice Boards) ശിശുക്ഷേമ കമ്മിറ്റികളും (Child Welfare Committees) സംസ്ഥാനാടിസ്ഥാനത്തിൽ പ്രവർത്തിക്കുന്ന ഒരു സമഗ്ര ശിശുസംരക്ഷണ സൊസൈറ്റിയും (Integrated Child Protection Society) നിലവിലുള്ളതായും ഇവയെല്ലാം കാര്യക്ഷമമായ നിലയിൽ സ്വന്തം ചുമതലകൾ നിർവ്വഹിക്കുന്നതായും രേഖ പ്രസ്താവിക്കുന്നു. ചൈൽഡ്

ലൈൻ, മഹിളാസമഖ്യ, കുടുംബശ്രീ തുടങ്ങിയ സർക്കാരിതര സ്ഥാപനങ്ങളും ഏജൻസികളും കുട്ടികളുടെ രംഗത്തുചെയ്യുന്ന സേവനങ്ങളും രേഖ നിരീക്ഷിക്കുന്നുണ്ട്.

തദ്ദേശസ്വയംഭരണ സ്ഥാപനങ്ങൾ കുട്ടികളുടെ രംഗത്തു നടത്തുന്ന ഇടപെടലുകളെ രേഖ വിലയിരുത്തുന്നത് ഇങ്ങനെയാണ്.

"കേരളത്തിന്റെ വികേന്ദ്രീകൃത ഭരണത്തിന്റെ പശ്ചാത്തലത്തിൽ ശിശുക്ഷേമ നിർവ്വഹണത്തിനായുള്ള ഫണ്ടും ചുമതലകളും സംവിധാനങ്ങളും വികേന്ദ്രീകരിക്കപ്പെട്ടിട്ടുണ്ട്" (ഖണ്ഡിക 11).

പക്ഷേ, ഇവിടെ രേഖ വിസ്മരിക്കുന്ന ഒരു കാര്യം കഴിഞ്ഞ ഏതാനും വർഷങ്ങളായി വികേന്ദ്രീകൃത ഭരണസംവിധാനത്തിന്റെ അന്തസ്സത്ത തന്നെ അട്ടിമറിക്കുന്ന തരത്തിൽ തദ്ദേശസ്വയംഭരണ സ്ഥാപനങ്ങളുടെ പദ്ധതിവിഹിതം നേരത്തെയുണ്ടായിരുന്ന 30–40 ശതമാനത്തിൽ നിന്ന് വളരെയേറെ വെട്ടിക്കുറയ്ക്കപ്പെട്ട സ്ഥിതിവിശേഷമാണ്. കുട്ടികൾക്കും സ്ത്രീകൾക്കും വയോജനങ്ങൾക്കും വികലാംഗർക്കും കൂടി നീക്കിവയ്ക്കപ്പെട്ടത് തദ്ദേശസ്വയംഭരണ സ്ഥാപനങ്ങൾക്ക് ഇങ്ങനെ വെട്ടിക്കുറച്ച നിലയിൽ അനുവദിക്കപ്പെട്ട സംസ്ഥാന ബഡ്ജറ്റ് പദ്ധതി വിഹിതത്തിന്റെ അഞ്ചു ശതമാനം മാത്രം! ഇതിൽനിന്ന് എത്ര ശതമാനമാണ് കുട്ടികൾക്ക് വേണ്ടി ആ സ്ഥാപനങ്ങൾക്ക് നീക്കിവയ്ക്കാൻ കഴിയുക? മാത്രവുമല്ല, ഗ്രാമതലം തൊട്ടുള്ള തദ്ദേശസ്വയംഭരണ സ്ഥാപനങ്ങളിൽ മിക്കതിനും കുട്ടികൾക്കു വേണ്ടി എങ്ങനെയാണ് പണം ചെലവഴിക്കേണ്ടതെന്ന് അറിഞ്ഞുകൂടാ. ഇങ്ങനെയൊക്കെയായിട്ടും, സർക്കാർ വിദ്യാലയങ്ങളുടെയെങ്കിലും അടിസ്ഥാന ആഭ്യന്തര സൗകര്യങ്ങൾ ഒരളവുവരെ മെച്ചപ്പെടുത്താൻ അവയ്ക്ക് കഴിഞ്ഞിട്ടുണ്ടെന്നുള്ളത് വിസ്മരിക്കാനാവില്ല. എങ്കിൽപ്പോലും കുട്ടികളുടെ വികസന കാര്യത്തിൽ തദ്ദേശ സ്വയംഭരണ സ്ഥാപനങ്ങൾക്കുള്ള ഇടപെടൽ ശേഷിയെപ്പറ്റി വളരെയൊന്നും മേനി നടിക്കാൻ സംസ്ഥാനത്തിന് അർഹതയില്ല എന്നതാണ് യാഥാർത്ഥ്യം.

സംസ്ഥാനത്ത് കുട്ടികളുടെ താല്പര്യങ്ങൾ സംരക്ഷിക്കുന്നതിൽ ഉണ്ടായിട്ടുള്ളതായി അവകാശപ്പെടുന്ന മുന്നേറ്റം ആദിവാസികൾ പോലുള്ള ജനവിഭാഗങ്ങൾക്കിടയിൽ എത്രകണ്ട് സാക്ഷാൽക്കരിക്കപ്പെട്ടിട്ടുണ്ടെന്നു പരിശോധിക്കണമെന്ന് രേഖ ഏതായാലും സ്വയം വിമർശനപരമായി ആവശ്യപ്പെടുന്നുണ്ട്. അതോടൊപ്പം, കുടുംബഘടനയിൽ അടുത്ത കാലത്തുണ്ടായിട്ടുള്ള മാറ്റങ്ങളും വ്യക്തിപരമായ മികവ് വളർത്തുന്നതിനുവേണ്ടി കുടുംബം കുട്ടികളിൽ ചെലുത്തുന്ന സമ്മർദ്ദവും കുട്ടികളുടെ രംഗത്ത് ഉയർത്തുന്ന പുതിയ വെല്ലുവിളികൾ വിലയിരുത്തണമെന്ന് രേഖ മുന്നോട്ടുവയ്ക്കുന്ന ആവശ്യവും സ്വാഗതാർഹമാണ്. അതുപോലെതന്നെ, ഇതര സംസ്ഥാന തൊഴിലാളികളുടെ കുട്ടികൾ നേരിടുന്ന പ്രശ്നങ്ങൾ തിരിച്ചറിഞ്ഞ് വേണ്ട രീതിയിൽ കൈകാര്യം ചെയ്യാൻ

സംസ്ഥാനത്തിനു കഴിഞ്ഞിട്ടുണ്ടോ എന്ന് രേഖ ഉന്നയിക്കുന്ന സംശയം ഗൗരവമായ പരിഗണന അർഹിക്കുന്ന ഒന്നാണ്.

കേരളത്തിലെ കുട്ടികളുടെ സ്ഥിതിയും പ്രശ്നങ്ങളും

അതിജീവനം, വികസനം, സുരക്ഷ, പങ്കാളിത്തം എന്നീ നാലു മണ്ഡലങ്ങളിലെ സംസ്ഥാനത്തെ കുട്ടികളുടെ ഇന്നത്തെ നിലയും ഈ മണ്ഡലങ്ങളിൽ അവർ നേരിടുന്ന പ്രശ്നങ്ങളും സാമാന്യം വിശദമായി പരിശോധിക്കുന്നതാണ് നയരേഖയുടെ അഞ്ചാം അദ്ധ്യായം (ഖണ്ഡിക 12 മുതൽ 50 വരെ).

1. അതിജീവനത്തിനും അടിസ്ഥാന ആവശ്യങ്ങൾ നിറവേറ്റുന്നതിനുമുള്ള അവകാശം

പ്രയുക്ത പോഷകാഹാരം, പ്രതിരോധ കുത്തിവെപ്പ്, ആരോഗ്യ പരിശോധന, വിദ്യാലയ പൂർവ്വ വിദ്യാഭ്യാസം, ആരോഗ്യം, പോഷകാഹാര ബോധവല്ക്കരണം, കൗമാരപ്രായക്കാരായ പെൺകുട്ടികളുടെ ശാക്തീകരണം എന്നിവയടങ്ങുന്ന സമഗ്രവികസന പരിപാടിയാണ് സംസ്ഥാനത്ത് ഇന്ന് നടപ്പാക്കപ്പെടുന്നതെന്ന് രേഖ അവകാശപ്പെടുന്നു. ഗർഭിണികളായ അമ്മമാരുടെ സംരക്ഷണം, വിദഗ്ദ്ധ പരിചരണത്തോടെയുള്ള അവരുടെ പ്രസവം, ശിശുമരണനിരക്ക് കുറയ്ക്കൽ എന്നിവയിലൂടെ കുട്ടികളുടെ അതിജീവനവിഷയത്തിൽ കേരളം മികച്ച നില പുലർത്തുന്നുണ്ടെന്നും രേഖ പറയുന്നു. എന്നാൽ ശിശു മരണനിരക്ക് കുറഞ്ഞു വരികയാണെങ്കിൽപ്പോലും 1000 ന് 7 എന്ന ലക്ഷ്യം കൈവരിക്കാൻ കഴിയാതെ 12 ൽ നില്ക്കുകയാണ്. അട്ടപ്പാടി മേഖലയിൽ അത് 1000 ന് 66 ആണ്! ആദിവാസിമേഖലകളിൽ ശിശുക്കളുടെ ഭാരക്കുറവും വിളർച്ചാരോഗവും രൂക്ഷമാണ്.

സാർവ്വത്രിക പ്രതിരോധ കുത്തിവെപ്പ് നടത്തുന്നതിലെ ഊർജ്ജസ്വലത കഴിഞ്ഞ ഏതാനും വർഷങ്ങളിലായി പ്രായേണ കുറഞ്ഞിട്ടുണ്ട്. ഇക്കാര്യം ചൂണ്ടിക്കാണിക്കുന്ന രേഖ ചില ജനവിഭാഗങ്ങൾക്കിടയിൽ അതിനെതിരെ ജാതി - മത ശക്തികളുടെയും മറ്റു പ്രതിലോമകാരികളുടെയും ആഭിമുഖ്യത്തിൽ ബോധപൂർവ്വം നടക്കുന്ന പ്രചാരണത്തെപ്പറ്റി ഒന്നും തന്നെ പറയുന്നില്ല. മലപ്പുറം ജില്ലയിൽ ഈയിടെ തുടർച്ചയായുണ്ടായ ഡിഫ്തീരിയ മരണങ്ങൾ അത്തരം ശക്തികളുടെ സ്വാധീനത്തിന്റെ കൂടി ഫലമാണ്. ഈ പശ്ചാത്തലത്തിൽ, കുട്ടികൾക്കുള്ള പ്രതിരോധ കുത്തിവെപ്പ് വ്യാപകമായി നടക്കുന്നതിനുവേണ്ടിയുള്ള ക്യാമ്പയിൻ ശക്തിപ്പെടുത്തേണ്ടതിന്റെ ആവശ്യകത രേഖ എടുത്തു പറയേണ്ടതായിരുന്നു.

നവജാത ശിശുക്കൾക്കുൾപ്പെടെ മൂന്നു വയസ്സുവരെയുള്ള കുട്ടികൾക്ക് മുലപ്പാൽ നല്കുന്നതിൽ ഉണ്ടാകുന്ന വീഴ്ചകൾ, ആദിവാസി

മേഖലകളിലും കടൽത്തീരപ്രദേശങ്ങളിലും നിലനില്ക്കുന്ന പോഷകാഹാര ലഭ്യതക്കുറവ്, ആദിവാസി മേഖലകളിൽ എന്നപോലെ മറ്റിടങ്ങളിലെ പല അംഗൻവാടികളിലും സ്കൂളുകളിലും ഇതര സംസ്ഥാനങ്ങളിൽ നിന്നുവരുന്ന കുടുംബങ്ങളിലെ കുട്ടികൾക്കിടയിലും, വിശേഷിച്ചും പെൺകുട്ടികളെ സംബന്ധിച്ചിടത്തോളം, ആരോഗ്യകരമായ കക്കൂസ് സൗകര്യം ലഭ്യമല്ലാത്ത സ്ഥിതി, സംസ്ഥാനത്തെ എഴുപതു ശതമാനം ജനങ്ങൾക്ക് സുരക്ഷിതമായ കുടിവെള്ളത്തിന്റെ ലഭ്യതയില്ലായ്മ എന്നീ പ്രശ്നങ്ങളിലേക്കും ആരോഗ്യ സർവ്വേ 4 (DLHS 4) തുടങ്ങിയ റിപ്പോർട്ടുകൾ ഉദ്ധരിച്ച് രേഖ വിരൽ ചൂണ്ടുന്നു.

ക്ഷയം, മലമ്പനി തുടങ്ങി നമ്മുടെ സംസ്ഥാനത്തുനിന്നും നിഷ്കാസനം ചെയ്തെന്നു കരുതിയിരുന്ന രോഗങ്ങൾ ആശങ്കാജനകമായ രീതിയിൽ തിരിച്ചു വരുന്നതിനെപ്പറ്റിയും ഡെങ്കിപ്പനി, ചിക്കൻഗുനിയ, എലിപ്പനി, എച്ച്1 എൻ.1, തക്കാളിപ്പനി തുടങ്ങിയ പുതിയ സാംക്രമിക രോഗങ്ങളുടെ വരവിനെപ്പറ്റിയും രേഖ പറയുന്നില്ല. എയ്ഡ്സിനെതിരെയുള്ള ക്യാമ്പയിനും അതിനെതിരെയുള്ള മരുന്നുകളുടെ സൗജന്യ വിതരണവും സജീവമായി ശ്രദ്ധിക്കേണ്ട കാര്യങ്ങളാണ്. കുടിവെള്ളവുമായി ബന്ധപ്പെട്ട കോളറ, വയറിളക്കം, മഞ്ഞപ്പിത്തം തുടങ്ങിയ സാംക്രമികരോഗങ്ങളുടെ വ്യാപനവും വേണ്ടത്ര ശ്രദ്ധിക്കപ്പെടുന്നില്ല. പേപ്പട്ടി വിഷത്തിനെതിരെയുള്ള കുത്തിവെപ്പ് മരുന്നും വേണ്ടത്ര ലഭ്യമല്ല. ഇവയെല്ലാം പൊതുജനാരോഗ്യ പ്രവർത്തനങ്ങളുമായി ബന്ധപ്പെട്ട പ്രശ്നങ്ങളാണ്. മറ്റേതു ജനവിഭാഗങ്ങളേക്കാളും കുട്ടികളെ ബാധിക്കുന്ന, വിശേഷിച്ചും ആദിവാസി മേഖലകളിലെയും കടലോര പ്രദേശങ്ങളിലെയും കുട്ടികൾ അഭിമുഖീകരിക്കുന്ന പ്രശ്നങ്ങൾ. എന്നാൽ ഈ കാര്യങ്ങളൊന്നും തന്നെ രേഖയിൽ വേണ്ടത്ര ഗൗരവത്തോടെ കൈകാര്യം ചെയ്യപ്പെടുന്നില്ല.

2. വികസന സംബന്ധമായ പ്രശ്നങ്ങൾ

ഈ തലക്കെട്ടിനു താഴെയുള്ള രേഖയിലെ ഖണ്ഡികകളിൽ വിദ്യാഭ്യാസവുമായി ബന്ധപ്പെട്ട കാര്യങ്ങളാണ് മുഖ്യമായും പ്രതിപാദിക്കപ്പെട്ടിരിക്കുന്നത്.

സാക്ഷരത 93.91 ശതമാനം, പ്രൈമറി തലത്തിൽ മിക്കവാറും എല്ലാ കുട്ടികളും സ്കൂളിലെത്തുന്നു. വിദ്യാർത്ഥികളിൽ 50 ശതമാനത്തോളം പെൺകുട്ടികൾ - അഭിമാനകരമാണ് കേരളത്തിലെ ഈ സ്ഥിതി.

ഗർഭിണികൾക്കും മൂന്നുമാസം മുതൽ ആറുമാസംവരെ പ്രായമുള്ള കുട്ടികളുടെ അമ്മമാർക്കും മൂന്നു വയസ്സുമുതൽ ആറുവയസ്സുവരെയുള്ള കുട്ടികൾക്കും പൂരക പോഷണ ഭക്ഷണം നല്കുന്ന 33,315 അംഗൻവാടികൾ, കുട്ടികൾക്ക് ഉച്ചഭക്ഷണം നല്കുന്ന 12616 സർക്കാർ-എയ്ഡഡ് സ്കൂളുകൾ, എട്ടാം ക്ലാസുവരെ സൗജന്യ യൂണിഫോമും പെൺകുട്ടി

കൾക്ക് സൗജന്യമായി പാഠപുസ്തകങ്ങളും-ഇവയും കേരളത്തിലെ ശിശു പരിചരണ-വിദ്യാഭ്യാസ പരിപാടികളുടെ നേട്ടങ്ങളത്രെ.

അംഗൻവാടികൾക്ക് പുറത്ത് മൂന്നു വയസ്സുമുതൽ ആറു വയസ്സു വരെ പ്രായമുള്ള കുട്ടികളെ പരിചരിക്കുന്ന സ്ഥാപനങ്ങളിൽ ബഹുഭൂരിപക്ഷവും സ്വകാര്യ മേഖലയിലാണ് ഉള്ളതെന്ന വസ്തുത രേഖ കാണുന്നുണ്ട്. കൂൺ കണക്കെ മുളച്ചുപൊന്തുന്ന ഇത്തരം സ്ഥാപനങ്ങൾക്ക് യാതൊരു പ്രവർത്തന മാനദണ്ഡങ്ങളുമില്ലെന്ന് രേഖ പരിതപിക്കുന്നുണ്ട്. ഇവയ്ക്കായി ഒരു പൊതുകരിക്കുലം തയ്യാറാക്കപ്പെട്ടിട്ടുണ്ടെങ്കിലും അത് നടപ്പാക്കപ്പെടുന്നില്ലെന്ന് തിരിച്ചറിയുന്ന രേഖ ശിശു പരിചരണ-വികസനങ്ങൾ (Early Childhood care and Developement - ECCD) സാദ്ധ്യമാക്കുന്ന ആഭ്യന്തര സൗകര്യങ്ങൾ, പരിശീലനം നേടിയ ശിശു പ്രവർത്തകർ എന്നിവയടങ്ങുന്ന ശിശു പരിചരണ കേന്ദ്രങ്ങൾ സ്ഥാപിക്കുന്നത് സംബന്ധമായ നിയമനിർമ്മാണം സംസ്ഥാനത്ത് ഉണ്ടാവേണ്ടതിന്റെ ആവശ്യകതകൂടി തിരിച്ചറിഞ്ഞ് ശുപാർശ ചെയ്യേണ്ടതുണ്ട്.

സംസ്ഥാനത്തെ വിദ്യാഭ്യാസ സമ്പ്രദായത്തിൽ തൊണ്ണൂറുകളുടെ തുടക്കം മുതൽ നടപ്പാക്കാനാരംഭിച്ച ശിശുസൗഹൃദപരമായ മാറ്റം പിന്നീട് അട്ടിമറിക്കപ്പെട്ടു. 1994 ൽ കേന്ദ്ര ഗവണ്മെന്റ് പ്രൈമറി സ്കൂളുകൾക്കുവേണ്ടി നടപ്പാക്കാൻ നിർദ്ദേശിച്ച ഡി പി ഇ പി പദ്ധതി 1996 ൽ കേരളത്തിൽ നടപ്പാക്കാൻ തുടങ്ങി. അതിന്റെ ഭാഗമായി പ്രൈമറി സ്കൂളുകൾക്കുവണ്ടി പുതിയ കരിക്കുലവും പാഠ്യപദ്ധതിയും മുന്നോട്ടുവച്ചു. ഈ പാഠ്യപദ്ധതി പിന്നീട് അപ്പർപ്രൈമറി തലത്തിലും ഹൈസ്കൂൾ തലത്തിലും വ്യാപിപ്പിക്കപ്പെട്ടു. പ്രക്രിയാധിഷ്ഠിത പാഠ്യപദ്ധതിയെന്ന് വിശേഷിപ്പിക്കാവുന്ന ഈ പാഠ്യപദ്ധതിയുടെ ഭാഗമായി വന്ന ശിശുകേന്ദ്രിതമായ ബോധന പഠന മാർഗ്ഗങ്ങളും മൂല്യനിർണ്ണയരൂപങ്ങളും സംസ്ഥാനത്തെ വിദ്യാഭ്യാസ രംഗത്ത് വലിയ മാറ്റമാണ് സൃഷ്ടിച്ചത്. പത്തുകൊല്ലം കൊണ്ട് എസ് എസ് എൽ സി പരീക്ഷാഫലം 50 ശതമാനത്തിൽനിന്ന് 90 ശതമാനമായി ഉയർന്നു. 2007 ൽ ദേശീയ പാഠ്യപദ്ധതി ചട്ടക്കൂടിനനുരൂപമായി പുതിയ സംസ്ഥാന പാഠ്യപദ്ധതി ചട്ടക്കൂട് അംഗീകരിക്കപ്പെട്ടു. മാതൃഭാഷാ പഠനത്തിന്റെ പ്രാധാന്യം ആദ്യമായി സംസ്ഥാനം മനസ്സിലാക്കി. മൂല്യനിർണ്ണയത്തിൽ ഗ്രേഡിങ് സമ്പ്രദായം കൊണ്ടുവന്നു. പട്ടികജാതി - പട്ടികവർഗ്ഗ - ന്യൂനപക്ഷ വിഭാഗങ്ങളിൽപ്പെട്ട കുട്ടികളുടെ പഠനനിലവാരം ഉയർത്തുന്നതിനായുള്ള പല പദ്ധതികളും നടപ്പാക്കപ്പെട്ടു. പൊതുവിദ്യാഭ്യാസത്തിന്റെ അവസാന വർഷങ്ങളിൽ സമൂഹത്തിന് പ്രയാജനപ്രദമായ വിവിധ നൈപുണികളിൽ വിദ്യാർത്ഥികളെ സമർത്ഥരാക്കുന്ന പഠനരീതികൾ ആവിഷ്കരിക്കാനുള്ള ശ്രമവും ആരംഭിച്ചു. ഈ മാറ്റം കൂടുതൽ കാര്യക്ഷമവും ശാസ്ത്രീയവുമായി നടപ്പാക്കി 2009 ലെ നിയമം വിഭാവനം ചെയ്യുന്ന തലത്തിലേക്ക് കേരളത്തിലെ

പൊതുവിദ്യാഭ്യാസത്തിന്റെ നിലവാരം ഉയർത്താൻ ശ്രമിക്കുന്നതിനു പകരം ഈ മാറ്റം പിന്നീട് അട്ടിമറിക്കപ്പെട്ടു. കൊള്ളലാഭത്തിനുള്ള ഉപാധിയായി വിദ്യാഭ്യാസത്തെ കച്ചവടച്ചരക്കാക്കുന്നതിനുള്ള ശ്രമമാണ് ഇന്നു നടക്കുന്നത്. ജാതി-മത സ്ഥാപനങ്ങൾ സ്വന്തം സാമുദായിക മത താല്പര്യങ്ങൾ സംരക്ഷിക്കുന്നതിനും വളർത്തുന്നതിനുമുള്ള ലക്ഷ്യത്തോടെ വിദ്യാഭ്യാസ മേഖലയെ കൈയടക്കുകയാണ്. സ്വന്തം സമുദായത്തിലും മതത്തിലുമുള്ളവർക്കുമാത്രം സ്വന്തം സ്ഥാപനങ്ങളിൽ പ്രവേശനം നല്കുന്ന പ്രവണതയും വളർന്നുവരുന്നു. പൊതുവിദ്യാഭ്യാസം അങ്ങനെ ജാതി മത കല്ലറകളിൽ അടയ്ക്കപ്പെടുന്നു. ഭാഷാപഠനം, സാംസ്കാരിക പഠനം, സാമൂഹ്യ ശാസ്ത്ര പഠനം തുടങ്ങി പൗരബോധത്തെയും ജനാധിപത്യ ബോധത്തെയും ശക്തിപ്പെടുത്തുന്ന പൊതുവിദ്യാഭ്യാസ ഘടകങ്ങളെല്ലാം ഇന്ന് രണ്ടാം കിടയായി മാറ്റപ്പെട്ടിരിക്കുകയാണ്. പൊതുവിദ്യാഭ്യാസം നേരിട്ടുകൊണ്ടിരിക്കുന്ന ഈ തിരിച്ചടി സംസ്ഥാനത്തെ ആ മേഖലയെത്തന്നെ തകർക്കും. സാധാരണക്കാരായ കുട്ടികളുടെ വിദ്യാഭ്യാസാവകാശം തന്നെയും തകർക്കപ്പെടും. അതുകൊണ്ട് പൊതുവിദ്യാഭ്യാസത്തെ സംരക്ഷിക്കുകയും അതിന്റെ ഗുണമേന്മ വർദ്ധിപ്പിക്കുകയും ചെയ്യുക എന്നുള്ളത് അനിവാര്യമായും സംസ്ഥാന ശിശുനയം ലക്ഷ്യമാക്കേണ്ടതുണ്ട്.

സർക്കാർ സ്കൂളുകളിൽ 37 ശതമാനവും 1816 സ്വകാര്യ സ്കൂളുകളും ലാഭകരമല്ലാത്ത സ്കൂളുകൾ (uneconomic schools) ആണെന്ന് ചൂണ്ടിക്കാട്ടുന്ന രേഖ (ഓരോ ക്ലാസിലും 15 കുട്ടികളെങ്കിലും ഇല്ലാത്ത സ്കൂളുകളാണ് ലാഭകരമല്ലാത്ത സ്കൂളുകൾ) ഈ സ്ഥിതിക്കുള്ള കാരണം കണ്ടെത്താൻ ശ്രമിക്കുന്നുണ്ട്. എന്നാൽ ഈ സ്ഥിതിക്കുള്ള മുഖ്യനിദാനം സ്വാശ്രയ വിദ്യാഭ്യാസ സ്ഥാപനങ്ങളെ താലോലിച്ച സർക്കാർ നയമാണെന്ന് തുറന്നുപറയാൻ രേഖ തയ്യാറാകുന്നില്ല. അതേ സമയം പൊതുവിദ്യാഭ്യാസ രംഗത്തുനിന്നും പിന്മാറാനുള്ള സർക്കാരിന്റെ ശ്രമത്തെ രേഖ ചോദ്യംചെയ്യുന്നത് സ്വാഗതാർഹമാണ്.

ദുർബ്ബല വിഭാഗങ്ങളിൽപ്പെട്ട എസ് സി/എസ് ടി - മത്സ്യത്തൊഴിലാളി കുട്ടികൾക്കുവേണ്ടിയുള്ള സ്കൂളുകളിലെയും ഹോസ്റ്റലുകളിലെയും വിവിധ പോരായ്മകൾ പരിശോധിക്കുന്ന രേഖ, ഈ വിഭാഗങ്ങളിൽപ്പെട്ടവർക്ക് ഗുണമേന്മയുള്ള വിദ്യാഭ്യാസം നിഷേധിക്കുന്നതിന്റെ പരിണതഫലങ്ങൾ ഗുരുതരമാണെന്നു കാണുന്നുണ്ട്. ഈ മേഖലകളിൽ നിന്നുള്ള കുട്ടികൾ കൗമാരപ്രായത്തിൽ പലവിധത്തിലുള്ള അതിക്രമങ്ങൾക്കും ഇരയാകുന്നവരായതിനാൽ വിശേഷിച്ചും. ഈ വിഭാഗത്തിൽപ്പെട്ട കുട്ടികൾക്ക് അവർ താമസിക്കുന്ന വിദൂരപ്രദേശങ്ങളിൽനിന്ന് സ്കൂളിൽ എത്തിച്ചേരാൻ ആവശ്യമായ വാഹന സൗകര്യം ഏർപ്പെടുത്തുകയും അവർ പഠിക്കുന്ന വിദ്യാലയങ്ങളിലെയും അവർ താമസിക്കുന്ന ഹോസ്റ്റലുകളിലെയും ആഭ്യന്തര സൗകര്യങ്ങൾ മെച്ചപ്പെടുത്തുകയും

അവർക്കു നല്കുന്ന വിദ്യാഭ്യാസത്തിന്റെ മേന്മ വർദ്ധിപ്പിക്കുകയും അത്തരം വിദ്യാലയങ്ങളും ഹോസ്റ്റലുകളും നടത്തുന്നതിനു ചുമതലപ്പെട്ട ഡിപ്പാർട്ട്മെന്റുകൾ തമ്മിലുള്ള ഏകോപനം മെച്ചപ്പെടുത്തുകയും വേണമെന്ന് രേഖ നിർദ്ദേശിക്കുന്നു.

ആദിവാസി മേഖലകളിലെ സ്കൂളിൽ പ്രീപ്രൈമറി, പ്രൈമറി തലങ്ങളിലെങ്കിലും ബോധനഭാഷ അവരുടേതായ ഗോത്രഭാഷകൾ ആയിരിക്കേണ്ടതിന്റെ ആവശ്യകത രേഖ കാണുന്നില്ലെന്നത് നിർഭാഗ്യകരമാണ്. അവർക്കന്യമായ ഭാഷയിൽ ബോധനം നടത്തുന്നത് വ്യാപകമായ കൊഴിഞ്ഞുപോക്കിന് കാരണമാകുന്നു. അനാദായകരമെന്ന പേരിൽ ആദിവാസിമേഖലകളിലെ നിരവധി സ്കൂളുകൾ അടച്ചുപൂട്ടൽ ഭീഷണി നേരിടുകയാണ്. ഒരു കുട്ടിയെങ്കിലും പഠിക്കാനുണ്ടെങ്കിൽ ആദിവാസി മേഖലയിലെ ഒരു സ്കൂളും അടച്ചുപൂട്ടപ്പെട്ടുകൂടാത്തതാണ്.

ഇതരസംസ്ഥാന തൊഴിലാളികളുടെ കുട്ടികളുടെ വിദ്യാഭ്യാസ പ്രശ്നം പരിശോധിക്കുന്ന രേഖ അവരുമായി ആശയവിനിമയം നടത്തുന്നതിനുള്ള പ്രയാസം, ബോധനഭാഷ സംബന്ധിച്ച പ്രശ്നങ്ങൾ, അവരുമായുള്ള സാംസ്കാരികമായ വ്യത്യാസങ്ങൾ, തൊഴിലിനുവണ്ടി മുതിർന്നവർ ഇടയ്ക്കിടെ സ്ഥലംമാറുന്നതുമൂലമുണ്ടാകുന്ന പ്രശ്നങ്ങൾ തുടങ്ങിയ വെല്ലുവിളികളെപ്പറ്റി പരാമർശിക്കുന്നതല്ലാതെ ആ കടമ്പകൾ മറികടക്കുന്നതിനുള്ള മാർഗ്ഗങ്ങളൊന്നും തന്നെ നിർദ്ദേശിക്കുന്നില്ല. ഇതര സംസ്ഥാനങ്ങളിൽനിന്നുള്ള കുട്ടികൾക്ക് നമ്മുടെ സംസ്ഥാനത്തെ കുട്ടികൾക്കെന്നപോലെ സ്വന്തം ഭാഷയിൽ വിദ്യാഭ്യാസം നല്കുന്നതിനുള്ള ബാദ്ധ്യത, എത്ര വിഷമം പിടിച്ചതായാലും, സർക്കാർ ഏറ്റെടുക്കുകയും അതിനായി നിയമം നിർമ്മിക്കുകയും ചെയ്യാൻ രേഖ ശുപാർശ ചെയ്യേണ്ടിയിരിക്കുന്നു. അവരുടെ ആരോഗ്യപരിപാലനം, അതിക്രമങ്ങളിൽനിന്ന് അവരുടെ സംരക്ഷണം എന്നിവയും നിയമംമൂലം ഉറപ്പാക്കാൻ നിർദ്ദേശം ഉണ്ടാകേണ്ടതുണ്ട്.

ഭിന്നശേഷിയുള്ള കുട്ടികൾക്ക്, 18 വയസ്സുവരെ ഉചിതമായ പശ്ചാത്തലത്തിൽ വിദ്യാഭ്യാസം നല്കണമെന്നാണ് 1995 ലെ ഭിന്നശേഷിയുള്ളവർക്കുവേണ്ടിയുള്ള തുല്യമായ അവസരങ്ങൾ, കുട്ടികളെന്ന നിലയ്ക്കുള്ള അവരുടെ അവകാശങ്ങൾ, അവരുടെ പൂർണ്ണ പങ്കാളിത്തം എന്നിവ ഉറപ്പാക്കുന്ന നിയമവും 2009 ലെ വിദ്യാഭ്യാസാവകാശ നിയമവും നിർദ്ദേശിക്കുന്നത്. അന്ധമൂകബധിരവിദ്യാലയങ്ങൾ, ബുദ്ധിമാന്ദ്യമുള്ള കുട്ടികൾക്കുവേണ്ടിയുള്ള സ്പെഷ്യൽ സ്കൂളുകൾ, തദ്ദേശസ്വയംഭരണ സ്ഥാപനങ്ങൾക്കു കീഴിലുള്ള ബ്ലോക്ക് റിസോഴ്സ് കേന്ദ്രങ്ങൾ, ജില്ലാ ആശുപത്രികളോട് ചേർന്നുള്ള ഇടപെടൽ കേന്ദ്രങ്ങൾ (Intervention centres), നവജാതശിശുക്കളുടെ കേൾവിക്കുറവും ഹൈപ്പർ തൈറോയിഡും പരിശോധിക്കുന്നതിനുമുള്ള പ്രസവാശുപത്രികളിലെ സംവിധാനം, ബഡ്സ്കൂളുകൾ, കുടുംബശ്രീകൾക്കു കീഴിലുള്ള വനിതാ അയൽ

കൂട്ടങ്ങൾ നടത്തുന്ന സ്ഥാപനങ്ങൾ എന്നിവ ഭിന്നശേഷിക്കാരായ കുട്ടികൾക്കു വേണ്ടിയുള്ള വിദ്യാഭ്യാസ സൗകര്യങ്ങളാണ്. എന്നാൽ ഈ മേഖലയിലെ ആവശ്യങ്ങൾ നിറവേറ്റാൻ ഇവയെല്ലാം ചേർന്നാലും അപര്യാപ്തമാണ്. മാത്രവുമല്ല, ഇത്തരം കുട്ടികൾക്കുവേണ്ട പ്രത്യേക പരിചരണം നല്കുന്ന സർക്കാർ സ്ഥാപനങ്ങൾ മിക്കവയും നഗരപ്രദേശങ്ങളിലാണുള്ളത്. സ്വകാര്യമേഖലയിൽ ഇത്തരം ധാരാളം സ്ഥാപനങ്ങൾ നഗരങ്ങളിലും ഗ്രാമപ്രദേശങ്ങളിലും പ്രവർത്തിക്കുന്നുണ്ട്. എന്നാൽ സാധാരണക്കാർക്ക് അപ്രാപ്യമായ വൻ ഫീസാണ് അവ ഈടാക്കുന്നത്. അവയുടെ ഗുണനിലവാരവും സംശയാസ്പദമാണ്. രക്ഷിതാക്കളെക്കൂടി ഇത്തരം കുട്ടികളെ കൈകാര്യം ചെയ്യുന്നതിനു പരിശീലിപ്പിച്ച് ഈ രംഗത്തെ പോരായ്മകളും ചൂഷണവും ഒരു പരിധിവരെ ലഘൂകരിക്കുവാൻ കഴിയുമെന്ന് രേഖ നിർദ്ദേശിക്കുന്നു. എന്നാൽ, സ്വകാര്യമേഖലയിലെ സ്പെഷ്യൽ സ്കൂളുകളെ എയിഡഡ് സ്കൂളുകളാക്കിമാറ്റുന്ന സർക്കാർ നയം അടിസ്ഥാനമാക്കി ഇത്തരം 33 സ്പെഷ്യൽ സ്കൂളുകളെ എയ്ഡഡ് സ്കൂളുകളാക്കി യു ഡി എഫ് സർക്കാർ മാറ്റി. ഈ രംഗത്തു ചൂഷണം 'ശാശ്വതവല്ക്കരിക്കാനാണ് ഇത് സഹായിക്കുകയെന്ന് രേഖ തിരിച്ചറിയുന്നില്ല. മാത്രവുമല്ല, ഓട്ടിസം (autism) പോലെ കുട്ടികൾക്കിടയിൽ വർദ്ധിച്ചുവരുന്ന പ്രശ്നങ്ങൾ എങ്ങനെ കൈകാര്യം ചെയ്യണമെന്നും രേഖ പറയുന്നില്ല.

ട്രൈബൽ മത്സ്യബന്ധന മേഖലകളിലെ സ്കൂളുകളിൽനിന്നുള്ള കൊഴിഞ്ഞുപോക്കിനെപ്പറ്റി രേഖ പരാമർശിക്കുന്നുണ്ടെങ്കിലും കൊഴിഞ്ഞുപോക്ക് മറ്റ് വിദ്യാലയങ്ങളെയും ബാധിക്കുന്ന ഗുരുതരമായ പൊതുപ്രശ്നമായി രേഖ കാണുന്നില്ല. ഒന്നാം ക്ലാസിൽ നിന്ന് പത്താം ക്ലാസിലെത്തുന്നതിനുമുമ്പ് 30 ശതമാനം കുട്ടികൾ സംസ്ഥാനത്തെ വിദ്യാലയങ്ങളിൽനിന്ന് കൊഴിഞ്ഞുപോകുന്നുണ്ടെന്നാണ് ശാസ്ത്രസാഹിത്യ പരിഷത്ത് കഴിഞ്ഞ നൂറ്റാണ്ടിന്റെ അവസാനം നടത്തിയ സർവ്വേ വെളിപ്പെടുത്തിയത്. വിദ്യാലയങ്ങളിലെ ആഭ്യന്തരസൗകര്യങ്ങളുടെ കുറവും വീടുകളിൽനിന്ന് സ്കൂളുകളിലേക്കുള്ള ദൂരവും എന്നപോലെ വിദ്യാഭ്യാസ സമ്പ്രദായത്തിന്റെ അനാകർഷത്വവും കൊഴിഞ്ഞുപോക്കിനു കാരണമാകുന്നുണ്ട്. പുതിയ വിദ്യാഭ്യാസപദ്ധതി നേരിടുന്ന തിരിച്ചടി പ്രശ്നത്തെ ഒന്നുകൂടി സങ്കീർണ്ണമാക്കുന്നുണ്ടാവാം. വിദ്യാർത്ഥി അനുപാതം ലോവർ പ്രൈമറി തലത്തിൽ 30:1 ഉം അപ്പർ പ്രൈമറി തലത്തിൽ 35:1 ഉം ആക്കാമെന്ന നിർദ്ദേശം ഇനിയും നടപ്പാക്കപ്പെടാത്തതും ഹയർസെക്കണ്ടറിതലത്തിൽ 60 ഉം അതിൽ കൂടുതലും കുട്ടികൾ ഞെങ്ങിഞെരുങ്ങി ക്ലാസുകളിൽ ഇരിക്കേണ്ടിവരുന്നതും കൊഴിഞ്ഞുപോക്കിനു കാരണമാവുന്നുണ്ടാവും. ആദിവാസി മേഖലകളിലെ ഊരുകളിൽ ഉപയോഗിക്കുന്ന ആദിവാസികളുടെ തനതായ ഭാഷയിൽ തുടക്കത്തിലെങ്കിലും വിദ്യാഭ്യാസം നല്കാൻ നിലവിലുള്ള സംവിധാനത്തിന്

കഴിയാത്തത് ആ മേഖലയിലെ കൊഴിഞ്ഞുപോക്കിന് പ്രധാനപ്പെട്ട ഒരു കാരണമാണ്. ഉച്ചഭക്ഷണവും സൗജന്യമായി പുസ്തകവും യൂണിഫോറവും ഹയർസെക്കണ്ടറിതലംവരെ വ്യാപിപ്പിക്കുന്നത് ഉയർന്ന ക്ലാസുകളിലെ കൊഴിഞ്ഞുപോക്ക് തടയാൻ സഹായകരമായേയ്ക്കും. കൊഴിഞ്ഞുപോക്ക് ഒരു വലിയ പ്രശ്നമായി കണ്ട് ഇത്തരം മാർഗ്ഗങ്ങളിലൂടെ അതിനു പരിഹാരം കണ്ടെത്താൻ ശ്രമിക്കുന്നതിനെപ്പറ്റി രേഖ സഗൗരവം ശുപാർശ ചെയ്യണ്ടിയിരിക്കുന്നു. കൊഴിഞ്ഞുപോക്ക് സംബന്ധിച്ച് വിശദമായ സർവ്വേ നടത്തി പ്രശ്നത്തിന് ശാസ്ത്രീയമായ പരിഹാരം കാണുന്നതിന് സംസ്ഥാനം തയ്യാറാകേണ്ടതുണ്ടെന്നും രേഖ ശുപാർശ ചെയ്യേണ്ടിയിരിക്കുന്നു.

വിദ്യാഭ്യാസ സ്ഥാപനങ്ങളിലെ വിദ്യാഭ്യാസ - ശുചിത്വ സൗകര്യങ്ങൾ മെച്ചപ്പെടുത്താനായി രേഖ മുന്നോട്ടു വയ്ക്കുന്ന കൗതുകകരമായ ഒരു മാർഗ്ഗം സ്കൂളുകൾക്ക് ഒരു റേറ്റിങ് സമ്പ്രദായം ഏർപ്പെടുത്തുക എന്നുള്ളതാണ്! മത്സരാധിഷ്ഠിത ഗുണമേന്മാവികസനം! സർക്കാർ സ്കൂളുകൾക്ക് സാമൂഹിക ആഡിറ്റിങ് ബാധകമാക്കണമെന്നു നിർദ്ദേശിക്കുന്ന രേഖ സ്വകാര്യ സ്കൂളുകളെയും സ്വാശ്രയ സ്കൂളുകളെയും അതിൽ ഉൾപ്പെടുത്തണമെന്ന് പറയാത്തത് എന്തുകൊണ്ടാണാവോ.

സ്കൂളുകൾക്കു പുറത്ത് കുട്ടികൾക്ക് വ്യക്തിത്വ വികസന സൗകര്യങ്ങൾ ഏർപ്പെടുത്തേണ്ടതിന്റെ പ്രാധാന്യം രേഖ എടുത്തുപറയുന്നുണ്ട്. കുട്ടികൾക്ക് വേണ്ടിയുള്ള വിനോദ സൗകര്യങ്ങളുടെയും പ്രവർത്തന കേന്ദ്രങ്ങളുടെയും (actvivity centres) കാര്യത്തിൽ സംസ്ഥാനം വളരെ പുറകിലാണ്. നീന്തൽക്കുളങ്ങൾപോലുള്ള സംവിധാനങ്ങൾ മിക്കതും ചൂഷണകേന്ദ്രങ്ങളാണ്. വേണ്ടത്ര ശുചിത്വം അവ പാലിക്കുന്നില്ല. കുട്ടികളുടെ സുരക്ഷിതത്വം ഉറപ്പു വരുത്തുന്നതിലും അവ പുറകിലാണ്. ഈ പ്രശ്നങ്ങൾ രേഖ എടുത്തുപറയുന്നുണ്ടെങ്കിലും അവയ്ക്കെന്തു പരിഹാരമെന്നതിൽ അത് നിശ്ശബ്ദമാണ്. ഓരോ പഞ്ചായത്തിലും ആൺകുട്ടികൾക്കും പെൺകുട്ടികൾക്കും നീന്തലുൾപ്പെടെയുള്ള കായിക വിനോദങ്ങളിലും കലാപ്രവർത്തനങ്ങളിലും തടസ്സമില്ലാതെയും സുരക്ഷിതമായും ഏർപ്പെടാൻ കഴിയുന്ന ബാലവിഹാരകേന്ദ്രങ്ങൾ കുട്ടികൾക്കുള്ള ലൈബ്രറികളുൾപ്പെടെ ചേർത്ത് തദ്ദേശ സ്വയംഭരണ സ്ഥാപനങ്ങളുടെ ആഭിമുഖ്യത്തിൽ സ്ഥാപിക്കണമെന്ന നിർദ്ദേശം ഇതുമായി ബന്ധപ്പെട്ട് രേഖ മുന്നോട്ടുവയ്ക്കേണ്ടിയിരിക്കുന്നു. ആദിവാസി മേഖലകളിലെ പഞ്ചായത്തുകളിൽ അവരുടെ തനതായ കലാ സാംസ്കാരിക പ്രവർത്തനങ്ങളിലേർപ്പെടാൻ അവിടങ്ങളിലെ കുട്ടികൾക്ക് സൗകര്യം ഏർപ്പെടുത്തുന്നത് അവരുടെ വ്യക്തിത്വവികാസത്തിന് അനിവാര്യമാണ്

3. അതിക്രമം, ചൂഷണം, അവഗണന എന്നിവയിൽനിന്നുള്ള സംരക്ഷണം

കുട്ടികൾക്കു നേരെയുള്ള അതിക്രമങ്ങൾ, ചൂഷണം, അവഗണന എന്നിവ തടയുന്നതിനുവണ്ടി ഒരു സമഗ്ര ശിശുസംരക്ഷണ പദ്ധതി സംസ്ഥാനത്ത് നിലവിലുണ്ട്. ബാലനീതി നിയമം (2000) അനുസരിച്ചുള്ള ജില്ലാ ബാലനീതി ബോർഡുകൾ, ജില്ലാ ശിശുക്ഷേമ കമ്മിറ്റികൾ, ശിശുസംരക്ഷണ യൂണിറ്റുകൾ, ബാല പൊലീസ് യൂണിറ്റുകൾ തുടങ്ങിയ സംവിധാനങ്ങൾ പ്രത്യേക പരിഗണനയും സാരക്ഷണവും ആവശ്യമായ കുട്ടികൾക്ക് അവ നല്കുന്നതിനും നിയമവുമായി പൊരുത്തപ്പെടാത്ത കുട്ടികളെ സാമൂഹ്യവല്ക്കരിക്കുന്നതിനും കുട്ടികളുടെ നേരെയുണ്ടാവുന്ന അതിക്രമങ്ങൾ കൈകാര്യംചെയ്യുന്നതിനും വേണ്ടി സംസ്ഥാനത്തെ പതിനാലു ജില്ലകളിലും പ്രവർത്തിക്കുന്നു. 2005 ലെ കേന്ദ്ര ബാലാവകാശ കമീഷൻ നിയമമനുസരിച്ച് 2013 ൽ സംസ്ഥാനത്ത് നിലവിൽ വന്ന സംസ്ഥാന ബാലാവകാശ സംരക്ഷണ കമീഷൻ കുട്ടികളുടെ അവകാശങ്ങൾ ലംഘിക്കപ്പെടുന്നത് തടയാനായി രംഗത്തുണ്ട്.

കൂടാതെ, കേരള സംസ്ഥാന സുരക്ഷാമിഷൻ മുഖേന ഗുരുതരമായ രോഗങ്ങളും വൈകല്യങ്ങളും ബാധിച്ച കുട്ടികൾക്ക് ചികിത്സയ്ക്കും സംരക്ഷണത്തിനും വേണ്ടി പലതരത്തിലുള്ള സഹായങ്ങൾ ലഭ്യമാക്കുന്നു. വൈകല്യനിവാരണത്തിന് ആവശ്യമായ ഉപകരണങ്ങൾ വാങ്ങുന്നതിനും വീടുകൾ വച്ചു കൊടുക്കുന്നതിനുപോലും ഉള്ള ധനസഹായം സുരക്ഷാമിഷൻ തദ്ദേശ സ്വയംഭരണങ്ങൾ വഴിയായി ഭിന്നശേഷിയുള്ള കുട്ടികൾക്ക് നല്കുന്നുണ്ട്. സുരക്ഷാമിഷനിൽ നിന്നല്ലാതെയും സംസ്ഥാന സർക്കാരിൽനിന്ന് 'കാരുണ്യ' പദ്ധതിയിൽ ഉൾപ്പെടുത്തി മൂന്നുലക്ഷം രൂപവരെ കാൻസർ, ഹൃദ്രോഗം തുടങ്ങിയ ഗുരുതരമായ അസുഖങ്ങൾ ബാധിച്ച കുട്ടികൾക്ക് ധനസഹായം നല്കാനുള്ള പദ്ധതിയും സംസ്ഥാനത്തു നിലവിലുണ്ട്. (ഇക്കാര്യം രേഖ എടുത്തുപറയുന്നില്ല.) എന്നാൽ മരുന്നുകളുടെ അനിയന്ത്രിതമായ വിലക്കയറ്റത്തിന്റെ ഫലമായി ഈ ധസസഹായമെല്ലാം തന്നെ മാരകരോഗങ്ങളുടെ നീണ്ടുനില്ക്കുന്ന ചികിത്സയ്ക്ക് പര്യാപ്തമല്ലാതായിത്തീർന്നിരിക്കുകയാണ്. അതിനാൽ ചികിത്സക്കുള്ള സഹായധനം അടിയന്തരമായി വർദ്ധിപ്പിക്കേണ്ടതിന്റെ ആവശ്യകത രേഖ നിഷ്കർഷിക്കേണ്ടിയിരിക്കുന്നു.

സർക്കാരിന്റെ ആഭിമുഖ്യത്തിൽ അനാഥരും പ്രത്യേക പരിഗണനയും സംരക്ഷണവും ആവശ്യമുള്ളവരുമായ 18 വയസ്സുവരെ പ്രായമുള്ള കുട്ടികൾക്കുവണ്ടി 32 ശിശുഭവനങ്ങൾ (Juvenile Homes), 18 വയസ്സു കഴിഞ്ഞ പെൺകുട്ടികൾക്കുവണ്ടിയുള്ള ആഫ്റ്റർ കെയർ ഹോമുകൾ എന്നിവ സംസ്ഥാനത്തു നിലവിലുണ്ട്. കൂടാതെ, സന്നദ്ധ സംഘടനകൾ നടത്തുന്ന 1204 അനാഥാലയങ്ങളും സംസ്ഥാനത്തുണ്ട്.

സർക്കാർ നടത്തുന്ന സ്ഥാപനങ്ങളിലെ ആഭ്യന്തര സൗകര്യങ്ങൾ മെച്ചപ്പെടുത്തുന്നതിനും കുട്ടികളോടുള്ള ഇവയിലെ സമീപനം ശിശുസൗഹൃദ പരമാക്കുന്നതിനുമുള്ള ശ്രമം ആരംഭിച്ചിട്ടുള്ളതായി രേഖ അവകാശപ്പെടുന്നു. അതേസമയം, സംസ്ഥാനത്തിനു പുറത്തു നിന്നുള്ളവരുൾപ്പെടെ 18 വയസ്സിനു താഴെയുള്ള കുട്ടികളെ പാർപ്പിക്കുന്ന ശിശുഭവനങ്ങൾ, ഹോസ്റ്റലുകൾ തുടങ്ങി നിരവധി സ്ഥാപനങ്ങൾ ബാലനീതി നിയമത്തിന്റെയോ അനാഥാലയ നിയമത്തിന്റെയോ പരിധിയിൽ പെടാതെ സംസ്ഥാനത്തു പ്രവർത്തിക്കുന്നുണ്ടെന്നും അവ കുട്ടികളുടെ സംരക്ഷണത്തിലും സുരക്ഷയിലും പലപ്പോഴും വരുത്തുന്ന വീഴ്ചകൾ ഗൗരവത്തോടെ കാണേണ്ടതുണ്ടെന്നും രേഖ അഭിപ്രായപ്പെടുന്നു. ഇത്തരത്തിലുള്ള സ്ഥാപനങ്ങൾ കൂൺപോലെ ഓരോവർഷവും സ്വകാര്യ ഏജൻസികളുടെ ആഭിമുഖ്യത്തിൽ മുളച്ചുപൊങ്ങുന്നത് തടയേണ്ടതുണ്ടെന്നും രേഖ ചൂണ്ടികാണിക്കുന്നുണ്ട്. അതോടൊപ്പം കുട്ടികൾക്കുവേണ്ടി സംസ്ഥാനത്തു പ്രവർത്തിക്കുന്ന അനാഥാലയങ്ങളെല്ലാം ബാലനീതി നിയമത്തിലെ വ്യവസ്ഥകൾക്കും നിയന്ത്രണങ്ങൾക്കും വിധേയമായി രജിസ്റ്റർ ചെയ്യാൻ നിർബ്ബന്ധിക്കുകയും അതിനു തയ്യാറാകാത്ത സ്ഥാപനങ്ങൾ അടച്ചുപൂട്ടിക്കുകയും ചെയ്യേണ്ടതുണ്ട്. അതുപോലെ തന്നെ, കുട്ടികൾക്കുള്ള അനാഥാലയങ്ങൾ മുതിർന്നവർക്കുള്ളവയോടൊപ്പം പ്രവർത്തിക്കുന്ന സ്ഥിതിയും അവസാനിപ്പിക്കേണ്ടതുണ്ട്.

ഈ സ്ഥാപനങ്ങളിൽ പലതും ജാതിമതാടിസ്ഥാനത്തിൽ സംഘടിപ്പിക്കപ്പെട്ടിട്ടുള്ളതും ജാതിമത ആചാരങ്ങൾ പുലർത്തുന്നവയുമാണ്. സർക്കാരിൽ നിന്ന് ഗ്രാന്റ് കിട്ടുന്നവയായിട്ടുപോലും ഭരണഘടന നിർദ്ദേശിക്കുന്ന മതേതരത്വം എന്ന അടിസ്ഥാന പ്രമാണം പുലർത്താൻ അവയിൽ പലതും കൂട്ടാക്കുന്നില്ല. ഈ സ്ഥിതിക്ക് പരിഹാരമുണ്ടാക്കാൻ കഴിയേണ്ടതിന്റെ ആവശ്യകതയും രേഖ ചൂണ്ടിക്കാണിക്കേണ്ടതായുണ്ട്.

സ്വകാര്യ ഏജൻസികൾ നടത്തുന്ന അനാഥാലയങ്ങളിൽ ചിലതെങ്കിലും സംസ്ഥാനാന്തര 'കുട്ടിക്കടത്തിനു'വേണ്ടി ഉപയാഗിക്കുന്നവയായുണ്ടെന്ന വസ്തുതയിലക്ക് രേഖ വിരൽചൂണ്ടുന്നതേയില്ല. ഇത്തരം കുട്ടികളെ അനഭിലഷണീയങ്ങളായ പല കാര്യങ്ങൾക്കും ഉപയോഗിക്കുന്നുമുണ്ട്, ഇത്തരം സ്ഥാപനങ്ങൾ. ഈ വിഷയം നേരിടാൻ ശക്തമായ നിയമനിർമ്മാണം ഉണ്ടാകേണ്ടതിന്റെ ആവശ്യകത ചൂണ്ടിക്കാണിക്കാൻ ശിശുനയരേഖ ഒരിക്കലും വിട്ടുപോകരുതാത്തതാണ്.

കുട്ടികളുടെ സുരക്ഷ ഉറപ്പാക്കുന്നതിനുവേണ്ടി അതിനുവേണ്ടിയുള്ള സംവിധാനങ്ങളെ സ്ഥാപനവല്ക്കരിച്ചുണ്ടാക്കുന്ന ശിശുഭവനങ്ങൾ പോലുള്ള സ്ഥാപനങ്ങളിൽ കുട്ടികളെ പാർപ്പിക്കുന്നത് അവസാനത്തെ ഉപാധി ആയിരിക്കുമെന്നും ദത്തെടുക്കൽ, ഫോസ്റ്റർകെയർ, സ്പോൺസർഷിപ്പ് തുടങ്ങിയ വഴികളിലൂടെ അവരെ വീടുകളിൽ സംരക്ഷിക്കുന്നതിനാണ് മുൻഗണന നല്കേണ്ടതെന്നും ചൂണ്ടിക്കാണിക്കാൻ രേഖ

മറക്കുന്നില്ല. എന്നാൽ, അതിനുള്ള പ്രായോഗിക നടപടികളെന്തെന്നു രേഖ പറയുന്നില്ല.

ശിശു സംരക്ഷണ സ്ഥാപനങ്ങളുമായി ബന്ധപ്പെട്ട് ഇനിയും ഒട്ടേറെ പ്രശ്നങ്ങൾ നിലനില്ക്കുന്നുണ്ടെന്നുള്ളതാണ് വാസ്തവം. പെൺകുട്ടികൾക്കായുള്ള After Care Home കൾ എല്ലാ ജില്ലകളിലും ഇല്ല. വിവാഹത്തെ തുടർന്ന് after care home കൾ വിടുന്ന പെൺകുട്ടികൾ അതുവരെ വളർന്നത് കുടുംബാന്തരീക്ഷത്തിൽ അല്ലെന്നതിനാൽ പലപ്പോഴും ഭർത്തൃഗൃഹത്തിലെ അന്തരീക്ഷവുമായി പൊരുത്തപ്പെടാൻ അവർക്ക് കഴിയാതെ പോവുകയും അവരുടെ കുടുംബജീവിതം തന്നെ താറുമാറാകുകയും ചെയ്യുന്നുണ്ട്. ഈ വസ്തുത കണക്കിലെടുത്തുള്ള കൗൺസലിങ് അത്തരം പെൺകുട്ടികൾക്ക് നല്കാനുള്ള സംവിധാനം ഇന്ന് ഒരു after care home ലുമില്ല.

പെൺകുട്ടികൾക്കു മാത്രമാണ് after care home കൾ ഉള്ളത്. ആൺകുട്ടികൾ 18 വയസ്സു കഴിയുമ്പോൾ തെരുവിലേക്ക് ഇറക്കിവിടപ്പെടുകയാണ്. ആൺകുട്ടികൾക്കു വേണ്ടിയും after care home കൾ സ്ഥാപിക്കുന്നതിന്റെ ആവശ്യകതയിലേക്കാണ് ഇത് വിരൽ ചുണ്ടുന്നത്.

പ്രത്യേക പരിഗണനയും രക്ഷയും ആവശ്യമായ കുട്ടികളെ പാർപ്പിക്കുന്ന ശിശുഭവനങ്ങളിൽ തന്നെ നിയമവ്യവസ്ഥയുമായി പൊരുത്തപ്പെടാത്ത കുട്ടികളെ പാർപ്പിക്കുന്ന ഒബ്സർവേഷൻ ഹോമുകളും സൂപ്പർവിഷൻ ഹോമുകളും നടത്തുന്നതിന്റെ അശാസ്ത്രീയതയും പരിഹരിക്കപ്പെടേണ്ട ഗൗരവമേറിയ ഒരു പ്രശ്നമാണ്.

സംസ്ഥാനത്തെ ശിശുസംരക്ഷണ സ്ഥാപനങ്ങളുടെ പ്രവർത്തനം പഠിച്ച് റിപ്പോർട്ട് ചെയ്യാൻ 2008 ൽ മുഖ്യമന്ത്രിയുടെ അദ്ധ്യക്ഷതയിലുള്ള സംസ്ഥാന ജുവനൈൽ ബോർഡ് മുൻ എം എൽ എ പ്രകാശൻ മാസ്റ്റർ ചെയർമാനായും പി കെ സൈനബ, ടി നാരായണൻ തുടങ്ങിയവർ അംഗങ്ങളായും ഒരു കമ്മിറ്റിയെ ചുമതലപ്പെടുത്തുകയുണ്ടായി. ആ കമ്മിറ്റി 2010 ൽ സമർപ്പിച്ച റിപ്പോർട്ടിലെ ശുപാർശകൾ നടപ്പാക്കാൻ രേഖ ശുപാർശ ചെയ്യുന്നതും അഭികാമ്യമായിരിക്കും.

പെൺകുട്ടികൾ നേരിടുന്ന വിവേചനം, പീഡനം എന്നീ പ്രശ്നങ്ങളെപ്പറ്റി പരാമർശിക്കുന്ന രേഖ കുടുംബത്തിനകത്തുനിന്നും പുറത്തുനിന്നും ഉണ്ടാകുന്ന പീഡനം, ലൈംഗിക കച്ചവടത്തിന് കുട്ടികളെ ഇരയാക്കൽ, കുടുംബത്തിനകത്ത് സ്ത്രീകൾക്കു നേരെയുണ്ടാകുന്ന അതിക്രമങ്ങൾമൂലം അശാന്തമാകുന്ന കുടുംബാന്തരീക്ഷം എന്നിവ പ്രത്യേകം എടുത്തുകാട്ടുന്നു.

ലൈംഗികാതിക്രമങ്ങളിൽ നിന്ന് കുട്ടികളെ സംരക്ഷിക്കുന്നതിനുള്ള 2012 ലെ നിയമം (Protection of Children from Sexual offences (POCSO) Act, 2012) അനുസരിച്ച് 11 സുരക്ഷാഭവനങ്ങൾ (Special Care Homes) പല ജില്ലകളിലായി നിലവിലുണ്ട്. എല്ലാ ജില്ലകളിലും ഇത്തരം

സ്ഥാപനങ്ങൾ ഉണ്ടാകേണ്ടതിന്റെ ആവശ്യകത രേഖ ചൂണ്ടിക്കാണിക്കുന്നു. പീഡനങ്ങൾക്കിരയാകുന്നവർക്ക് സാമ്പത്തികാശ്വാസം നല്കേണ്ടതിന്റെ ആവശ്യകതയും രേഖ എടുത്തു പറയുന്നു.

ബാലാദ്ധ്വാനം, കുട്ടികളെ ഉപയാഗിച്ചുള്ള യാചന, കുട്ടികളെ (വിശേഷിച്ചും പെൺകുട്ടികളെ) തട്ടിക്കൊണ്ടുപായി ലൈംഗിക തൊഴിലാളികളാക്കി മാറ്റൽ, മദ്യത്തിനും മയക്കുമരുന്നുകൾക്കും സ്കൂൾ കേന്ദ്രീകരിച്ചും അല്ലാതെയും കുട്ടികളെ അടിമപ്പെടുത്തൽ, സർക്കാരുത്തരവുകൾ മൂലം തടയപ്പെട്ടിട്ടുണ്ടെങ്കിലും ഇന്നും വിദ്യാലയങ്ങളിൽ തുടരുന്ന ശാരീരിക പീഢനം തുടങ്ങിയുള്ള വിവിധ പ്രശ്നങ്ങളിലേക്ക് രേഖ ശ്രദ്ധ ക്ഷണിക്കുന്നുണ്ട്. നിയമവ്യവസ്ഥകളെയും അവ നടപ്പാക്കാനുള്ള ഭരണസംവിധാനങ്ങളെയും നിസ്സാരവല്ക്കരിച്ചുകൊണ്ട് കുട്ടികൾക്കെതിരെയുള്ള അതിക്രമങ്ങൾ വർദ്ധിച്ചു വരികയാണെന്ന് ഔദ്യോഗിക കണക്കുകൾ തന്നെ സൂചിപ്പിക്കുന്നു.

4. പങ്കാളിത്തത്തിനുള്ള അവകാശം

സ്വന്തം ഭാവിയുൾപ്പെടെ സമൂഹത്തെ ബാധിക്കുന്ന പ്രശ്നങ്ങളിൽ അഭിപ്രായം പറയാനും അവയിൽ ഇടപെട്ട് പ്രവർത്തിക്കാനുമുള്ള കുട്ടികളുടെ അവകാശം അന്താരാഷ്ട്രതലത്തിൽ അംഗീകരിക്കപ്പെട്ടിട്ടുള്ളതാണ്. ഈ അവകാശം പ്രയോജനപ്പെടുത്തുന്നതിന് ബാലസഭകൾ, ബാലസമിതികൾ, ഗ്രാമസഭകൾ, ബാല പഞ്ചായത്തുകൾ എന്നീ തദ്ദേശ സ്വയംഭരണ സംവിധാനത്തിനു കീഴിലുള്ള സംസ്ഥാനത്തെ സ്ഥാപനങ്ങൾ സഹായിക്കുന്നുണ്ടെന്ന് രേഖ പറയുന്നു. തുടക്കത്തിൽ ഈ സ്ഥാപനങ്ങൾ ഒട്ടൊക്കെ ഫലപ്രദമായി പ്രവർത്തിച്ചിരുന്നെങ്കിലും, തദ്ദേശ സ്വയംഭരണം തന്നെ ദുർബ്ബലപ്പെട്ടതോടെ ഇവ കടലാസിൽ മാത്രമാണവശേഷിക്കുന്നത്. പഞ്ചായത്ത് സംവിധാനത്തിലെ ബാലസഭകൾക്ക് ഗ്രാമസഭകൾക്ക് തുല്യമായ അധികാരാവകാശങ്ങൾ അനുവദിക്കുന്നതിന് നിയമ നിർമ്മാണം നടത്തേണ്ടതും ആവശ്യമാണ്.

വിദ്യാലയങ്ങളിലെ ജാഗ്രതാസമിതികൾ ശക്തിപ്പെടുത്തണമെന്ന് അടുത്തിടെ ബാലാവകാശ സംരക്ഷണ കമീഷൻ വിദ്യാഭ്യാസവകുപ്പിനോടു നിർദ്ദേശിക്കുകയുണ്ടായി. എന്നാൽ ആ സമിതികളിൽ അഭിപ്രായം പറയാനും നടപടികളെടുക്കുന്നതിൽ പങ്കാളികളാകാനും കുട്ടികൾക്കു കൂടി അവകാശമുണ്ടാകണമെന്ന് ഇനിയും അംഗീകരിക്കപ്പെട്ടിട്ടില്ല. തദ്ദേശ സ്വയംഭരണ സംവിധാനവുമായി സ്കൂൾതല ജാഗ്രതാ സമിതികളെ ബന്ധപ്പെടുത്തുകയും സ്കൂളുകൾക്കു പുറത്തുള്ള കുട്ടികൾക്കുവേണ്ടി പഞ്ചായത്ത് തലത്തിൽ ഗ്രാമപഞ്ചായത്തുകൾ ജാഗ്രതാ സമിതികൾ സ്ഥാപിക്കുകയും ചെയ്യേണ്ടതുണ്ട്. ഈ കാര്യങ്ങളിലും നിയമനിർമ്മാണം ആവശ്യമാണ്.

വിദ്യാലയങ്ങളിലെ അദ്ധ്യാപകരക്ഷാകർത്തൃ സമിതികളെ (PTA) വിദ്യാർത്ഥി അദ്ധ്യാപക രക്ഷാകർത്തൃസമിതികളായി (SPTA) വിപുലപ്പെടുത്തുകയും ഈ സമിതികളിൽ വിദ്യാർത്ഥി പ്രതിനിധികൾക്ക് അദ്ധ്യാപകർക്കും രക്ഷാകർത്താകൾക്കുമൊപ്പം പങ്കാളിത്തം (തീരുമാനങ്ങളെടുക്കുന്നതിലുൾപ്പെടെ) നല്കുകയും ചെയ്യുന്നത് ആവശ്യമാണ്.

പങ്കാളിത്തത്തിനുള്ള കുട്ടികളുടെ അവകാശം സാക്ഷാൽക്കരിക്കുന്നതിനെപ്പറ്റി പ്രതിപാദിക്കുമ്പോൾ രേഖയിൽ ഇക്കാര്യങ്ങളും കൂട്ടിച്ചേർക്കേണ്ടതുണ്ട്.

ശിശുനയ രേഖയിലെ വാഗ്ദാനങ്ങൾക്ക് നിയമപരിരക്ഷ വേണ്ടേ?

കുട്ടികളുടെ അവകാശങ്ങൾ ഏതെങ്കിലും വ്യക്തിയോ, വ്യക്തികൾ ചേർന്നോ, ഏതെങ്കിലും സ്ഥാപനമോ സ്റ്റേറ്റോ ലംഘിക്കാനിടയായാൽ അതിനെതിരെ കോടതിയെ സമീപിക്കാൻ കുട്ടികൾക്കോ അവർക്കുവേണ്ടി മറ്റാർക്കെങ്കിലുമോ ഉള്ള അവകാശം 1989 ലെ അന്താരാഷ്ട്ര ബാലാവകാശ പ്രമാണം ഉറപ്പുനല്കുന്നു. ഈ ഉറപ്പ് പാലിക്കപ്പെടാനാവണമെങ്കിൽ കുട്ടികളുടെ അവകാശങ്ങൾക്ക് നിയമപരമായ പരിരക്ഷ വേണം. അതിനുള്ള നിയമനിർമ്മാണം വേണം. ഇന്ത്യയിൽ ഇത്തരത്തിൽ സമഗ്രമായ ഒരു നിയമനിർമ്മാണം ഉണ്ടായിട്ടില്ല, കേരളത്തിലും ഉള്ള നിയമങ്ങളിൽ ഇക്കാര്യം ഉറപ്പാക്കപ്പെട്ടിട്ടുമില്ല.

കുട്ടികൾക്കുവേണ്ടിയുള്ള സമഗ്ര നിയമം വേണം

കഴിഞ്ഞ ഇടതുപക്ഷ ജനാധിപത്യ മുന്നണി ഭരണകാലത്ത് ജസ്റ്റിസ് വി ആർ കൃഷ്ണയ്യർ ചെയർമാനായി രൂപീകരിക്കപ്പെട്ട നിയമ പരിഷ്കാരങ്ങൾ ശുപാർശചെയ്യുന്നതിനുള്ള കമീഷൻ, കുട്ടികളെ സംബന്ധിച്ചിടത്തോളം ഇന്നു നിലവിലുള്ള എല്ലാ നിയമങ്ങളെയും അവയിലെ പോരായ്മകൾ പരിഹരിച്ചുൾച്ചേർത്ത് കുട്ടികളുടെ അവകാശങ്ങളെപ്പറ്റി അന്താരാഷ്ട്രതലത്തിലുള്ള നൂതന ശാസ്ത്രീയ ധാരണകളെ അടിസ്ഥാനമാക്കി തയ്യാറാക്കിയ സമഗ്രമായ ഒരു 'ബാലാവകാശ സംഹിത' (Child Rights Code Bill) സർക്കാരിന്റെ പരിഗണനയ്ക്കായി സമർപ്പിക്കുകയുണ്ടായി. നിർഭാഗ്യവശാൽ ആ ശുപാർശയ്ക്ക് അതർഹിക്കുന്ന അംഗീകാരം കിട്ടുകയുണ്ടായില്ല. ജസ്റ്റിസ് വി ആർ കൃഷ്ണയ്യർ ശുപാർശചെയ്ത ബാലാവകാശ സംഹിതയിലും ചില ഭേദഗതികൾ ആവശ്യമായുണ്ട്. സംഹിതയിൽ കൂട്ടിച്ചേർക്കേണ്ട ഒന്നാണ് നിയമപരമായ പരിഹാരം തേടാനുള്ള അവകാശം വ്യവസ്ഥ ചെയ്യുന്ന വകുപ്പ്. ഈ വകുപ്പില്ലെങ്കിൽ ഏതു ബാലാവകാശ സംഹിതയും വെറും ദിവാസ്വപ്നങ്ങളുടെ സമാഹാരമായി അവശേഷിക്കും. ഇതുൾപ്പെടെ സൂക്ഷ്മമായ പരിശോധനയ്ക്കു ശേഷം വരുത്തുന്ന കൂട്ടിച്ചേർക്കലുകളോടെയും മാറ്റ

ങ്ങളോടെയും പ്രസ്തുത ബാലാവകാശ സംഹിത നിയമസഭയിൽ അവതരിപ്പിച്ച് പാസാക്കി നിയമമാക്കണമെന്ന് നിർദ്ദേശിക്കാൻ കരടു നയരേഖയിൽ കഴിഞ്ഞിട്ടില്ല. ഇത് ഒരു വലിയ പോരായ്മ തന്നെയാണ്.

യു ഡി എഫ് സർക്കാർ പുറപ്പെടുവിച്ച ശിശുനയരേഖയെ വിമർശനാത്മകമായി സമീപിക്കാനാണ് മുകളിൽ ശ്രമിച്ചിട്ടുള്ളത്. ഈ ശ്രമം സമഗ്രമാണെന്ന് അവകാശപ്പെടുന്നില്ല. സമഗ്രവും അന്യൂനവുമായ ഒരു ശിശുനയരേഖ രൂപപ്പെടുത്തുന്നതിനുവേണ്ടി ശബ്ദമുയർത്താൻ സംസ്ഥാനത്ത് കുട്ടികളുടെ രംഗത്തു പ്രവർത്തിക്കുന്നവരും കുട്ടികളെ സ്നേഹിക്കുന്നവരുമായ എല്ലാവരും മുന്നോട്ടുവരേണ്ട അവസരമാണിത്. എത്ര മികച്ച നയം രൂപവല്ക്കരിച്ചാലും രാഷ്ട്രീയമായ ഇച്ഛാശക്തിയോടെ അതു നടപ്പിലാക്കപ്പെടുന്നെങ്കിലേ അത് ലക്ഷ്യം സാക്ഷാൽക്കരിക്കൂ എന്ന തിരിച്ചറിവോടെ അതിനുവേണ്ടിയും ബന്ധപ്പെട്ട എല്ലാവരും ഒന്നിക്കേണ്ടിയിരിക്കുന്നു.

(മുൻ യു ഡി എഫ് സർക്കാരിന്റെ കാലത്ത് സംസ്ഥാന സർക്കാരിന്റെ സാമൂഹ്യനീതി വകുപ്പ് സംസ്ഥാന ശിശുക്ഷേമ നയം സംബന്ധിച്ച് തയ്യാറാക്കി അംഗീകരിച്ച രേഖയുടെ വിമർശനാത്മകപഠനം)

കുട്ടികളുടെ അവകാശങ്ങളും നിയമ വ്യവസ്ഥകളും

മറ്റു മനുഷ്യർക്കൊപ്പം ചൂഷിതരും പീഡിതരുമായ മനുഷ്യർക്കും ലഭിക്കേണ്ടവയാണ് മനുഷ്യാവകാശങ്ങൾ. ചൂഷണത്തിനു വിധേയരാകുന്ന ജനവിഭാഗങ്ങൾക്കു നിഷേധിക്കപ്പെടുന്ന എല്ലാ അവകാശങ്ങളും മനുഷ്യാവകാശങ്ങളിൽപ്പെടുന്നു. അവയിലോരോന്നിന്റെയും അവകാശങ്ങൾക്ക് അതതിന്റേതായ പ്രത്യേകതകൾ ഉണ്ട്. അതേസമയം, അവയെല്ലാം മനുഷ്യാവകാശങ്ങൾ തന്നെയാണ്. കുട്ടികളുടെ അവകാശങ്ങളുടെ സ്ഥിതിയും മറ്റൊന്നല്ല.

സാർവ്വദേശീയ നിയമങ്ങളും പ്രഖ്യാപനങ്ങളും

1. ജനീവാപ്രഖ്യാപനം 1924

ഒന്നാം ലോകമഹായുദ്ധത്തിനുശേഷം 1924 ൽ ലോകരാഷ്ട്രങ്ങൾ പുറപ്പെടുവിച്ച ജനീവാ പ്രഖ്യാപനത്തിൽ യുദ്ധബാധിതർ ഉൾപ്പെടെ ദുരിതം അനുഭവിക്കുന്നവർ, അഭയാർത്ഥികൾ, കുട്ടികൾ, തടവുകാർ മുതലായവരുടെ പരിരക്ഷയ്ക്കായി ഉൾപ്പെടുത്തിയിരുന്ന അഞ്ചു ഖണ്ഡികകൾ പില്ക്കാലത്ത് കുട്ടികളുടെ അവകാശങ്ങൾക്ക് അടിത്തറയായി പരിണമിച്ചു. അതിനാൽ ജനീവാ പ്രഖ്യാപനമാണ് കുട്ടികളുടെ അവകാശങ്ങളുടെ സാർവ്വദേശീയ ഉറവ എന്നു പറയാം.

2. സാർവ്വദേശീയ മനുഷ്യാവാകാശ പ്രഖ്യാപനം 1948

1948 നവംബർ 18 ന് ഐക്യരാഷ്ട്ര ജനറൽ അസംബ്ലി സാർവ്വദേശീയ മനുഷ്യാവകാശ പ്രഖ്യാപനം അംഗീകരിച്ചു. ദേശീയത, ഗർഭസ്ഥ ശിശുവിന്റേതുൾപ്പെടെ കുട്ടികളുടെ പരിരക്ഷണം, ജീവിത നിലവാര സംരക്ഷണം, വിദ്യാഭ്യാസം, വ്യക്തിത്വവികാസത്തിനുള്ള അവസരം

എന്നിവയ്ക്കുള്ള കുട്ടികളുടെ അവകാശം ഈ പ്രഖ്യാപനത്തിൽ ഉൾപ്പെടുന്നു.

3. സാർവ്വദേശീയ ബാലാവകാശ പ്രഖ്യാപനം 1959

1924 ലെ ജനീവാ പ്രഖ്യാപനം അനുസരിച്ചുള്ള ബാലാവകാശങ്ങൾ നടപ്പാക്കാനും ഓരാ കുട്ടിക്കും മികച്ച ജീവിതസാഹചര്യം ഉറപ്പാക്കാനും 1959 ലെ ബാലാവകാശ പ്രഖ്യാപനം ലക്ഷ്യമിടുന്നു.

4. സാർക്ക് രാജ്യങ്ങളുടെ കൺവെൻഷൻ 1986

കുട്ടികൾക്കു വേണ്ടി 1986 ൽ വിളിച്ചുകൂട്ടിയ സാർക്ക് രാജ്യങ്ങളുടെ കൺവെൻഷനെത്തുടർന്ന് 1990 ൽ കൂടിയ ലോക ഉച്ചകോടി പ്രസ്തുത വർഷം പെൺകുട്ടികളുടെ വർഷമായും 1991 മുതൽക്കുള്ള ദശകം പെൺകുട്ടികളുടെ ദശകമായും പ്രഖ്യാപിച്ചു.

5. ബാലാവാകാശ പ്രമാണം 1989

1924 ലെ ജനീവാ പ്രഖ്യാപനം മുതൽക്കിങ്ങോട്ടുള്ള എല്ലാ ബാലാവകാശ പ്രഖ്യാപനങ്ങളുടെയും പ്രായോഗിക നിർവ്വഹണം മുൻനിർത്തി 1989 നവംബർ 20 ന് ഐക്യരാഷ്ട്ര പൊതുസഭ ഈ രേഖ അംഗീകരിച്ചു. 1990 നവംബർ 2 ന് കുട്ടികളുടെ സാർവ്വദേശീയ അവകാശ പ്രമാണമായി ഇത് നിലവിൽ വന്നു. 1992 ൽ ഇന്ത്യ ഇതിനെ അംഗീകരിച്ചു. പത്ത് അവകാശങ്ങളാണ് ഈ പ്രമാണം അംഗീകരിച്ചിട്ടുള്ളത്. അവ (1)പേരിനും ദേശീയതയ്ക്കും (2) സുരക്ഷയ്ക്ക് (3) പൂർണ്ണമായ വ്യക്തിത്വവികാസത്തിന് (4) സ്നേഹപൂർണ്ണമായ രക്ഷാകർത്തൃത്വത്തിന് (5) ശാരീരികവും മാനസികവുമായ വെല്ലുവിളികളെ നേരിടുന്ന കുട്ടികൾക്ക് പ്രത്യേക പരിഗണനയ്ക്ക് (6) നിർബ്ബന്ധവും സൗജന്യവും ഗുണമേന്മയുള്ളതുമായ പ്രാഥമിക വിദ്യാഭ്യാസത്തിന് (7) സുരക്ഷയിലും ക്ഷേമത്തിലും പ്രഥമപരിഗണനയ്ക്ക് (8) അവഗണനകളിൽനിന്നുള്ള സംരക്ഷണത്തിന് (9) വിവേചനങ്ങളിൽ നിന്നുള്ള പരിരക്ഷണത്തിന് (10) എല്ലാ കുട്ടികൾക്കും ഈ അവകാശങ്ങൾക്കുള്ള അർഹതയ്ക്ക്.

6. ബീജിങ് ലോകവനിതാ സമ്മേളന പ്രഖ്യാപനം 1995

പെൺകുട്ടികൾക്ക് എല്ലാതരം വിവേചനങ്ങളിൽനിന്നും സംരക്ഷണം ഉറപ്പു ചെയ്യുന്നു.

7. കുട്ടികൾക്കിണങ്ങിയ ലോകം 2002

2002 മേയിൽ കുട്ടികൾക്കുവണ്ടി പ്രത്യേകമായി ചേർന്ന ഐക്യ രാഷ്ട്ര സംഘടനയുടെ പൊതുസഭ മുൻ പ്രഖ്യാപനങ്ങളുടെ അടിസ്ഥാനത്തിൽ കുട്ടികൾക്കിണങ്ങിയ ലോകം സൃഷ്ടിക്കുന്നതിനുള്ള നിർദ്ദേശങ്ങൾ അംഗീകരിച്ചു.

ഇന്ത്യൻഭരണഘടനയും കുട്ടികളുടെ അവകാശങ്ങളും

എ) മൗലികാവകാശങ്ങൾ (നിയമ നടപടികളിലൂടെ സംരക്ഷിക്കാൻ കഴിയുന്ന അവകാശങ്ങൾ)

- അനുച്ഛേദം 15(3) - കുട്ടികളുടെ പരിരക്ഷയ്ക്ക് വിശേഷാൽ വ്യവസ്ഥകൾ ഏർപ്പെടുത്താൻ രാഷ്ട്രത്തിന് അധികാരം നല്കുന്നു.
- അനുച്ഛേദം 21, 21 (എ) - അന്തസ്സോടെ ജീവിക്കാനും ആരോഗ്യം, പാർപ്പിടം, പോഷകാഹാരം, ശുചിയായ പരിസരം, വ്യക്തിത്വ വികാസം എന്നിവയ്ക്കും 6 മുതൽ 14 വയസ്സുവരെയുള്ള കുട്ടികൾക്ക് വിദ്യാഭ്യാസത്തിനും ഉള്ള അവകാശങ്ങൾ ഉറപ്പു ചെയ്യുന്നു.
- അനുച്ഛേദം 24 - 14 വയസ്സിൽ താഴെയുള്ള കുട്ടികളെ അപായകരമായ ജോലികളിൽ നിയോഗിക്കുന്നതിനെ തടയുന്നു.
- അനുച്ഛേദം 32 - കുട്ടികളുടെ അവകാശങ്ങൾ സ്ഥാപിച്ചു കിട്ടാനായി ഹൈക്കോടതിയെയും സുപ്രീം കോടതിയെയും സമീപിക്കാനുള്ള അവകാശം ഉറപ്പാക്കുന്നു.

ബി) മേൽപ്പറഞ്ഞ മൗലികാവകാശങ്ങൾക്കു പുറമേ താഴെപ്പറയുന്ന അവകാശങ്ങൾകൂടി കുട്ടികൾക്ക് ലഭ്യമാക്കാൻ രാഷ്ട്രത്തോട് മാർഗ്ഗനിർദ്ദേശകതത്ത്വങ്ങളിലൂടെ ഭരണഘടന ആവശ്യപ്പെടുന്നു.

- അനുച്ഛേദം 39 (ഇ) & (എഫ്) - ഇളംപ്രായം ദുരുപയോഗം ചെയ്യപ്പെടാതിരിക്കാനും അവരെക്കൊണ്ട് ആരോഗ്യത്തിനും ജീവനും ഹാനികരമായ ജോലി ചെയ്യിക്കാതിരിക്കാനും ആരോഗ്യകരമായ വ്യക്തിത്വ വികാസത്തിനും അനാഥത്വത്തിൽ നിന്നു പരിരക്ഷിക്കപ്പെടാനുമുള്ള അവകാശം.
- അനുച്ഛേദം 41 - വിദ്യാഭ്യാസ ആരോഗ്യ വിഷയങ്ങളിൽ രാഷ്ട്രത്തിന്റെ ബാദ്ധ്യത
- അനുച്ഛേദം 47 - പോഷകാഹാരം, പരിസരശുചിത്വം, ആതുരശുശ്രൂഷാ സൗകര്യം എന്നിവ നടപ്പാക്കാൻ രാഷ്ട്രത്തിന്റെ ബാദ്ധ്യത.
- അനുച്ഛേദം 51 എ - ശാസ്ത്രാഭിരുചിയും ശാസ്ത്രീയവീക്ഷണവും കുട്ടികളിൽ വളർത്താനുള്ള രാഷ്ട്രത്തിന്റെ ബാദ്ധ്യത.

ദേശീയ ശിശുനയം 1974

1974 ആഗസ്ത് 22 നാണ് സ്വതന്ത്ര ഇന്ത്യ ആദ്യമായി ഒരു ദേശീയ ശിശുനയം തയ്യാറാക്കി വിജ്ഞാപനം ചെയ്തത്. കുട്ടികളോടുള്ള ഭരണഘടനാപരമായ ഉത്തരവാദിത്വവും സാർവ്വദേശീയ ബാലാവകാശ വ്യവസ്ഥകളും നടപ്പാക്കുക, ദേശീയ വിദ്യാഭ്യാസ ആരോഗ്യ നയങ്ങൾ നടപ്പാക്കുക, ലാഭകരമായ എല്ലാ വിഭവ സ്രോതസ്സുകളും കുട്ടികൾക്കു

വേണ്ടി വിനിയോഗിക്കുക എന്നിവയാണ് പ്രസ്തുത നയത്തിന്റെ ലക്ഷ്യങ്ങൾ.

എല്ലാ കുട്ടികൾക്കും ജനനത്തിനു മുമ്പും പിമ്പും എല്ലാ വളർച്ചാ സൗകര്യങ്ങളും ഉറപ്പാക്കുക, ശാരീരികവും മാനസികവുമായ വികാസ ഉപാധികൾ ലഭ്യമാക്കുക, കുട്ടികൾക്കായുള്ള സേവന മേഖലകൾ വിപുലപ്പെടുത്തുക തുടങ്ങിയ ദേശീയ ശിശുനയ പരിപാടികൾ പ്രാവർത്തികമാക്കുന്നതിനുവേണ്ടി പതിനഞ്ചിന കർമ്മ പരിപാടിയും നയരേഖ മുന്നോട്ടു വയ്ക്കുന്നു. ഈ കർമ്മ പരിപാടികളിൽ ഉൾപ്പെടുത്തി രോഗ പ്രതിരോധം, ആരോഗ്യ പരിപാലനം, പോഷകാഹാര ലഭ്യതയും പരിചരണവും, അനാഥരായ കുട്ടികളുടെ വിദ്യാഭ്യാസവും പുനരധിവാസവും, ശിശു പരിപാലനത്തിന് ക്രെഷുകളും സമാന സ്ഥാപനങ്ങളും, പ്രത്യേക വെല്ലുവിളികൾ നേരിടുന്ന കുട്ടികളുടെ സംരക്ഷണവും പരിശീലനവും പുനരധിവാസവും എന്നിവയ്ക്ക് മുൻഗണന നല്കാൻ ദേശീയനയം നിർദ്ദേശിക്കുന്നു.

ദേശീയനയനിർവ്വഹണത്തിന് അധികാരമുള്ള സംവിധാനങ്ങൾക്കു രൂപം കൊടുക്കുകയോ നിർവ്വഹണത്തിന്റെ ഉത്തരവാദിത്വം ആർക്കെന്നു നിശ്ചയിക്കുകയോ നയം നടപ്പാക്കാനുള്ള കാലാവധി തീരുമാനിക്കുകയോ ചെയ്തിട്ടില്ലെന്ന ദൗർബ്ബല്യങ്ങൾ 1974 ലെ ദേശീയനയത്തിന്റെ കാര്യക്ഷമമായ സാക്ഷാൽക്കാരത്തിനു തടസ്സമായി.

ബാലവേലയും നിയമവും

ഭരണഘടന നടപ്പിൽ വരുന്നതിനു മുമ്പും പിമ്പും നടപ്പിൽ വന്ന നിരവധി നിയമങ്ങളിൽ ബാലവേല സാബന്ധിച്ച വകുപ്പുകൾ ഉണ്ട്. എന്നാൽ ഭരണഘടനയുടെ 24, 39 വകുപ്പുകൾ അനുസരിച്ച് ബാലവേല നിരോധിക്കുകയോ നിയന്ത്രിക്കുകയോ ചെയ്യുന്ന നിയമം നിലവിൽ വന്നത് 1986 ലാണ്.

അപായകരമെന്നു പേരെടുത്തു പറഞ്ഞ വ്യവസായങ്ങളിലും തൊഴിൽ മേഖലകളിലും 14 വയസ്സുവരെയുള്ള കുട്ടികളെ നിയോഗിക്കുന്നത് ഈ നിയമമനുസരിച്ച് നിരോധിക്കപ്പെട്ടിരിക്കുന്നു. എന്നാൽ, സ്കൂൾ വിദ്യാഭ്യാസത്തിന്റെയോ പരിശീലനത്തിന്റെയോ കുടിൽ വ്യവസായത്തിന്റെയോ ഭാഗമായും കുടുംബത്തെ സഹായിക്കാൻ വേണ്ടിയും ഈ മേഖലകളിൽപോലും കുട്ടികളെക്കൊണ്ടു പണിയെടുപ്പിക്കുന്നതിനെ ഈ നിയമം തടയുന്നില്ല. അപായകരമെന്നു വിശേഷിപ്പിക്കപ്പെടാത്ത മറ്റു മേഖലകളിൽ ചില നിയന്ത്രണങ്ങൾക്കു വിധേയമായി കുട്ടികളെക്കൊണ്ടു ജോലി ചെയ്യിക്കാൻ ഈ നിയമം അനുവാദം നല്കുന്നുമുണ്ട്. 2016 ൽ ഈ നിയന്ത്രണങ്ങളിൽ വെള്ളം ചേർത്തുകൊണ്ടുള്ള ഭേദഗതി നിയമം പാർലമെന്റിൽ പാസാക്കി നിലവിൽ വന്നിരിക്കുകയാണ്.

1993 ൽ ഈ നിയമം അനുസരിച്ചുള്ള ചട്ടങ്ങൾ നിലവിൽ വന്നു. എളുപ്പത്തിൽ മറികടക്കാവുന്ന ഒട്ടേറെ പഴുതുകൾ ഇവയിലുണ്ട്. മാത്ര

വുമല്ല, സാർവ്വദേശീയ മാനദണ്ഡങ്ങൾക്കും നമ്മുടെ ഭരണഘടനയിൽ 2005 ൽ വിദ്യാഭ്യാസം മൗലികാവകാശമാക്കികൊണ്ടു വരുത്തിയ ഭേദ ഗതിക്കും നിരക്കുന്നില്ല, 1986 ലെ നിയമവും 1993 ലെ ചട്ടങ്ങളും.

1996 ൽ ഈ നിയമത്തിന്റെ നിർവ്വഹണത്തിൽ സുപ്രീംകോടതി പല പോരായ്മകളും കണ്ടുപിടിക്കുകയും അവ നികത്താൻ സംസ്ഥാ നങ്ങളോട് ആവശ്യപ്പെടുകയും ചെയ്തു. കേരളം ഇതനുസരിച്ച് 2000 ലും 2001 ലും ഓരോ ഓർഡിനൻസുകളും 2002 ൽ ഒരു കരടുബില്ലും കൊണ്ടുവന്നെങ്കിലും അവ സാങ്കേതിക കാരണങ്ങളാൽ കാലഹരണ പ്പെടുകയാണുണ്ടായത്.

പതിനെട്ടുവയസ്സുവരെയുള്ള എല്ലാ ബാലവേലയും നിരോധി ക്കുകയും ബാലവേലയിൽ നിന്നു മോചിതരാവുന്ന ഓരോ കുട്ടിയുടെയും കുടുംബത്തിൽ നിന്ന് ഒരാൾക്ക് സുപ്രീം കോടതി 1996 ൽ നിർദ്ദേശിച്ച രീതിയിൽ തൊഴിൽ ഉറപ്പാക്കുകയും ചെയ്യുന്ന സമഗ്രമായ ബാല വേലാനിരോധന നിയമനിർമ്മാണം ഇനിയും ഉണ്ടാകേണ്ടിയിരിക്കുന്നു.

ബാലനീതിനിയമം 2000

2000 ൽ പാസാക്കി 2006 ൽ ഭേദഗതിചെയ്യപ്പെട്ട നിയമമാണ് ബാല നീതി നിയമം. (Juvenile Justice (Care and Protection of Children) Act) നിയമത്തോടു പൊരുത്തപ്പെടാത്ത കുട്ടികളെ കൈകാര്യം ചെയ്യു ന്നതിനും 1989 ലെ സാർവ്വദേശീയ ബാലാവകാശ പ്രമാണം ഒരു പരിധി വരെയെങ്കിലും കാര്യക്ഷമമായി നടപ്പാക്കുന്നതിനും ഉതകുന്ന, താരത മ്യേന സമഗ്രമായ നിയമമാണ് ഇത്. നിയമവുമായി പൊരുത്തപ്പെടാത്ത കുട്ടികളുടെ മേൽ യുക്തമായ നടപടികൾ നിശ്ചയിച്ചു നടപ്പാക്കുന്നതിന് അധികാരമുള്ളതും ജില്ലതോറും രൂപീകരിക്കുന്നതുമായ ബാലനീതി ബോർഡുകൾ, കുട്ടികളുടെ അവകാശങ്ങളുടെ നിഷേധം ഉണ്ടാവുന്നി ല്ലെന്നു ഉറപ്പുവരുത്തുന്നതിന് ജില്ലതോറും രൂപീകരിക്കുന്ന ബാലക്ഷേമ സമിതികൾ എന്നിവയ്ക്കാണ് ഈ നിയമമനുസരിച്ചുള്ള നടപടികളുടെ നിർവ്വഹണച്ചുമതല. നിയമത്തോടു പൊരുത്തപ്പെടാത്ത കുട്ടികളെ പാർപ്പിക്കുന്ന ശിശുഭവനങ്ങൾ, ഷോർട്ട് സ്റ്റേഹോമുകൾ തുടങ്ങിയ സ്ഥാപനങ്ങളുടെ മേൽനോട്ടച്ചുമതല ബാലനീതി ബോർഡുകൾക്കാണ്. ദത്തെടുക്കൽ കാര്യങ്ങളിൽ തീർപ്പുണ്ടാക്കുന്നത് ബാലക്ഷേമസമിതി കളുടെ ശുപാർശ അനുസരിച്ചാണ്. കുട്ടികളുടെ അവകാശങ്ങൾ നിഷേ ധിക്കപ്പെടുന്നില്ലെന്ന് ഉറപ്പുവരുത്താൻ ചുമതലപ്പെട്ട ബാലക്ഷേമസമിതി കൾക്ക് വിപുലമായ അധികാരങ്ങളാണുള്ളത്. ഈ സംവിധാനങ്ങളുടെ കാര്യക്ഷമമായ പ്രവർത്തനം ഉറപ്പുവരുത്തുന്ന ഉപദേശക സമിതികൾ, ജില്ലാനഗരതല പൊലീസ് സ്റ്റേഷനുകളോടു ചേർന്ന് ശിശു സൗഹൃദ പരമായി പ്രവർത്തിക്കുന്ന ബാല പൊലീസ് യൂണിറ്റുകൾ, രാജ്യവ്യാ പകമായി ബന്ധിപ്പിക്കപ്പെട്ട കാണാതായ കുട്ടികൾക്കുവേണ്ടിയുള്ള ബ്യൂറോ തുടങ്ങിയവയും നിയമത്തിൽ വിഭാവനം ചെയ്യുന്നു.

2003 ൽ ബാലനീതിനിയമം അനുസരിച്ചുള്ള ചട്ടങ്ങൾ സംസ്ഥാനത്തു നിലവിൽ വന്നു. 2006 ൽ നിയമത്തിൽ വരുത്തിയ ഭേദഗതികൾ അടിസ്ഥാനമാക്കിയുള്ള പുതിയ ചട്ടങ്ങൾക്കുവേണ്ടിയുള്ള കരട് കേന്ദ്രം നിർദ്ദേശിച്ചിരിക്കുകയാണ്. അതനുസരിച്ചു പുതുക്കിയ ചട്ടങ്ങൾ സംസ്ഥാനത്ത് രൂപം കൊടുക്കുവാൻ പോകുന്നതേയുള്ളൂ.

2016 ൽ പാർലമെന്റ് പാസാക്കിയ ബാലനീതി ഭേദഗതി നിയമം ചില കുറ്റകൃത്യങ്ങളുടെ കാര്യത്തിൽ 16 നും 18 നും ഇടയ്ക്കു പ്രായമുള്ള കുട്ടികളെ മറ്റു കുട്ടികളിൽ നിന്ന് വേർതിരിച്ച് മുതിർന്നവർക്കൊപ്പം കാണുന്ന വിവേചനപരമായ നിയമമാണ്.

ബാലാവകാശ സംരക്ഷണ കമീഷൻ നിയമം 2006

2005 ൽ പാർലമെന്റ് പാസാക്കി 2006 ൽ രാഷ്ട്രപതി അംഗീകരിച്ച് കുട്ടികൾക്കുവേണ്ടിയുള്ള നിയമങ്ങളുടെ പട്ടികയിൽ നമ്മുടെ രാജ്യത്ത് ഏറ്റവും അവസാനം സ്ഥാനം പിടിച്ചിട്ടുള്ള നിയമമാണ് ബാലാവകാശ സംരക്ഷണ കമീഷൻ നിയമം.

1989 ലെ സാർവ്വദേശീയ ബാലാവകാശ പ്രമാണത്തിലെ വ്യവസ്ഥകൾ നടപ്പാക്കുന്നതിന് ഐക്യരാഷ്ട്രസഭ അംഗരാജ്യങ്ങളുടെ മേൽ ചെലുത്തിയ നിർബ്ബന്ധത്തിന്റെ ഫലമായാണ് നമ്മുടെ രാജ്യത്ത് ഈ നിയമം പാസാക്കപ്പെട്ടത്. സിവിൽ കോടതിയുടെ അന്വേഷണാധികാരങ്ങളും കേന്ദ്രസംസ്ഥാന ബാലാവകാശങ്ങൾ ലംഘിക്കുന്നവരുടെമേൽ ശിക്ഷാനടപടികൾ സ്വീകരിക്കുന്നതിന് സർക്കാരിനോട് നിർദ്ദേശിക്കാനുള്ള അധികാരവുമുള്ളവയാണ് ബാലാവകാശ സംരക്ഷണ കമീഷനുകൾ.

ഈ നിയമമനുസരിച്ച് ദേശീയതലത്തിലും സംസ്ഥാനതലങ്ങളിലും ബാലാവകാശ സംരക്ഷണ കമീഷനുകൾ രൂപീകരിക്കേണ്ടതുണ്ട്. ഈ നിയമമനുസരിച്ചുള്ള ഒരു കമീഷൻ ദേശീയതലത്തിൽ രൂപംകൊണ്ടു കഴിഞ്ഞിട്ടുണ്ട്. കമീഷനിൽ കൂടുതൽ അംഗങ്ങളെ നിയമിക്കുകയും നിയമമനുസരിച്ചുള്ള ചട്ടങ്ങൾക്ക് രൂപം നല്കുകയും ചെയ്താൽ മാത്രമേ ദേശീയതലത്തിൽ ഫലപ്രദമായി എന്തെങ്കിലും ചെയ്യാൻ ഈ കമീഷനു കഴിയൂ. സംസ്ഥാനതലത്തിലും ഒരു ബാലാവകാശ സംരക്ഷണ കമീഷൻ നിലവിൽ വന്നിട്ടുണ്ട്.

ഇന്ത്യപോലുള്ള വിശാലമായൊരു രാജ്യത്ത് അധിവസിക്കുന്ന 40 കോടി കുട്ടികളുടെ അവകാശങ്ങളും ക്ഷേമവും സംരക്ഷിക്കാൻ ദേശീയതലത്തിൽ ഒരു കമീഷൻമാത്രം ഉണ്ടായാൽ പോരാ. കേന്ദ്രം പാസാക്കിയ നിയമത്തിലെ പോരായ്മകൾ പരിഹരിക്കുകയും വേണം. അതിനുവേണ്ടി ദേശീയനിയമത്തിൽനിന്നു വ്യത്യസ്തമായി ജസ്റ്റിസ് വി ആർ കൃഷ്ണയ്യർ ചെയർമാനായി യു എൻ നിർദ്ദേശമനുസരിച്ച് രൂപീകരിക്കപ്പെട്ട കമ്മിറ്റി ശുപാർശചെയ്ത ബാലാവകാശ സംഹിത 2000 ന്റെ മാതൃകയിൽ നമ്മുടെ സംസ്ഥാനത്ത് കുറ്റമറ്റ ഒരു ബാലാവകാശ

സംരക്ഷണ നിയമവും അതിന്റെ ഭാഗമായി നിർവ്വഹണാവകാശാധികാരങ്ങളുള്ള ബാലാവകാശ സംരക്ഷണ കമീഷനും ഉണ്ടാകണമെന്നാണ് ബാലസംഘം അഭിപ്രായപ്പെടുന്നത്. 1989 ലെ ബാലാവകാശ പ്രമാണത്തെയും മറ്റ് അന്താരാഷ്ട്ര മാർഗ്ഗ നിർദ്ദേശങ്ങളെയും അടിസ്ഥാനമാക്കി നിർവ്വഹണാധികാരത്തോടും സ്വതന്ത്ര പദവിയോടും കൂടി ബാലാവകാശ സംരക്ഷണച്ചുമതല നിറവേറ്റാൻ കഴിയുന്ന ഒന്നായിരിക്കണം നമ്മുടെ സംസ്ഥാനത്തു രൂപീകരിക്കപ്പെടുന്ന ബാലാവകാശ സംരക്ഷണ കമീഷനെന്നും ബാലസംഘത്തിന് അഭിപ്രായമുണ്ട്. ഇതു സംബന്ധിച്ച ബാലസംഘത്തിന്റെ നിർദ്ദേശങ്ങൾ ഇതിനകം കേരള സർക്കാരിന് സമർപ്പിച്ചുകഴിഞ്ഞിട്ടുണ്ട്. സംസ്ഥാനതലത്തിൽ രൂപീകരിക്കപ്പെട്ടിട്ടുള്ള ബാലാവകാശ സംരക്ഷണകമീഷൻ അങ്ങനെമാത്രമേ കാര്യക്ഷമമായി പ്രവർത്തിക്കുന്ന ഒന്നായിത്തീരുകയുള്ളൂ.

നിയമങ്ങൾ കൊണ്ടുമാത്രമായില്ല

നിയമങ്ങൾകൊണ്ടുമാത്രം ബാലാവാകാശങ്ങൾ സംരക്ഷിക്കാനാവില്ല. കുട്ടികളുടെ അവകാശങ്ങളെ സംബന്ധിച്ച വ്യക്തമായ ബോധത്തിന്റെ അടിസ്ഥാനത്തിലുള്ള അഭിപ്രായരൂപീകരണം സമൂഹത്തിൽ ഉണ്ടാവണം. അതനുസരിച്ചുള്ള നടപടികളും സമൂഹത്തിൽനിന്നുണ്ടാവണം.

കുറിപ്പ്: *കുട്ടി-നേരും നിനവും* എന്ന പേരിൽ ബാലസംഘം സംസ്ഥാനകമ്മിറ്റി 2008 ഫെബ്രുവരിയിൽ പ്രസിദ്ധീകരിച്ച പുസ്തകത്തിൽനിന്ന് എടുത്തു ചേർത്തിട്ടുള്ളതാണ് ഈ ലേഖനം. അതിനാൽ തന്നെ, അതിനുശേഷം കുട്ടികളുടെ അവകാശങ്ങളുമായി ബന്ധപ്പെട്ട് ഉണ്ടായിട്ടുള്ള കേന്ദ്രസംസ്ഥാന നയസമീപനങ്ങളിൽ വന്നിട്ടുള്ള മാറ്റങ്ങളോ നിയമ നിർമ്മാണങ്ങളോ ഈ ലേഖനത്തിൽ ഉൾപ്പെടുത്തിയിട്ടില്ല.

9 789386 364449

Printed by Libri Plureos GmbH in Hamburg,
Germany